அதிசயங்களைச்
சாத்தியமாக்கும்
சூத்திரம்

அதிசயங்களைச் சாத்தியமாக்கும் சூத்திரம்

உங்களுடைய பெரும் இலக்குகளை, சாத்தியம் என்ற நிலையிலிருந்து சத்தியமாக நிகழும் என்ற நிலைக்கு எடுத்துச் செல்லக்கூடிய இரண்டு தீர்மானங்கள்

ஹால் எல்ராட்

தமிழில்:
PSV குமாரசாமி

MANJUL
மஞ்சுள் பப்ளிஷிங் ஹவுஸ்

First published in India by

MANJUL

Manjul Publishing House

Corporate and Editorial Office

•2nd Floor, Usha Preet Complex, 42 Malviya Nagar, Bhopal 462 003 – India

Sales and Marketing Office

•C-16, Sector 3, Noida, Uttar Pradesh 201301 – India

Website: www.manjulindia.com

Distribution Centres

Ahmedabad, Bengaluru, Bhopal, Kolkata, Chennai,
Hyderabad, Mumbai, New Delhi, Pune

Tamil translation of *The Miracle Equation* by *Hal Elrod*

This tamil edition first published in 2024

ISBN 978-93-5543-764-8

Translated by: PSV Kumarasamy
Edited by Nagalakshmi Shanmugam
Layout by: Manoranjan Kumar

Printed and bound in India by Repro India Limited

என் இதயத்தை யார் சொந்தம் கொண்டாடிக் கொண்டிருக்கிறார்களோ, என் உலகம் யாரையெல்லாம் சுற்றிச் சுழன்று கொண்டிருக்கிறதோ, அவர்களுக்கு இந்த நூல் காணிக்கை – என் குடும்பம்.

என் காதல் மனைவி அர்சுலா, உன்னுடைய நேசமும் ஆதரவும்தான் நான் செய்கின்ற அனைத்தையும் சாத்தியமாக்கியுள்ளன (இந்நூல் உட்பட). நான் உன்னைக் கொண்டாடுகிறேன்.

சோஃபி மற்றும் ஹால்ஸ்டென், நீங்கள்தாம் எனக்குப் பிடித்தமான அற்புதங்கள். உங்கள் இருவருக்கும் ஆகச் சிறந்த அப்பாவாக இருக்க முயல்வது என் பிறவி நோக்கம்.

வார்த்தைகளில் வடிக்க முடியாத அளவு நான் உங்கள் அனைவரையும் நேசிக்கிறேன்.

உள்ளடக்கம்

முன்னுரை

தொடங்குவதற்கு முன்

என்னுடைய முந்தைய நூலான 'அதிசயங்களை நிகழ்த்தும் அதிகாலை' நூலில் நான் சற்றுச் சொதப்பிவிட்டேன்.

பத்து இலட்சம் பேரின் வாழ்க்கையை மாற்ற வேண்டும் என்பது அப்போது என்னுடைய இலக்காக இருந்தது. நான் அந்த இலக்கை மிகவும் தீவிரமாக எடுத்துக் கொண்டேன். நான் அந்தப் புத்தகத்திற்கான விளம்பரச் செயல்பாடுகளில் ஒன்றரை ஆண்டுகள் ஈடுபட்டிருந்தேன். ஐந்தாண்டுகாலக் கடின உழைப்பிற்குப் பிறகு நான் என்னுடைய இலக்கை அடைந்தேன். அதற்காக நான் நூற்றுக்கணக்கான வலையொலிப்பதிவு நிகழ்ச்சிகளிலும் ஒரு டஜன் தொலைக்காட்சி நிகழ்ச்சிகளிலும் கலந்து கொண்டேன், எண்ணற்ற இடங்களுக்குச் சென்று சொற்பொழிவாற்றினேன். வாசகர்களுடன் நேரடியாக உறவாட வேண்டும் என்பதற்காக ஃபேஸ்புக் சமூகம் ஒன்றை நான் உருவாக்கினேன். அவர்கள் தங்களை மேம்படுத்திக் கொள்வதற்கான எளிய, தினந்தோறும் கடைபிடிக்கத்தக்க நடைமுறை ஒன்றை நான் உருவாக்கிக் கொடுத்தேன்.

வெளியிலிருந்து பார்த்தால், நான் என்னுடைய இலக்கை அடைந்துவிட்டிருந்ததைப்போலத்தான் தோன்றும். நீங்கள் என் நூலைப் படித்திருந்த அல்லது என்னுடைய ஃபேஸ்புக் குழுவில் இணைந்திருந்த ஒருவராக இருந்தால், இலட்சக்கணக்கான நபர்களுக்கு உதவியிருந்த ஒரு செய்தியைக் கொண்டிருந்த அந்த நூலை நான் ஏன் ஒரு மாபெரும் வெற்றியாகக் கருதாமல் இருக்கிறேன் என்ற கேள்வி உங்களுக்குள் எழலாம்.

இந்தக் கண்ணோட்டத்தை வந்தடைவதற்கு எனக்கே வெகுகாலம் பிடித்தது.

'அதிசயங்களை நிகழ்த்தும் அதிகாலை' நூலின் பரிந்துரைகளை இன்று நூற்றுக்கும் மேற்பட்ட நாடுகளிலுள்ள இலட்சக்கணக்கான நபர்கள் நாள்தோறும் பின்பற்றி வருகின்றனர். எனக்கு வாசகர்களிடமிருந்து எண்ணற்றக் கடிதங்கள் வந்து குவிந்து கொண்டிருக்கின்றன. அவர்களில் பலர் தங்களுடைய உடல்நலக்கேட்டிலிருந்து மீண்டு வர என் நூல் உதவியிருந்ததாகக் குறிப்பிட்டிருந்தனர். பலர் அவர்களுடைய எடையைக் குறைக்கவும், நூல்கள் எழுதவும், புதிய தொழில்களைத் தொடங்கவும் என் நூல் அவர்களுக்கு உதவியிருந்திருக்கிறது. ஒட்டுமொத்தத்தில், என் நூல், கணக்கிலடங்காத நபர்கள் தங்களுடைய தனித்துவமான திறனை அடையாளம் கண்டுகொள்ளவும், இந்த உலகை மேம்படுத்துவதற்காக அதைப் பயன்படுத்திக் கொள்ளவும் உதவியிருக்கிறது.

என் வாசகர்களின் இந்த வெற்றி என் இதயத்தை நன்றிப்பெருக்கால் மூழ்கடித்துள்ளது.

ஆனாலும், 2012ல் அந்த நூல் வெளியிடப்பட்டதிலிருந்தே, ஏதோ ஒரு விஷயம் என்னை நச்சரித்துக் கொண்டிருந்தது. உங்களுடைய வாழ்க்கையில் நீங்கள் சாதிக்க விரும்பும் எதுவொன்றையும் அடைவதற்கு இன்றியமையாததாக விளங்குகின்ற பண்புநலன்களை உருவாக்கிக் கொள்வதற்கு, அர்ப்பணிப்பான தினசரி நடைமுறைகள் தேவை என்றாலும், அது சாதனைகளை நிகழ்த்துவதில்லை. சரியாகச் சொல்ல வேண்டுமென்றால், அது ஓர் அரைகுறைச் சூத்திரம். நீங்கள் தினந்தோறும் தியானம் மேற்கொள்ளலாம், சுயமுன்னேற்ற நூல்களைப் படிக்கலாம், நாட்குறிப்பு எழுதுவதன் மூலம் தெளிவைப் பெறலாம், அறிவார்ந்த, தன்னம்பிக்கையான, முழுமையான முன்தயாரிப்புடன் திகழ்கின்ற ஒரு நபராக உருவாகலாம். அதற்குப் பிறகு நீங்கள் எதுவுமே செய்யாவிட்டால், அவற்றால் என்ன பயன்?

இச்சூழல் உங்களுக்குப் பரிச்சயமானதாக

இருக்கலாம். உங்களால் படித்து முடிக்க முடியாத அளவுக்கு உங்களுடைய புத்தக அலமாரியில் புத்தகங்கள் நிரம்பி வழியக்கூடும். அல்லது, உங்களுடைய வாழ்க்கையை மாற்ற உதவுகின்ற கருத்தரங்குகளில் அடிக்கடிக் கலந்து கொள்கின்ற ஒரு நபராக நீங்கள் இருக்கலாம். ஆனாலும், ஏதோ ஒன்றைத் தவறவிட்டுள்ளது போன்ற உணர்வு உங்களை அரித்துக் கொண்டிருக்கக்கூடும். நீங்கள் எதிர்பார்த்துள்ள விளைவுகளை நீங்கள் அடையாமல் இருந்திருக்கலாம். உங்களுடைய வங்கிக் கணக்கில் இருக்கின்ற பணம் நீங்கள் எதிர்பார்த்திருந்த அளவு இல்லாமல் இருக்கலாம். உங்களுடைய உறவு நீங்கள் எதிர்பார்த்திருந்ததைப்போல உங்களுக்கு மனநிறைவைத் தராமல் போயிருக்கலாம். உங்களுடைய வேலையில் மேலே செல்வதற்கு அல்லது ஒரு தொழிலைத் துவக்குவதற்கு நீங்கள் போராடிக் கொண்டிருக்கலாம். மகிழ்ச்சி உங்களுடைய பிடிக்குள் அடங்க மறுத்துக் கொண்டிருக்கலாம். அல்லது, நீங்கள் விரும்பிய அனைத்தும் உங்களுக்குக் கிடைத்திருந்து, உங்களுடைய தனிப்பட்ட வாழ்விலும் தொழில் வாழ்விலும் அடுத்தத் தளத்திற்குச் செல்வதற்கு நீங்கள் துடித்துக் கொண்டிருக்கலாம்.

நீங்கள் இது குறித்துக் குற்றவுணர்வு கொள்ளத் தேவையில்லை. நானும் அவற்றை அனுபவித்திருக்கிறேன். அந்த 'ஆஹா!' கணங்களை நான் கொண்டாடியிருக்கிறேன். ஆனால், உண்மையில் பூரணமான மாற்றங்கள் எதுவும் நிகழ்வதில்லை. நான் என்னுடைய தலைசிறந்த வடிவமாக உருவெடுப்பேன் என்ற நம்பிக்கையுடன், நான் மேன்மேலும் அதிகமாக இது போன்ற புத்தகங்களைப் படித்துத் தள்ளிக் கொண்டிருந்தேன். தினமும் தனிப்பட்ட முறையில் மேம்பட்டுக் கொண்டிருந்தால் மட்டும் போதாது. இலக்குகளை நிர்ணயித்து அவற்றை அடைய முடியாமல் போவது குறித்து நீங்கள் தவித்துக் கொண்டிருக்கிறீர்களா? அதில் நீங்கள் தனியாக இல்லை. உங்களைப்போலவே ஏராளமானோர் இப்படி அல்லாடிக் கொண்டிருக்கிறார்கள்.

அதற்கு மேலும் ஏதோ ஒன்று தேவைப்படுகிறது.

ஒரு நாள், நான் நின்று நிதானித்து, என் வாழ்க்கையை அசைபோட்டு, "என்னால் இதைவிட அதிகமாகச் செய்ய முடியும்; என்னால் இதைவிடச் சிறந்தவனாக ஆக முடியும்; இத்துடன் திருப்தி அடைந்துவிட நான் விரும்பவில்லை," என்ற முடிவுக்கு வந்தேன். நான் என்னுடைய இளம் வயதில், சிறிய முயற்சிகளைப் போட்டுப் பெரிய பதிலீடுகளைப் பெற்றுக் கொண்டிருந்தேன். அதனோடு எனக்கு இனியும் உடன்பாடு இருக்கவில்லை. என் மனத்தில் வெறுமனே தெளிவாக மனக்காட்சிப்படுத்தினால் விஷயங்கள் நிகழ்ந்துவிடும் என்ற எதிர்பார்ப்போடு காத்திருப்பதற்குப் பதிலாக, நான் பெரிய இலக்குகளில் செயல்நடவடிக்கைகளைத் தீவிரப்படுத்தினேன். காலப்போக்கில் நான் அதற்கென்று செயல்நடவடிக்கைகள் அடங்கிய அமைப்புமுறை ஒன்றை உருவாக்கினேன்.

சுயமுன்னேற்ற உலகம் உங்களுக்குப் பரிச்சயமானதாக இருந்தால், 'எதுவும் சாத்தியம்' என்ற முழக்கத்தை நீங்கள் கண்டிப்பாகக் கேட்டிருப்பீர்கள். எனக்கும் அதில் நம்பிக்கை இருக்கிறது. உங்களுடைய மாபெரும் கனவுகளை நிறைவேற்றத் தேவையான உத்வேகத்தைப் பெறுவதற்கு, ஒரு விஷயம் 'சாத்தியம்' என்ற நம்பிக்கை மட்டுமே போதுமானதாக இருக்காது. உங்களுடைய மாபெரும் இலக்குகளைச் சாத்தியம் என்ற நிலையிலிருந்து சத்தியமாக நிகழும் என்ற நிலைக்கு எடுத்துச் செல்ல உங்களுக்கு உதவக்கூடிய ஒன்றை நான் உருவாக்க விரும்பினேன்.

அதுதான் 'அதிசயங்களைச் சாத்தியமாக்கும் சூத்திரம்.' இது என்ன இவ்வளவு எளிமையாக இருக்கிறதே, இது வேலை செய்யுமா என்ற சந்தேகம் உங்களுக்கு வரலாம். ஆனால், இது நம்புதற்கரிய விளைவுகளை ஏற்படுத்துகிறது. இதை எப்படிச் செயல்படுத்துவது என்பதை நம் சமுதாயத்திலுள்ள ஒரு சிலரே அறிந்துள்ளனர். இது இரண்டு தீர்மானங்களை மட்டுமே உள்ளடக்கியிருக்கிறது:

முதலாவது, 'ஆணித்தரமான நம்பிக்கையைக்' கொண்டிருப்பது என்ற தீர்மானம். இரண்டாவது,

'அசாதாரணமான முயற்சிகளை' மேற்கொள்வது என்ற தீர்மானம். அளவிடத்தக்க அதிசயங்களை உருவாக்க வேண்டுமென்றால், நீங்கள் இந்த இரண்டையும் ஒன்றாகத் தொடர்ந்து நீண்டகாலம் செய்து வர வேண்டும்.

உலகின் தலைசிறந்த சாதனையாளர்கள், கண்டுபிடிப்பாளர்கள், கொடை வள்ளல்கள், விளையாட்டு வீரர்கள், உலகிற்குப் பெரிய விதத்தில் பங்களிப்புகளை அளித்திருந்தவர்கள் போன்றோரை ஆராய்ந்தபோது, அவர்கள் அனைவரும் இந்த இரண்டு தீர்மானங்களை நிறைவேற்றியிருந்தனர் என்பது புலனாயிற்று. நீங்கள் தொடர்ந்து ஆணித்தரமான நம்பிக்கையைக் கொண்டிருந்து, நீண்டகாலத்திற்கு அசாதாரணமான முயற்சிகளைக் கடைபிடித்து வந்தால், தோல்வி அங்குச் சாத்தியமே இல்லை. உங்களுடைய பயணத்தில் நீங்கள் தடுக்கி விழக்கூடும், கடும் பின்னடைவுகளைச் சந்திக்கக்கூடும். ஆனால், இறுதியில், உங்களுடைய வெற்றி, சாத்தியம் என்ற நிலையிலிருந்து சத்தியமாக நிகழும் என்ற நிலைக்குச் சென்றுவிடும்.

அக்கட்டத்தில், 'அதிசய வித்தைக்காரரர்' என்று நான் அழைக்கும் நபராக நீங்கள் மாறியிருப்பீர்கள். அதிசய வித்தைக்காரரர்கள், அதிசயங்களைச் சாத்தியமாக்கும் சூத்திரங்களின்படி வாழ்பவர்கள். அதிசயங்கள் எப்படி உருவாக்கப்படுகின்றன என்ற மர்மத்தை விடுவித்தவர்கள் அவர்கள். ஆணித்தரமான நம்பிக்கைதான் அவர்களுடைய அடிப்படை மனப்போக்கு. அவர்கள் தங்களுடைய அனைத்து இலக்குகளையும் அசாதாரணமான முயற்சியோடுதான் அணுகுகின்றனர். இந்த இரண்டு தீர்மானங்களையும் பூரணமான அர்ப்பணிப்போடு கடைபிடிப்பதன் மூலம் அவர்கள் அசாத்தியமான விளைவுகளைப் பெறுகின்றனர். இந்த நூலில் கூறப்பட்டுள்ள உத்திகளை உங்களுடைய வாழ்வில் நீங்கள் நடைமுறைப்படுத்தும்போது, உங்களாலும் ஓர் அதிசய வித்தைக்காரராகப் பரிணமிக்க முடியும்.

இந்தப் புத்தகத்தைப் படிப்பதற்கான மிகச் சிறந்த வழி

சில சுயமுன்னேற்றப் புத்தகங்களை அவற்றில் இடம்பெற்றுள்ள அத்தியாய வரிசையின்படி படிக்க வேண்டிய தேவையிருக்காது. அவற்றை நீங்கள் எந்த இடத்திலிருந்தும் தொடங்கலாம், எந்தப் பக்கத்திற்கு வேண்டுமானாலும் தாவலாம். ஆனால், இந்த நூல் அப்படிப்பட்டது அல்ல.

இந்நூலின் முதல் இரண்டு அத்தியாயங்களும், உங்களுடைய சொந்த வாழ்க்கையில் அதிசயங்களை உருவாக்குவதற்கான அடிப்படைகளைப் பற்றிப் பேசுகின்றன. அவற்றில், எவை அதிசயங்கள், எவை அதிசயங்கள் அல்ல என்பதைப் பற்றி நாம் விவாதிப்போம். பின், அதிசயங்களைச் சாத்தியமாக்கும் சூத்திரத்தைப் பற்றி நாம் மேலோட்டமாகப் பார்ப்போம். ஆணித்தரமான நம்பிக்கை, அசாதாரணமான முயற்சி ஆகிய இரண்டு தீர்மானங்களும் எப்படி ஒன்றோடொன்று பின்னிப் பிணைந்துள்ளன என்பதையும், அவற்றைப் பயன்படுத்தப் பயன்படுத்த அவை எவ்வாறு மேன்மேலும் சுலபமாகிக் கொண்டே போகும் என்பதையும் நாம் பார்ப்போம். அதையடுத்து, என்னுடைய வாழ்வில் நிகழ்ந்த முதல் அதிசயத்தைப் பற்றியும், என்னுடைய இருபத்திரண்டாவது பிறந்தநாளுக்குச் சற்று முன்பாக எப்படி நான் இந்தச் சூத்திரத்தை உருவாக்கினேன் என்பதைப் பற்றியும், அதை நான் எப்படி ஒவ்வொருவருக்காகக் கற்றுக் கொடுத்து, என் வாழ்வில் நிகழ்ந்திருந்த அதிசயங்கள் அவர்களுடைய வாழ்க்கையிலும் மலர்வதைக் கண்கூடாகக் கண்டேன் என்பதைப் பற்றியும் நான் விவரிக்க இருக்கிறேன்.

அதற்குப் பிந்தைய அத்தியாயங்கள், நீங்கள் உங்களுடைய சொந்த அதிசயங்களை நிகழ்த்துவதற்கு முன்பாக நீங்கள் என்னென்ன விஷயங்களைப் புரிந்து கொள்ள வேண்டும் என்பதை விவரிக்கும். அவற்றில் கீழ்க்கண்டவையும் அடங்கும்:

- உங்களிடம் இருக்கின்ற ஆற்றலுக்கும் உங்களுடைய வரம்புகளுக்கும் இடையேயான உள்ளார்ந்த முரண்பாட்டிலிருந்து மீள்வது எப்படி?
- வாழ்க்கை உங்களை நோக்கி எதை அனுப்பினாலும் அதை உணர்ச்சிவசப்படாமல் எதிர்கொள்வதற்கான கட்டுப்பாட்டை வளர்த்துக் கொள்வது எப்படி?
- இலக்கை நிர்ணயிப்பதன் உண்மையான நோக்கம் என்ன?
- உங்களுடைய முதல் அதிசயத்தைத் தேர்ந்தெடுப்பது எப்படி?
- அதையடுத்து மீண்டும் மீண்டும் அதிசயங்களை உருவாக்குவது எப்படி?
- கற்றுக் கொண்ட அனைத்து விஷயங்களையும், அதிசயங்களை உருவாக்கும் சூத்திரத்தின் 30 நாள் சவாலில் குதிப்பதன் மூலம் நடைமுறைப்படுத்துவது எப்படி?
- இந்நூலின் ஒவ்வோர் அத்தியாயமும் முந்தைய அத்தியாயத்தின்மீது கட்டமைக்கப்பட்டதாக இருப்பதால், நீங்கள் இந்நூலை முதலிலிருந்து கடைசிவரை ஒவ்வோர் அத்தியாயமாகப் படிக்கும்படி நான் பரிந்துரைக்கிறேன். இரண்டாம் முறை படிக்கின்றபோது, உங்களுக்குப் பிடித்தமான எந்த அத்தியாயத்திற்கும் நீங்கள் நேரடியாகச் செல்லலாம். உங்களுடைய சொந்த அதிசயங்களை உருவாக்குவதில் உங்களுக்குச் சிக்கல் ஏற்பட்டால், மீண்டும் ஒரு முறை இந்நூலைப் படியுங்கள்.

இந்நூலைப் படித்துக் கொண்டிருக்கின்றபோது, நீங்கள் நினைவில் வைத்துக் கொள்ள வேண்டிய சில விஷயங்கள்

1. 'அதிசயங்களை நிகழ்த்தும் அதிகாலை' நூலையும், 'அதிசயங்களைச் சாத்தியமாக்கும் சூத்திரம்' நூலையும் சேர்த்துப் பயன்படுத்தலாம்

நீங்கள் இதுவரை 'அதிசயங்களை நிகழ்த்தும் அதிகாலை' நூலைப் படித்திருக்காவிட்டால், அதைப் பற்றி அலட்டிக் கொள்ளத் தேவையில்லை. இந்தப் புத்தகத்தை மட்டும் படித்தாலே, உங்களுடைய முழு ஆற்றலையும் செம்மையாகப் பயன்படுத்தி ஒரு மனநிறைவான வாழ்க்கையை வாழ்வதற்குத் தேவையான அனைத்து அம்சங்களையும் உங்களால் கற்றுக் கொள்ள முடியும். மீண்டும் மீண்டும் அதிசயங்களை எப்படி நிகழ்த்துவது என்பதையும், போகப் போக அவற்றை எப்படிச் சுலபமாக நிகழ்த்துவது என்பதையும் நீங்கள் கற்றுக் கொள்வீர்கள். எது எப்படியிருந்தாலும், 'அதிசயங்களை நிகழ்த்தும் அதிகாலை' நூலில் கூறப்பட்டுள்ள உத்திகளை நீங்கள் பயன்படுத்தினால், உங்களுடைய காலை வேளைகளில் நீங்கள் அமைதியாகவும் தெளிவாகவும் கவனக்குவிப்போடும் இருப்பதற்கு அது உதவும் என்பதை மறுப்பதற்கில்லை. உங்களுடைய இலக்குகளை அடைவதற்கு நீங்கள் எப்படிப்பட்ட ஒரு நபராக ஆக வேண்டுமோ அதற்கு உங்களைத் தயார்ப்படுத்திக் கொள்ள அது கண்டிப்பாக உதவும்.

2. பல கருத்துகள் இந்நூலில் பல இடங்களில் மீண்டும் மீண்டும் கூறப்பட்டிருக்கும்

அதிசயங்களைச் சாத்தியமாக்கும் சூத்திரம், விளக்குவதற்கு எளிதாக இருந்தாலும், அதை நடைமுறைப்படுத்துவது அவ்வளவு எளிதல்ல. அதனால், நான் என்னுடைய கருத்துகளை ஒரே ஒரு முறை மட்டும் கூறிவிட்டு நகர்ந்துவிடுவதில்லை. முக்கியமான

கருத்துகளின் பக்கம் நான் தெரிந்தே மீண்டும் மீண்டும் வருவேன். அவற்றை நீங்கள் உள்வாங்கிக் கொள்ள வேண்டும் என்பதுதான் என் நோக்கம். ஒரு விஷயத்தை நீங்கள் பல முறை பார்க்கின்றபோது, அதை உள்வாங்கிக் கொள்வது எளிது.

3. நான் இந்த நூலை எழுதியதன் நோக்கம், மனிதகுலத்தின் தன்னுணர்வு நிலையை மேம்படுத்த வேண்டும் என்பதுதான்

பத்து இலட்சம் பேரின் வாழ்க்கையை மாற்ற வேண்டும் என்ற என்னுடைய இலக்கை நான் அடைந்தபோது, ஒரு சமயத்தில் சாதிக்கப்பட முடியாததாகத் தோன்றிய என் இலக்கு, நடைமுறைச் சாத்தியம் கொண்டது என்பது எனக்குப் புரிந்ததோடு, அது போதுமான அளவு பெரிதாக இல்லை என்பதையும் நான் உணர்ந்து கொண்டேன்.

அதனால், இப்புத்தகத்தின் நோக்கத்தை நான் இவ்வாறு அமைத்துக் கொண்டேன்: ஒவ்வொரு நபராக மனிதகுலத்தின் தன்னுணர்வு நிலையை மேம்படுத்த வேண்டும். என் இலக்கு நகைப்பிற்குரியதாக இருப்பதாக நீங்கள் கருதலாம். ஆனால், நீங்கள் இந்த நூலைப் படித்து முடித்தப் பிறகு, எந்தவொரு பெரிய கனவையும் சாத்தியமற்றதாகக் கருத மாட்டீர்கள். நாம் நம்முடைய அளப்பரிய ஆற்றலைப் பயன்படுத்தத் தொடங்கிய பிறகு, நம்முடைய சொந்தத் தன்னுணர்வு நிலை உயரும். அது நம்மைச் சுற்றியுள்ள பிறரின் தன்னுணர்வு நிலையை உயர்த்தும். நீங்கள் வரம்பற்றவர், நீங்கள் விரும்புவது எதுவாக இருந்தாலும் அதை உங்களால் அடைய முடியும் என்ற புரிதலின் அடிப்படையில் நீங்கள் உங்களுடைய இலக்குகளை உருவாக்கிக் கொள்ள வேண்டும் என்று நான் ஆசைப்படுகிறேன். இந்த உலகிற்கு எந்த விதத்தில் உங்களால் பங்களிக்க முடியும் என்று நீங்கள் நம்புகிறீர்கள்? நீங்கள் படைக்க விரும்பும் உச்சகட்ட அதிசயம் எது?

சரி, இப்போது நாம் காரியத்தில் இறங்கலாம். அதிசயங்களிலுள்ள மர்மத்தை விடுவிப்பதிலிருந்து அதை நாம் தொடங்கலாம்.

1

அதிசயங்களிலுள்ள மர்மத்தை விடுவித்தல்

கட்டுக்கதையிலிருந்து, கணக்கிடப்படக்கூடியதை நோக்கி

அதிசயங்கள் இயற்கையோடு
முரண்பட்டவை அல்ல, மாறாக,
நாம் இயற்கையைப் பற்றி
அறிந்து வைத்துள்ளவற்றோடு
முரண்பட்டவை, அவ்வளவுதான்.

புனித அகஸ்டின்

அதிசயங்கள் என்றாலே மர்மமானவை, அப்படித்தானே? என்ன இருந்தாலும், ஒருவருடைய வாழ்க்கையில் அவருடைய பிரம்மாண்டமான கனவுகள் துல்லியமாக எப்படி நனவாகப் போகின்றன என்பது தெரியாமல் இருப்பதுதானே வாழ்க்கையை சுவாரசியமானதாக ஆக்குகிறது? அதே நேரத்தில், இந்த மர்ம இயல்பு, எவை அதிசயங்கள் என்பது குறித்து நாம் கொண்டிருக்கும் கண்ணோட்டத்தையும் சிக்கலாக்குகிறது.

ஒரு முறை, 'டுடே' என்ற தொலைக்காட்சி நிகழ்ச்சியில், 'ஸ்கை டைவிங் அதிசயம்: வானில் இரண்டு மைல் உயரத்திலிருந்து குதித்து உயிர்பிழைத்த மனிதன்' என்ற ஓர் ஆவணப்படத்தை நான் பார்த்தேன். அதில் ஸ்கை டைவிங் விளையாட்டைக் கற்றுக் கொடுக்கின்ற பயிற்றுவிப்பாளரான மைக்கேல் ஹோல்ம்ஸ், 14,000 அடி உயரத்திலிருந்து ஒரு பாராசூட்டுடன் குதித்தார். எந்த உயரத்தில் பாராசூட் விரிய வேண்டுமோ, அந்த உயரத்தை அவர் வந்தடைந்தபோது, அவருடைய பாராசூட் விரியவில்லை. அதை வெட்டிவிட அவர் மேற்கொண்ட முயற்சிகளும் வெற்றி பெறவில்லை. அடுத்து, பாதுகாப்பிற்காக அவர் வைத்திருந்த இரண்டாவது சிறிய பாராசூட்டை அவர் திறக்க முயன்றார். அதுவும் வேலை செய்யவில்லை. கடைசி எழுநூறு அடிகளில் வேகமாக அவர் பூமியை நோக்கி விழுந்து கொண்டிருந்தபோது, தான் கண்டிப்பாக இறக்கப் போகிறோம் என்ற முடிவுக்கு அவர் வந்திருந்தார். ஆனால், இறுதியில் அவர் பலத்தக்

காயங்களுடன் உயிர்பிழைத்துக் கொண்டார்.

டோனி ரிஜிஸ்டரின் கதையை நீங்கள் கேள்விப்பட்டிருக்கக்கூடும். 'டோனியின் அதிசயம்' என்ற தலைப்பில் அது பல பத்திரிகைகளில் இடம்பெற்றது. டோனி, பழம்பொருட்களை விற்றுக் கொண்டிருந்த தன்னுடைய கடையின் கல்லாப்பெட்டி முன் நின்று கொண்டிருந்தபோது, திடீரென்று உள்ளே நுழைந்த ஒரு மர்ம நபர் அவருடைய தலையை நோக்கி ஒரு துப்பாக்கியால் சுட்டார். அதைத் தடுப்பதற்காக டோனி தன் கைகளை உயர்த்தினார். அந்தத் துப்பாக்கியிலிருந்து வெளிவந்த குண்டு, அவருடைய திருமண மோதிரத்தில் பட்டுத் தெறித்து வேறு எங்கோ சென்றுவிட்டது. அவர் அதிசயமாக உயிர்தப்பினார்.

கடந்த பல ஆண்டுகளில், வெறும் நம்பிக்கையை மட்டும் கொண்டு உயிர்க்கொல்லி நோய்கள் பலவற்றிலிருந்து உயிர்பிழைத்திருந்த எண்ணற்றவர்களின் கதைகளை நான் கேள்விப்பட்டிருக்கிறேன். பிரிந்து சென்ற பழைய காதலர்கள், பல ஆண்டுகளுக்குப் பிறகு அதிசயமான முறையில் மீண்டும் சந்தித்துக் கொண்ட எண்ணற்றக் கதைகள் பத்திரிகைகளை அலங்கரிக்கின்றன. இக்கதைகள் அனைத்துமே, ஆவலைத் தூண்டுபவையாகவும் புதிரானவையாகவும் இருக்கின்றன.

இவற்றை அதிசயங்கள் என்று அழைப்பது நியாயமானதுதான். அதிசயங்களில் நம்பிக்கை வைத்திராதவர்கள், இவை போன்ற அசாதாரணமான நிகழ்வுகள் பிறருக்கு மட்டுமே நிகழ்கின்றன என்ற அனுமானத்தைக் கொண்டிருக்கின்றனர். அதிசயங்கள் அபூர்வமாக நிகழ்பவை என்றும், முன்கூட்டியே கணிக்கப்பட முடியாதவை என்றும் அவர்கள் கருதுகின்றனர். ஒரு காலத்தில் நானும் அப்படித்தான் நினைத்துக் கொண்டிருந்தேன்.

ஓர் ஏழு இலக்கத் தொகை எழுதப்பட்டுள்ள காசோலை ஒன்று அஞ்சலில் வருவதாக நம்மால் 'மனக்காட்சிப்படுத்தி' அதை நிஜமாக்க முடிந்தால், நாம் ஒவ்வொருவருமே கோடீஸ்வரர்களாகத்தானே

இருப்போம்? உயிர்க்கொல்லி நோய்களிலிருந்து பிழைத்தெழுவது சர்வசாதாரணமான சம்பவங்களாக ஆகிவிடும். நம்முடன் எப்போதும் முரண்டு பிடித்துக் கொண்டிருக்கின்ற நம்முடைய அலுவலக சகா ஒருவர் நம் வாழ்க்கையிலிருந்து திடீரென்று காணாமல் போய்விடுவார். நீங்கள் இப்படிப்பட்ட நம்பிக்கைகளைக் கொண்டிருப்பவர்களின் முகாமைச் சேர்ந்தவராக இருந்தால், அவற்றை நம்புவதற்கு நீங்கள் அவற்றை நேரில் காண வேண்டும் என்று நீங்கள் நினைப்பீர்கள்.

ஒரு சந்தேகப்பிராணியாக இருப்பது ஒரு விதத்தில் நல்லதுதான். ஏனெனில், அனைத்து விஷயங்கள் குறித்தும் விமர்சனரீதியாக யோசித்து, அவற்றை எடைபோட்டு, கேள்விகள் கேட்டு, அவற்றுக்குப் பின்னாலுள்ள உண்மையைத் தேடுகின்ற அணுகுமுறையில் நீங்கள் நம்பிக்கை வைத்திருப்பீர்கள். நானும் இதே அணுகுமுறையைத்தான் கடைபிடிக்கிறேன்.

ஆனால், விஷயங்களை சந்தேகக் கண்களுடன் பார்ப்பதில் ஒரு சிக்கல் இருக்கிறது. அது குறித்து நாம் எச்சரிக்கையாக இருக்க வேண்டும். ஏனெனில், நீங்கள் ஒரு சிடுமூஞ்சியாக மாறிவிடுவதற்கு ஏகப்பட்ட வாய்ப்புகள் இருக்கின்றன. நாம் பிறர்மீது நம்பிக்கை இழக்கத் தொடங்கிவிடுவோம். நம்முடைய வாய்ப்புகளை நாமே சுருக்கிக் கொள்வோம். உண்மையில் இரண்டு விதமான அதிசயங்கள் இருக்கின்றன என்பதை நீங்கள் இந்நூலிலிருந்து கற்றுக் கொள்வீர்கள். அவை இரண்டையும் ஒன்றாகச் சேர்த்துக் குழப்பிக் கொள்ளாமல் இருப்பது நல்லது.

நாம் மேலே பார்த்த அதிசயங்களை எதேச்சையானவை என்று வர்ணிக்கலாம். அவை அபூர்வமாக நிகழக்கூடியவை. அவற்றுக்கு விளக்கமளிப்பது இயலாத காரியம். அவற்றை மீண்டும் நிகழ்த்துவது இயலாத காரியம். எடுத்துக்காட்டாக, ஸ்கை டைவிங் பயிற்றுவிப்பாளர் டோனி, கண்டிப்பாக மீண்டும் ஒரு முறை பாராசூட் இல்லாமல் குதிக்கத்துணிய மாட்டார். பிரார்த்தனை செய்துவிட்டு, அதிசயங்கள் நிகழ்வதற்காகக் காத்திருக்கின்ற அணுகுமுறையை

நீங்கள் பின்பற்றுவதாக இருந்தால், என்னால் அது குறித்து எந்த அறிவுரையையும் கொடுக்க முடியாது. இந்நூலில் நாம் அப்படிப்பட்ட அதிசயங்களைப் பற்றிப் பேசப் போவதில்லை.

கண்ணால் பார்க்கப்படக்கூடிய, அளவிடப்படக்கூடிய அதிசயங்களைப் பற்றி மட்டுமே நாம் இந்நூலில் பேசப் போகிறோம். அதற்கு உங்களுடைய தீவிரமான பங்களிப்பு நிறைய தேவைப்படும். உங்களுடைய பிரம்மாண்டமான இலக்குகள் நிஜமாவதோடு தொடர்புடையவை அவை. இந்த வகையான அதிசயங்களை நிகழ்த்துவதில் உங்களுக்கு அதிகக் கட்டுப்பாடு இருக்கும். அதாவது, அவற்றை உங்களால் மீண்டும் மீண்டும் உங்களுடைய வாழ்க்கையில் உருவாக்கிக் கொள்ள முடியும். ஏனெனில், அது எப்படிச் செயல்படுகிறது என்பதை நீங்கள் அறிந்திருப்பீர்கள். ஆனால், இப்படிப்பட்ட அதிசயங்களை நிகழ்த்துவதற்கு, நீங்கள் நாடுகின்ற விளைவுகள் சாத்தியம் என்றும், அவற்றை உங்களால் உருவாக்க முடியும் என்றும் நீங்கள் முதலில் நம்ப வேண்டும். நீங்கள் சந்தேகப்பிராணிகளின் முகாமைச் சேர்ந்தவராக இருந்தால், குறைந்தபட்சம், இந்தப் புத்தகத்தைப் படித்து முடிக்கும்வரையாவது உங்களுடைய அவநம்பிக்கையை ஓர் ஓரமாக வைத்துவிடும்படி நான் உங்களைக் கேட்டுக் கொள்கிறேன்.

என்னைத் தவறாக நினைத்துக் கொள்ளாதீர்கள். அறிவுக்கு ஒவ்வாத எதையும் நம்பும்படி நான் உங்களை வற்புறுத்தப் போவதில்லை. ஒரு புதிய விஷயத்திற்கான, அதாவது, ஓர் இரண்டாவது விதமான அதிசயத்திற்கான சாத்தியக்கூறு குறித்துத் திறந்த மனத்துடன் இருக்குமாறுதான் நான் உங்களைக் கேட்டுக் கொள்கிறேன். நீங்கள் விரும்பும்போது அந்த அதிசயங்களை நிகழ்த்துவதற்கான சக்தி உங்களுக்குள் இருக்கிறது. கண்ணால் பார்க்கத்தக்க, அளவிடப்படக்கூடிய அந்த அதிசயங்கள் எவை என்பதையும், அவை எப்படி மலரும் என்பதையும் நாம் இந்த அத்தியாயத்தில் வரையறை செய்யப் போகிறோம்.

அளவிடப்படக்கூடிய அதிசயங்களை எவரொருவராலும் உருவாக்க முடியும்

நாம் சில கேள்விகளிலிருந்து தொடங்கலாம். சில 'தேர்ந்தெடுக்கப்பட்ட' நபர்களால் மட்டுமே அதிசயங்களை அனுபவிக்க முடியுமா? அதிசயங்கள் அபூர்வமாகவே நிகழ்கின்ற ஒன்றா? அதிசயங்கள் கடவுள் அல்லது வேறு ஏதாவது உயர்ந்ததொரு சக்தியால் உருவாக்கப்படுகின்றனவா? அல்லது, நாம் அனைவரும் பிறக்கும்போதே அதிசயங்களை நிகழ்த்துகின்ற சாத்தியக்கூறுகளுடன் பிறக்கிறோமா? வெகு சிலர் மட்டும் மாபெரும் வெற்றிகளைச் சுவைப்பதற்குக் காரணம், நமக்குள் உறங்கிக் கிடக்கின்ற அப்படிப்பட்ட ஆற்றலை எப்படிப் பயன்படுத்திக் கொள்வது என்பதை அவர்கள் அறிந்திருந்தனர் என்பதுதானா? அப்படிப்பட்ட வெற்றி உங்களுக்கும் சாத்தியம் என்பதை நீங்கள் புரிந்து கொண்டால், நீங்கள் எப்படி உணர்வீர்கள்?

இந்தப் புரிதலின் காரணமாக, உங்களுடைய இலக்கின் அளவு குறித்த உங்களுடைய கண்ணோட்டம் மாறும். உங்களுடைய இலக்கின் அளவைப் பெரிதாக்கிக் கொள்ள நீங்கள் தயங்க மாட்டீர்கள். நம் ஒவ்வொருவராலும் நம்முடைய முழு ஆற்றலையும் பயன்படுத்திக் கொள்ள முடிந்தால் எப்படி இருக்கும் என்று யோசித்துப் பாருங்கள். அதாவது, நாம் அனைவருமே அதிசய வித்தைக்காரர்களாக ஆகிவிட்டால் எப்படி இருக்கும்?

அதிசய வித்தைக்காரர்கள் என்பதற்கு என்ன அர்த்தம்?

யோசித்துப் பார்த்தால், தங்களுடைய கனவுகளை நனவாக்கிக் கொள்கின்ற வித்தையைத் தெரிந்து வைத்துள்ள ஒரு சிலரை நம்மால் அடையாளம் காண முடியும். அந்த நபர்கள் ஒருபோதும், தங்களுடைய மாபெரும் யோசனைகளிலிருந்து பின்வாங்குவதில்லை. அவர்களிடம் கட்டுக்கடங்காத படைப்பாற்றலும் எல்லையற்ற விடாமுயற்சியும்

இருப்பதுபோலத் தோன்றுகிறது. அவர்களுக்கு மட்டும் எப்போதும் வாய்ப்புகள் கொட்டிக் கிடப்பதுபோலத் தோன்றுகிறது. எப்படி அவர்கள் மட்டும் எப்போதும் அதிர்ஷ்டசாலிகளாக இருந்து கொண்டிருக்கின்றனர் என்று நீங்கள் வியக்கலாம். அவர்களுடைய வாழ்க்கையில் அதிர்ஷ்டத்திற்குத் துளிகூடப் பங்கில்லை என்பதை நீங்கள் அறிந்தால்?

வரலாறு நெடுகிலும் எண்ணற்ற நபர்கள் அளவிடத்தக்க அதிசயங்களை உருவாக்கியுள்ளனர். மனிதன் சந்திரனில் கால் பதிக்க வேண்டும் என்று கனவு கண்ட ஜான் எஃப். கென்னடி, அனைத்து மக்களுக்கும் ஒரே சுதந்திரம் நிலவுகின்ற அமெரிக்காவைக் கனவு கண்ட மார்ட்டின் லூதர் கிங் ஜூனியர் போன்றோர் அவர்களில் ஒரு சிலர். அவர்கள் திட்டமிட்டு உழைத்து, தாங்கள் கனவு கண்ட அதிசயங்களை நிகழ்த்தினர். மற்றவர்கள், இந்த விளைவுகள் ஏற்பட வேண்டும் என்று பிரார்த்தனை செய்துவிட்டு வெறுமனே காத்துக் கொண்டிருந்தபோது, கென்னடியும் மார்ட்டின் லூதரும் அதை நிகழ வைத்தனர். சாத்தியமற்றவையாகத் தோன்றியவற்றை அவர்கள் நிஜமாக்கிக் காட்டினர். அவர்கள் தங்களால் முடிந்த அளவுக்குத் தங்களுடைய கனவுகளைப் பின்தொடர்ந்து சென்று, அசாதாரணமான புதிய எதார்த்தங்களைப் படைத்தனர். தங்களுக்குள் பொதிந்து கிடந்த வரம்பற்ற ஆற்றலைப் பயன்படுத்தி அவர்கள் அதிசய வித்தைக்காரர்களாக ஆயினர்.

நீங்கள் ஆணித்தரமான நம்பிக்கையைக் கொண்டிருந்து, அசாதாரணமான முயற்சிகளை மேற்கொண்டால், நீங்கள் ஓர் அதிசய வித்தைக்காரராகப் பரிணமிப்பீர்கள். பிரபல அதிசய வித்தைக்காரர்கள் அனைத்துத் துறைகளிலிருந்தும் முளைக்கின்றனர். அவர்களில் கீழ்க்கண்டவர்களும் அடங்குவர்:

- காரை நமக்கு வழங்கிய ஹென்ரி ஃபோர்டு
- இரண்டு முறை நோபல் விருதைப் பெற்ற மேரி கியூரி
- உலகெங்கிலுமுள்ள வீடுகளிலும் அலுவலகங்களிலும் தனிநபர்க் கணினியைக் கொண்டு சேர்த்த பில் கேட்ஸ்
- அட்லான்டிக் பெருங்கடலைத் தன்னந்தனியாக விமானத்தில் கடந்து சென்ற முதல் பெண்மணியான அமேலியா இயர்ஹார்ட்
- நிலவில் முதன்முதலாகக் காலடித் தடத்தைப் பதித்த நீல் ஆம்ஸ்ட்ராங்
- தன்னுடைய பதினைந்தாவது வயதில் முதல் ஒலிம்பிக் பதக்கத்தை வென்று, பின்னர் 23 தங்கப் பதக்கங்களை வென்ற நீச்சல் வீரர் மைக்கேல் பெல்ப்ஸ்
- ஆயிரக்கணக்கான பாடல்களை நம்முடைய சட்டைப்பைக்குள் போட்ட, அலைபேசிகள் அனைவரின் கைகளிலும் தவழ்வதற்கு காரணமாக இருந்த ஸ்டீவ் ஜாப்ஸ்
- மனிதகுலம் முன்னேறிச் செல்வதற்கு உதவுகின்ற தொழில்நுட்ப அதிசயங்களைத் தொடர்ந்து நிகழ்த்திக் கொண்டிருக்கின்ற எலான் மஸ்க்

காலங்காலமாகவே, எண்ணற்ற சாதாரணமான நபர்கள், சாத்தியம் என்ற எல்லைக்கோட்டிற்கு அப்பால் தங்களை உந்தித் தள்ளிப் பல சாதனைகளை நிகழ்த்தி வந்துள்ளனர். நம்மைக் கட்டிப் போட்டுக் கொண்டிருக்கின்ற அதே பயங்களையும் பாதுகாப்பின்மை உணர்வையும் அவர்களும் மீறி வர வேண்டியிருந்தது. நாம் அனைவருமே எல்லையற்ற ஆற்றலுடன்தான் பிறந்திருக்கிறோம் என்றாலும், அதைப் பயன்படுத்திக் கொள்வது எப்படி என்பதை அவர்கள் அறிந்து வைத்திருந்தனர். அதை எப்படிச் செய்வது என்பதை நீங்களும் அறிந்து கொண்டால், உங்களுடைய வாழ்வில்

அனைத்தும் மாறிவிடும்.

சூழல்கள் நபருக்கு நபர் மாறுபடும் என்றாலும், நம்மிடம் இருக்கின்ற வரம்பற்ற ஆற்றல் எல்லோரிடமும் ஒரே மாதிரியாகத்தான் இருக்கிறது. மிகச் சவாலான சூழல்களில் பிறந்து மாபெரும் சாதனையாளர்களாக ஆனவர்களைப் பற்றிய எண்ணற்றக் கதைகளை நீங்கள் கேட்டிருப்பீர்கள்.

எழுத்தாளர் ஜே. கே. ரோலிங் கடும் வறுமையில் ஆதரவற்ற நிலையில் உழன்று கொண்டிருந்த சமயத்தில்தான் முதல் ஹாரி பாட்டர் நூலை அவர் எழுதினார். இறுதியில் அது பல பாகங்களாக விரிவடைந்ததோடு, திரைப்படங்களாகவும் வெளிவந்து அவரை ஒரு மாபெரும் கோடீஸ்வரராக ஆக்கியது.

நியூ யார்க்கிலுள்ள சேரிப் பகுதி ஒன்றில் பிறந்த ஜே-ஸி, பின்னர் உலகம் கொண்டாடிய 'ராப்' இசைக் கலைஞராகவும் ஒரு பெரும் தொழிலதிபராகவும் உயர்ந்தார்.

இளம் வயதில் வறுமையையும் தகாத முறையில் நடத்தப்பட்டதையும் எதிர்கொண்ட ஓப்ரா வின்ஃபிரே, பின்னர் ஒரு மாபெரும் வெற்றியாளராகவும் கோடீஸ்வரராகவும் உயர்ந்தார். வறுமையில் உழன்று கொண்டிருக்கின்ற சிறுமிகளுக்கு உதவுவதற்காக இன்று அவர் பதினைந்து கோடி டாலர்கள் பணத்தை அறக்கட்டளைகளின் மூலம் செலவழித்துக் கொண்டிருக்கிறார்.

சிறு சிறு வேடங்களில் நடித்துக் கொண்டும், வாழ்க்கையை ஓட்டுவதற்குத் திண்டாடிக் கொண்டும் இருந்த சில்வெஸ்டர் ஸ்டலோன், தான் எழுதி நடித்த 'ராக்கி' திரைப்படத்தின் மூலம் புகழின் உச்சத்திற்குச் சென்றார். ராக்கி வரிசையில் வெளிவந்த பல படங்கள் அவருக்குக் கோடிகளைக் கொட்டிக் கொடுத்தன.

இப்படி அடுக்கிக் கொண்டே போகலாம். எப்படி உங்களுடைய கடந்தகாலம் உங்களுடைய வருங்காலத்தை நிர்ணயிப்பதில்லையோ, அதேபோல, உங்களுடைய புறச்சூழல் உங்களைக் குறுக்கத் தேவையில்லை என்பதையும் நீங்கள் உணர்ந்து கொள்ள

வேண்டும் என்று நான் விரும்புகிறேன். முதலில் நீங்கள் உங்களுடைய கச்சிதமான வருங்காலம் எப்படி இருக்க வேண்டும் என்பதைத் தெள்ளத் தெளிவாக உங்களுடைய மனத்தில் காட்சி வடிவமாக உருவாக்கிக் கொள்ள வேண்டும். பின்னர் அது சாத்தியம் என்ற நம்பிக்கையை உறுதியாக உங்களிடம் வளர்த்துக் கொள்ள வேண்டும். அதைத்தான் மேலே குறிப்பிடப்பட்டிருந்தவர்கள் செய்தனர். அவர்கள் தங்களுக்கு என்ன வேண்டும் என்று தீர்மானித்து, அது சாத்தியம் என்ற நம்பிக்கையைத் தங்களுக்குள் வளர்த்துக் கொண்டு, வெற்றிக் கோட்டை அடையும்வரை தங்களால் முடிந்த அனைத்தையும் செய்தனர். உங்களாலும் கண்டிப்பாக அதைச் செய்ய முடியும்.

நீங்கள் உங்களுக்காகத் தேர்ந்தெடுத்துக் கொள்ளப் போகின்ற இலக்கு, உலகைப் புரட்டிப் போடுகின்ற ஒன்றாக இருக்கத் தேவையில்லை. அந்த இலக்கு பெரியதாகவும் இருக்கலாம், சிறியதாகவும் இருக்கலாம். அது சுலபமானதாகவும் இருக்கலாம், சிக்கலானதாகவும் இருக்கலாம். உங்களைப் பொறுத்தவரை அது அர்த்தமுள்ளதாக இருக்க வேண்டும், அவ்வளவுதான். அது உங்களை உந்தித் தள்ளும்.

‘அதிசயங்களை நிகழ்த்தும் அதிகாலை’ நூலில், உங்களுடைய கனவு வாழ்க்கையை வாழ்வது பற்றிக் குறிப்பிடுகையில், நான் ஒரு விஷயத்தைக் குறிப்பிட்டிருந்தேன். நம்முடைய வாழ்க்கையின் ஒவ்வொரு பகுதியிலும் நாம் பெற்றிருக்கும் வெற்றி, திருப்தி, மனநிறைவு போன்றவற்றை நம்மால் அளக்க முடிந்து, அவற்றுக்கு ஒன்றிலிருந்து பத்து வரையிலான மதிப்பெண் வழங்க முடிந்தால், நாம் அனைவரும்

அதில் பத்து மதிப்பெண்களைப் பெறவே விரும்புவோம், அப்படித்தானே? பத்தாம் நிலை ஆரோக்கியம். பத்தாம் நிலை மகிழ்ச்சி. பத்தாம் நிலை செல்வம். உங்களுடைய வாழ்க்கையின் ஒவ்வொரு பகுதியிலும் பத்தாம் நிலையை அடைவதற்கு நீங்கள் உங்களுடைய வரம்பற்ற ஆற்றலைப் பயன்படுத்தத் தொடங்குகின்றபோது, உங்கள் முன் எல்லையற்றச் சாத்தியக்கூறுகள் தோன்றும்.

அதற்கு நீங்கள், ‘நான் போதுமானவன் அல்லன்’ என்ற நிலையிலிருந்து தொடங்காமல், ‘நான் வரம்பற்ற ஆற்றலைக் கொண்டிருப்பவன்’ என்ற நிலையிலிருந்து தொடங்க வேண்டும். இது ஒரு நுண்ணிய வேறுபாடுதான் என்றாலும், அதிசய வித்தைக்காரர்கள் அதைத்தான் அன்றாடம் கடைபிடித்து வருகின்றனர்.

அதிசய வித்தைக்காரர்கள் ஆணித்தரமான நம்பிக்கையைக் கொண்டிருந்து, தாங்கள் விரும்புவது தங்களுக்குக் கிடைக்கும் என்ற எதிர்பார்ப்பைக் கொண்டிருந்தாலும், அவர்கள் எந்த முயற்சியும் செய்யாமல் வாளாவிருப்பதில்லை. அவர்கள் தங்களுடைய மனக்காட்சிப்படைப்பு அட்டைகளை வெறித்துப் பார்த்துக் கொண்டும், சடங்குத்தனமாக சுயபிரகடனங்களை ஒப்பித்துக் கொண்டும் இருந்துவிட்டு, ஏன் எதுவுமே நடைபெறுவதில்லை என்று பின்னர் அங்கலாய்த்துக் கொண்டிருப்பதில்லை. நீங்கள் ஓர் அதிசய வித்தைக்காரராக வாழ விரும்பினால், பிற சாதாரணர்களிடமிருந்து முற்றிலும் வேறுபட்டுச் சிந்திக்க வேண்டும்.

பெரும்பாலான மக்கள் பெரும்பாலான நேரங்களில் தங்களுடைய பயங்களும் சுயசந்தேகங்களும் தங்களுடைய சிந்தனையை ஆட்கொள்ள அனுமதிக்கின்றபோது, அதிசய வித்தைக்காரர்கள் தங்களுடைய பயங்களை நம்பிக்கையால் துரத்தியடிக்கின்றனர். தாங்கள் செய்கின்ற அனைத்துக் காரியங்களிலும் தங்களால் வெல்ல முடியும் என்ற அடிப்படையான நம்பிக்கை அவர்களிடம் இருந்தாலும், அவர்களால் வெல்ல முடியாமல் போகின்றபோது, விரைவாக அதிலிருந்து மீண்டுவிடுகின்ற மனநிலையையும் அவர்கள்

கொண்டிருக்கின்றனர். அதன் காரணமாக, அவர்களால் அதிகமான வாய்ப்புகளைப் பயன்படுத்திக் கொள்ள முடிகிறது. சில விஷயங்களில் அவர்கள் தோற்றுப் போக நேர்ந்தாலும், பெரும்பாலான விஷயங்களில் வெல்வதற்கான வாய்ப்பு அவர்களுக்கு அதிகரிக்கிறது.

இதே கருத்தை, 'ஏன் என்ற கேள்வியிலிருந்து துவக்குங்கள்' என்ற நூலின் ஆசிரியரான சைமன் சினெக் இவ்வாறு முன்மொழிகிறார்: "சாம்பியன்கள் என்பவர்கள், பந்தயங்களில் எப்போதும் வென்று கொண்டிருப்பவர்கள் அல்லர். போட்டிகளில் கலந்து கொண்டு முயற்சி செய்பவர்கள் அவர்கள். அதற்கு அடுத்த முறை, அவர்கள் முந்தைய முறையைவிட அதிகமாக முயற்சிப்பர். சாம்பியன் என்பது ஒரு மனநிலை. அவர்கள் அர்ப்பணிப்பாளர்கள். அவர்கள் மற்றவர்களுடன் போட்டி போடுவதைவிட, தங்களுடன்தான் அதிகமாகப் போட்டி போட்டுக் கொள்கின்றனர்."

அதிசய வித்தைக்காரர்களும் வித்தியாசமாகத்தான் நடந்து கொள்கின்றனர். விளைவுகளைப் பெற வேண்டுமென்றால், தாங்கள் தங்களுடைய பெரும் முயற்சியை அதற்கு முதலீடாகச் செலுத்த வேண்டும் என்பதை அறிந்து வைத்துள்ளவர்கள் அவர்கள். அவர்கள் சுலபமான வழி எது என்று தேடிக் கொண்டிருப்பவர்கள் அல்லர். மாறாக, தாங்கள் விரும்புகின்ற விஷயத்தை அடைய அயராது உழைக்கத் தயாராக இருப்பவர்கள் அவர்கள். அதே நேரத்தில், அவர்கள் திறம்படச் செயல்படுவதில் நம்பிக்கை கொண்டுள்ளவர்களாகவும் இருப்பதால், தங்களுடைய இலக்கை விரைவாக அடைவதற்குத் தேவையான உத்திகளையும் வழிமுறைகளையும் சுருக்குவழிகளையும் கற்றுக் கொள்வதில் அவர்கள் எப்போதும் முனைப்பாக இருப்பர்.

இதை நான் அவதானிப்பின் மூலமாக மட்டுமல்லாமல், சொந்த அனுபவத்தின் மூலமாகவும் அறிவேன். ஒரு முறை, என் உயிரைக் கிட்டத்தட்டக் காவு வாங்கியிருந்த கோர விபத்து ஒன்றில் சிக்கி நான்

மீண்டிருந்தேன். மற்றொரு முறை, நான் என் சொத்து முழுவதையும் இழந்து அதிலிருந்து மேலெழுந்திருந்தேன். வேறொரு முறை, நான் புற்றுநோயிலிருந்து உயிர்பிழைத்து வந்திருந்தேன். இந்த நூலில் நான் குறிப்பிட்டுள்ள சூத்திரத்தை மட்டுமே கடைபிடித்து இவற்றை நான் சாதித்திருந்தேன். இவற்றைப் பற்றி நாம் பின்னர் விளக்கமாகப் பார்க்கலாம்.

அதிசயங்களை நிகழ்த்துவது என்பது உங்களுடைய தீர்மானம்

நாம் விரும்புகின்ற விஷயங்களை அடைய விடாமல் நம்மை இழுத்துப் பிடித்து வைத்திருக்கின்ற விஷயங்கள் எவை என்ற கேள்விக்கான பல விடைகளை எண்ணற்ற சுயமுன்னேற்றப் புத்தகங்கள் விவரித்துள்ளன. நம்முடைய நம்பிக்கைகள், நம்முடைய பழக்கவழக்கங்கள், நம்முடைய செல்வாக்கு வட்டங்கள், நம்முடைய தன்னம்பிக்கையின் அளவு, நம்முடைய ஆற்றல், ஈர்ப்பு விதி, நேர நிர்வாகம், உணர்ச்சிசார் நுண்ணறிவு, நம்முடைய கல்வியறிவு என்று அவை பற்பல விஷயங்களைப் பட்டியலிடுகின்றன. ஆனால், இரண்டு தீர்மானங்கள் மட்டுமே போதும் என்று நான் கருதுகிறேன். நீங்கள் உங்களுடைய வாழ்நாள் முழுவதும் ஓர் அதிசய வித்தைக்காரராக விளங்கப் போகிறீர்களா இல்லையா என்பதைத் தீர்மானிப்பதற்கு அவை மட்டுமே போதும்.

ஆணித்தரமான நம்பிக்கை கொண்டிருத்தல், அசாதாரணமான முயற்சி மேற்கொள்ளுதல் ஆகியவைதாம் அந்த இரண்டு தீர்மானங்களும். தான் உண்மையிலேயே விரும்புகின்ற ஒரு வாழ்க்கையை ஒருவர் அடையாமல் இருப்பதற்கு, ஒன்று, அவரிடம் ஆணித்தரமான நம்பிக்கை இல்லாதிருக்கலாம் அல்லது அவர் தேவையான அளவு முயற்சிக்காமல் இருந்திருக்கலாம். அவ்வளவுதான். பெரும்பாலான மக்கள் இந்த இரண்டையுமே செய்வதில்லை.

இவை சுலபமானவைபோலத் தோன்றலாம்,

ஆனால் இவற்றை நாம் இப்போது அலசலாம்.

தீர்மானம் 1: ஆணித்தரமான நம்பிக்கை

தங்களால் முடியும் என்ற அசைக்கப்பட முடியாத நம்பிக்கைதான் இது. ஓர் அசாதாரணமான வாழ்க்கையை வாழ்ந்து கொண்டிருப்பவர்கள், தாங்கள் விரும்புபவற்றைத் தங்களால் சாதிக்க முடியும் என்ற நம்பிக்கையோடு அதைத் தொடங்கி, அதை அடையும்வரை அந்த நம்பிக்கையை உறுதியாகப் பற்றிக் கொண்டிருக்கின்றனர்.

இது பொதுவான மனித இயல்புக்கு மாறானது. பொதுவாக நம்முடைய நம்பிக்கை, நம்முடைய கடந்தகாலத்தாலும் நிகழ்கால விளைவுகளாலும் சூழல்களாலும் தாக்கத்திற்கு உள்ளாகக்கூடியதாக இருக்கிறது. நீங்கள் அதுவரை சாதித்திராத ஒன்றை அடைவதற்கு, முதலில் நீங்கள் உங்களுடைய சௌகரிய வட்டத்தைவிட்டு வெளியே வர வேண்டும். அதற்கு நீங்கள், அதுவரை நீங்கள் உங்களை எப்படிப் பார்த்திருந்தீர்களோ, அதைவிட மேம்பட்ட விதத்தில் பார்க்க வேண்டும். அதற்கான நிரூபணம் இல்லாதிருக்கும்போதுகூட அப்படி நீங்கள் எண்ண வேண்டும். அது இயல்பானதோ அல்லது இயற்கையானதோ அல்ல. அதைவிட முக்கியமாக, அது ஒருபோதும் தானாக நிகழப் போவதில்லை. அதற்கு நீங்கள் வலுக்கட்டாயமான தீர்மானத்திற்கு வர வேண்டும்.

ஆணித்தரமான நம்பிக்கையைத் தக்கவைத்துக் கொள்வதும் சுலபமல்ல. அர்த்தமுள்ள சாதனைகள் அனைத்தும் பல தடைகளையும் பின்னடைவுகளையும் கடந்த பிறகே சாத்தியமாகியுள்ளன. தடைகளும் பின்னடைவுகளும் தோன்றும்போது, பலருடைய நம்பிக்கை ஆட்டம் காணத் தொடங்கிவிடுகிறது. அதன் காரணமாக, அவர்கள் எதை நாடிச் சென்று கொண்டிருந்தார்களோ அதுவும் நின்றுவிடுகிறது. இது நம்மை இரண்டாவது தீர்மானத்திற்கு இட்டுச் செல்கிறது.

அதிசயங்களைச் சாத்தியமாக்கும் சூத்திரம் – ஓர் எடுத்துக்காட்டு

ராப் டயல்தான், 2006 இல் நான் ஆலோசனை வழங்குகின்ற தொழிலில் ஈடுபட்டபோது என்னுடைய முதல் வாடிக்கையாளர். பின்னர் அவர் என்னுடைய நண்பராகவும் சகாவாகவும் ஆகிவிட்டார். அவர், அதிசயங்களைச் சாத்தியமாக்கும் சூத்திரத்தைப் பயன்படுத்திப் பொருளாதாரச் சுதந்திரத்தை அடைந்ததோடு, இந்த உலகில் ஒரு குறிப்பிடத்தக்கத் தாக்கத்தையும் ஏற்படுத்தினார்.

ஒவ்வோர் ஆண்டும், நானும் என் தொழிற்கூட்டாளியும் நீண்டகால நண்பருமான ஜான் பெர்காஃப்பும், 'உங்களுடைய தலைசிறந்த ஆண்டு' என்ற ஒரு கருத்தரங்கை நடத்தி வருகிறோம். ஒரு முறை அதில் கலந்து கொண்ட ராப், தங்களுடைய முழுமையான ஆற்றலை அடைய முடியாமல் தங்களைத் தாங்களே தடுத்துக் கொண்டிருப்பதன் மூலம் துன்பத்தை அனுபவித்துக் கொண்டிருக்கின்ற நபர்களுக்கு அதிலிருந்து எப்படி விடுதலை அடைவது என்பதைக் கற்றுக் கொடுப்பதுதான் தன்னுடைய பிறவி நோக்கம் என்பதை உணர்ந்து கொண்டார். அதைத் தொடர்ந்து, வலையொலிப்பதிவு நிகழ்ச்சி ஒன்றை அவர் துவக்கினார். இரண்டு மாதங்களுக்குள் அவருடைய பேச்சுகள் ஒரு இலட்சம் தரவிறக்கங்களைத் தாண்டிவிட்டன. அப்போது அவர் கொழுத்தச் சம்பளம் அளித்துக் கொண்டிருந்த ஒரு வேலையில் இருந்தார். தன்னால் இரண்டையும் ஒருசேரச் செய்ய முடியாது என்பதை அவர் உணர்ந்து கொண்டார். அதனால், ஆணித்தரமான நம்பிக்கையுடன் தன் வேலையைத் துறந்துவிட்டு வலையொலிப்பதிவில் முழுநேரமாக அவர் ஈடுபட்டார்.

மக்களுக்கு என்ன பிடிக்கும் என்பதைக் கண்டறிவதற்கு அவர் அசாதாரணமான முயற்சிகளை மேற்கொண்டார். பதினான்கு மாதங்களுக்குள், சமூக ஊடகங்களில் அவரைப் பின்பற்றியோரின் எண்ணிக்கை பத்து இலட்சமாக உயர்ந்தது. அதைத் தொடர்ந்து, அவர் முன்பு பெற்றுக் கொண்டிருந்த சம்பளத்தைவிட மூன்று மடங்கு வருமானத்தை ஈட்டினார். அதிசயங்களைச் சாத்தியமாக்கும் சூத்திரத்தைப் பயன்படுத்தி அதிசய வித்தைக்காரர்களில் ஒருவராக அவர் மாறினார்.

தீர்மானம் 2: அசாதாரணமான முயற்சி

தங்களுடைய மாபெரும் இலக்குகளை அடைந்து, ஒரு வெற்றிகரமான வாழ்க்கையை வாழ்ந்து கொண்டிருக்கின்ற அனைவரும், அசாதாரணமான முயற்சிகளை மேற்கொண்டிருந்தவர்களே. அது கடின உழைப்பாக இருக்க வேண்டிய அவசியமில்லை. நீண்டகாலமாகத் தொடர்ந்து மேற்கொள்ளப்படுகின்ற முயற்சிகள்தாம் அசாதாரணமான முயற்சிகளாகும். உங்களுடைய நம்பிக்கையை உந்தித் தள்ளுகின்ற எரிபொருள் அதுதான்.

துரதிர்ஷ்டவசமாக, அசாதாரணமான முயற்சியும் இயல்பானதல்ல. பொதுவாக, குறுகியகால பயனுக்காக நீண்டகால வெற்றியையும் மனநிறைவையும் நாம் காவு கொடுத்துவிடுகிறோம். ஏனெனில், அதற்கு நமக்குப் பெரிய அளவிலான முயற்சி தேவைப்படுவதில்லை. அதோடு, அது எளிதான ஒன்றாகவும் இருக்கிறது.

பொதுவாக, குடியிருக்க ஒரு வீடு இருந்தால் போதும் என்ற மனநிலையே பெரும்பாலான மக்களின் அபிலாஷையாக இருக்கிறது. நாம் ஆரோக்கியத்திற்காக உண்ணாமல், ருசிக்காகவே உண்கிறோம். நமக்குப் பொருளாதாரச் சுதந்திரத்தை அளிக்கின்ற கனவுகளைப் பின்தொடர்வதற்குப் பதிலாக, வேலைப் பாதுகாப்பை அளிக்கின்ற, குறைவான வருவாயைக் கொடுக்கின்ற வேலைகளை நாம் தேர்ந்தெடுக்கிறோம்.

உங்களுடைய உள்ளுணர்வுக்கு எதிரான இரண்டு தீர்மானங்களை எடுக்கும்படி நான் உங்களைக் கேட்டுக் கொள்கிறேன் என்பதை நான் உணர்ந்துள்ளேன். உங்களுடன் ஒட்டிப் பிறந்த மனித இயல்பை உங்களால் எப்படி மீற முடியும் என்று நீங்கள் சந்தேகப்பட்டால், கொஞ்சம் என்னைப் பொறுத்துக் கொள்ளுமாறு கேட்டுக் கொள்கிறேன். இவற்றை மீறுவது எப்படி என்பதைப் பற்றி நாம் பின்னர் விரிவாகப் பார்க்கவிருக்கிறோம். காலப்போக்கில் அத்தீர்மானங்கள் இயல்பானவையாகவும் தன்னிச்சையானவையாகவும் மாறிவிடும்.

இந்த இரண்டு தீர்மானங்களின் பின்னூட்டக்கருத்துகள்

இந்த நிலையை நாம் அனைவருமே எதிர்கொண்டிருந்திருப்போம். நாம் வரித்துக் கொண்டுள்ள ஒரு புதிய இலக்கு குறித்தப் படுஉற்சாகமான மனநிலை நம்மிடம் இருக்கும். அந்த இலக்கை அடைவது எப்படி இருக்கும், அது நமக்கு எத்தகைய உணர்வைக் கொடுக்கும் என்பது குறித்தத் தெளிவானதொரு பார்வையை நாம் கொண்டிருப்போம். அதை அடைவதற்குத் துல்லியமாக என்ன செய்ய வேண்டும் என்பதை நாம் அறிந்திருப்போம். அது சாத்தியம் என்ற நம்பிக்கையும் நம்மிடம் இருக்கும். நாம் அதில் இறங்கி, சுமூகமாக நடைபோட்டுக் கொண்டிருப்போம். ஆனால், திடீரென்று நாம் ஒரு பெரும் தடையை எதிர்கொள்வோம்.

அந்தத் தடை நாம் முற்றிலும் எதிர்பார்த்திராத ஒன்றாக இருக்கும். விளைவுகள் நாம் எதிர்பார்த்துள்ளதைப்போல இருக்காது. ஒருவேளை, உங்களுடைய வேலை விண்ணப்பங்களுக்கு எவருமே பதிலளித்திருந்திருக்க மாட்டார்கள். நீங்கள் உங்களுடைய ஓய்வு நேரத்தை உடற்பயிற்சி செய்வதற்கு ஒதுக்கத் தீர்மானித்திருந்த நேரத்தில், ஒருவேளை, உங்களுடைய மேலதிகாரி உங்களுக்குக் கூடுதலாக ஒரு புதிய பணித்திட்டத்தை ஒதுக்கியிருக்கலாம். ஒருவேளை, உங்களுடைய தொழிலில் நீங்கள் ஒரு புதிய பொருளைச் சந்தையில் அறிமுகப்படுத்தி, அது நீங்கள் எதிர்பார்த்திருந்த அளவு விற்பனையாகாமல் போயிருந்திருக்கலாம். இது போன்ற நேரங்களில், அதிசயங்களைச் சாத்தியமாக்கும் சூத்திரத்தைத் தொடர்ந்து கடைபிடித்து வருவது ஒரு சவாலான காரியமாக இருக்கும் என்பதில் சந்தேகமில்லை. உங்கள் முன் தோன்றுகின்ற தடைக்கல் எவ்வளவு பெரிதாக இருக்கிறதோ, அவ்வளவு அதிகமாக அது உங்களுக்கு விரக்தியளிக்கும். இப்படிப்பட்ட பலவீனமான நேரங்களில்தான், நீங்கள் இந்தச் சூத்திரத்தைத் தூக்கியெறிந்துவிட்டு உங்களுடைய 'இயல்பான'

வாழ்க்கைக்குத் திரும்ப முயற்சிப்பீர்கள்.

நீங்கள் விரும்புகின்ற அல்லது எதிர்பார்க்கின்ற விளைவுகளை நீங்கள் பெறாதிருக்கின்றபோது, உங்களுடைய நம்பிக்கை ஆட்டம் காண்பது என்பது இயல்பானதுதான். உங்களுடைய நம்பிக்கையே ஆட்டம் காண்கின்றபோது, நீங்கள் எடுத்துக் கொண்டிருக்கின்ற முயற்சிகளையும் நீங்கள் கைவிடத் தொடங்குவீர்கள். "இலக்கே சாத்தியப்படாது என்ற நிலை நிலவுகின்றபோது, எதற்காக நான் அதற்கு முயற்சிக்க வேண்டும்?" என்று நீங்கள் கண்டிப்பாக உங்கள் வாழ்க்கையில் சில முறையாவது யோசித்திருப்பீர்கள்.

ஆணித்தரமான நம்பிக்கை, அசாதாரணமான முயற்சி ஆகிய இரண்டும் தனித்தனியாக பலம் வாய்ந்தவை. அதோடு, அவை இரண்டும் ஒன்றுக்கொன்று ஆதரவாகவும் செயல்படுபவை. அவற்றை இரண்டு தனித்தனியான நடவடிக்கைகளாகப் பார்க்காமல் ஒரு வட்டமாகப் பார்ப்பதுதான் சரியான செயலாக இருக்கும். உங்களால் ஓர் இலக்கை அடைய முடியும் என்ற ஆணித்தரமான நம்பிக்கையை உங்களுக்குள் ஏற்படுத்திக் கொள்கின்றபோது, அது தொடர்பான நடவடிக்கைகளை எடுப்பதற்கு உங்களிடம் ஓர் உந்துதல் ஏற்படும். அதுதான் அசாதாரணமான முயற்சி. அசாதாரணமான முயற்சிகளை நீங்கள் மேற்கொள்கின்றபோது, அது உங்களுடைய நம்பிக்கைக்கு வலு சேர்க்கும். நீங்கள் இரண்டிலும் குதிக்கின்றபோது, சூத்திரம் கச்சிதமாக வேலை செய்யும். இந்த இரண்டில் ஏதாவது ஒன்றிலிருந்து நீங்கள் தடம் புரண்டாலும், மொத்தச் செயல்முறையுமே ஒரு நிறுத்தத்திற்கு வந்துவிடும். அவற்றில் ஒன்றிலிருந்து கிடைக்கின்ற பின்னூட்டக்கருத்து, மற்றொன்றை மேம்படுத்த உதவும்.

அதிசயங்களுக்குள் மீண்டும் மர்மத்தைப் புகுத்துதல்

என்னடா, இவன் சற்று முன்புதான் அதிசயங்களிலிருந்து மர்மத்தைப் பிரித்தெடுக்குமாறு கூறினான், இப்போது அதிசயங்களுக்குள் மீண்டும் மர்மத்தைப் புகுத்த

வேண்டும் என்று கூறுகிறானே என்று நீங்கள் யோசிக்கக்கூடும். நாம் சிறிது மர்மத்தை மட்டுமே அதற்குள் மீண்டும் புகுத்தப் போகிறோம். ஆணித்தரமான நம்பிக்கையுடன் நீங்கள் உங்களுடைய பயங்களையும் சுய சந்தேகங்களையும் தூக்கியெறிகின்றபோது, உங்களைச் சுற்றி அதிகமான வாய்ப்புகள் இருப்பது உங்களுடைய கண்களுக்குத் தென்படும், எதேச்சையான நிகழ்வுகள் அடிக்கடி உங்களுடைய வாழ்வில் நிகழத் தொடங்கும். வெளியிலிருந்து பார்க்கின்றபோது, இது ஒரு புதிராகத் தோன்றும்.

ஓர் அதிசய வித்தைக்காரரைப் பார்க்கின்ற மக்கள், அவர் தொட்டதெல்லாம் துலங்குகிறதே, அவர் ஒரு மகா அதிர்ஷ்டக்காரரர் என்று நினைப்பர். மத நம்பிக்கை கொண்டுள்ளவர்கள், அவனுக்குக் கடவுளின் அருள் கிட்டியுள்ளது என்று சிலாகிப்பர். சந்தேகப்பிராணிகள், அவை எதேச்சையானவை என்று அந்த அதிசயங்களைப் புறந்தள்ளிவிடுவர்.

அதை நீங்கள் எந்தப் பெயரில் வேண்டுமானாலும் அழைத்துக் கொள்ளுங்கள். அதற்கு யாரை வேண்டுமானாலும் காரணகர்த்தாவாக ஆக்கிக் கொள்ளுங்கள். நீங்கள் ஒரு மாபெரும் கனவைச் சாதிக்க முனைகின்றபோது, அதை நோக்கிய உங்களுடைய பயணம் எப்படி இருக்கும் என்பதை உங்களால் முன்கூட்டியே ஊகிக்க முடியாது. அது கண்டிப்பாக, எதிர்பாராத திருப்பங்களையும், சவால்களையும், உறவுச் சிக்கல்களையும், படிப்பினைகளையும் உள்ளடக்கியிருக்கும். அவை அனைத்தும் புதிய வாய்ப்புகளை நோக்கி உங்களை வழிநடத்தும்.

அதிர்ஷ்ட தேவதை எப்போது தன் பார்வையை உங்கள் பக்கம் திருப்புவாள் என்பதை உங்களால் ஊகிக்க முடியாது. ஆனால், அதிசயங்களைச் சாத்தியமாக்கும் சூத்திரத்தின்படி நீங்கள் வாழ்ந்து வந்தால், அவளுடைய பார்வை அடிக்கடி உங்கள் பக்கம் திரும்பும் என்பது உறுதி. மதிப்புமிக்கப் புதிய வளங்கள் உங்கள் வாழ்க்கையில் இடம்பெறத் தொடங்கும். அப்போது, "எவ்வளவு அதிர்ஷ்டக்காரனடா இவன்!" என்று பிறர்

உங்களை வியந்து நோக்குவர்.

புதிய சந்தர்ப்பங்களின் வடிவிலும் புதிய மனிதர்களின் உருவிலும் வெற்றி வாய்ப்புகள் உங்களைத் தேடி வரும். நீங்கள் சரியான நேரத்தில், சரியான இடத்தில் இருப்பீர்கள். இதைக் கேட்கின்றபோது, உங்களுக்கு மீண்டும் சந்தேகம் முளைக்கலாம். நான் கதைவிடுவதுபோல உங்களுக்குத் தோன்றலாம். ஆனால், கண்களை மூடிக் கொண்டு இதில் குதிக்குமாறு நான் உங்களைக் கேட்டுக் கொள்கிறேன். ஒவ்வொரு வெற்றியாளரும் இப்படித்தான் செய்துள்ளனர். வாழ்க்கையில் சில நேரங்களில், கண்களால் காண முடியாதவற்றின்மீது நீங்கள் நம்பிக்கை வைக்க வேண்டியிருக்கும். அதிசயங்கள்மீதும் அற்புதங்கள்மீதும் நம்பிக்கை வைக்கும்படி நான் உங்களைக் கேட்டுக் கொள்கிறேன். அப்படி நம்பியவர்களால்தான் அவற்றை அனுபவிக்க முடிந்திருக்கிறது.

மிகக் குறைவானவர்களே மாபெரும் வெற்றியாளர்களாகப் பரிணமித்துள்ளனர். அச்சிறிய குழுவில் இணைந்து கொள்ளும்படி நான் உங்களைக் கேட்டுக் கொள்கிறேன்.

அதிசயங்களைச் சாத்தியமாக்கும் சூத்திரத்தை நான் எப்படித் தற்செயலாகக் கண்டுபிடித்தேன் என்பதைப் பற்றியும், என்னுடைய முதல் அதிசயத்தை நான் எப்படி உருவாக்கினேன் என்பதைப் பற்றியும் அடுத்த அத்தியாயத்தில் நாம் பார்க்கலாம்.

2

சாத்தியமற்றதிலிருந்து சத்தியமாக நிகழும் நிலைக்கு நகர்தல்

நான் இந்தச் சூத்திரத்தைக் கண்டுபிடித்தக் கதை

ஓர் அதிசயமான நிலையில்
செல்வச்செழிப்பை நீங்கள்
அனுபவிக்க விரும்பினால்,
நீங்கள் உங்களுடைய
பழைய சிந்தனைமுறையை
விட்டொழித்துவிட்டு, உங்கள்
வாழ்க்கையில் எவை சாத்தியம்
என்பது குறித்தப் புதிய கற்பனா
முறையை உருவாக்கிக் கொள்ள
வேண்டும்.

வெயின் டயர்

இங்கு நான் ஓர் உண்மையை ஒத்துக் கொண்டாக வேண்டும். அதிசயங்களைச் சாத்தியமாக்கும் சூத்திரம் நான் உருவாக்கிய ஒன்றல்ல. நான் அதை வெறுமனே அடையாளம் கண்டு, அதற்கு இந்தப் பெயரை இட்டுள்ளேன், அவ்வளவுதான். வரலாறு நெடுகிலும், அனைத்து விதமான சாதனையாளர்களாலும் இது பயன்படுத்தப்பட்டு வந்துள்ளது. அதை அவர்கள் இந்தப் பெயரில் அழைக்கவில்லை, அவ்வளவுதான்.

மைக்கேல் ஜோர்டனின் பயிற்றுவிப்பாளர், ஆட்டத்திற்கு நடுவே அவரிடம், "மைக், அதிசயங்களைச் சாத்தியமாக்கும் சூத்திரத்தைப் பயன்படுத்து!" என்று கூறியிருந்திருக்க மாட்டார். மார்ட்டின் லூதர் கிங் ஜூனியர், சிவில் உரிமை இயக்கத்தை முன்னெடுத்துச் செல்வதற்கு அதிசயங்களைச் சாத்தியமாக்கும் சூத்திரத்தைப் பயன்படுத்த வேண்டும் என்று முழங்கியிருந்திருக்க மாட்டார். செவ்வாய்க்கிரகத்தில் மனிதர்கள் வசிப்பதற்கு ஏற்ற ஒரு குடியேற்றத்தை உருவாக்க வேண்டும் என்று கனவு கண்டு கொண்டிருக்கின்ற எலான் மஸ்க், அதைச் சாதிப்பதற்கு, அதிசயங்களைச் சாத்தியமாக்கும் சூத்திரத்தைப் பயன்படுத்திக் கொண்டிருக்கிறார் என்று நீங்கள் எங்கும் படித்திருக்க மாட்டீர்கள்.

அதை அவர்கள் உணர்ந்திருந்தார்களோ இல்லையோ, தங்களுடைய அபாரமான சாதனைகளை அடைவதற்கு அவர்கள் ஒவ்வொருவரும் அதிசயங்களைச் சாத்தியமாக்கும் சூத்திரத்தைத்தான்

பயன்படுத்தியிருந்திருப்பார்கள் என்பது உறுதி. இது உங்களுக்கும் சாத்தியப்படக்கூடியதுதான்.

என்னுடைய பிரம்மாண்டமான விற்பனை இலக்கை அடைய வேண்டும் என்ற என்னுடைய விருப்பத்திலிருந்து உதயமானதுதான் அதிசயங்களைச் சாத்தியமாக்கும் சூத்திரம். அது சாத்தியப்படுமா என்ற சந்தேகம் எனக்கு இருந்தபோதிலும், நான் அதை அடைய வேண்டும் என்று உண்மையிலேயே ஆழமாக விரும்பினேன். இதற்காக, ஒரு சுலபமான வழியை நாடுகின்ற என்னுடைய பொதுவான இயல்பிலிருந்து விலகி, கடினமான பாதையில் நான் அடியெடுத்து வைத்தேன். அந்தச் செயல்முறையின் ஊடாக, மிக மிக முக்கியமான வாழ்க்கைப் பாடம் ஒன்றை நான் கற்றுக் கொண்டேன்.

நான் கல்லூரிப் படிப்பை முடித்தப் பிறகு, சமையலறைக் கத்திகள் போன்றவற்றைத் தயாரிக்கின்ற ‘கட்கோ’ நிறுவனத்தில் ஒரு விற்பனைப் பிரதிநிதியாக நான் வேலைக்குச் சேர்ந்தேன். அதுதான் என் முதல் வேலை என்பதால், எனக்கு விற்பனை அனுபவம் எதுவும் இருக்கவில்லை. படிப்பிலும் நான் சுமார்தான். விளையாட்டுகள் எதிலும் நான் கலந்து கொண்டதில்லை. எந்தவொரு கிளப்பிலும் நான் உறுப்பினராக இருக்கவில்லை. பிற மாணவர்களால் நான் துன்புறுத்தப்பட்டிருந்தேன்.

கட்கோ நிறுவனத்தில் என்னுடைய மேலதிகாரிகளாக இருந்தவர்களின் வழிகாட்டுதல்கள் மற்றும் அவர்கள் அளித்த ஆதரவின் காரணமாக, அதற்கு முன்பு ஒருபோதும் இல்லாத அளவு என் தன்னம்பிக்கை அதிகரித்தது. அதன் காரணமாக

நான் கடினமாக உழைக்கத் தலைப்பட்டேன், பெரிய இலக்குகளை அடைய முயற்சித்தேன். இறுதியில், அந்த நிறுவனத்தில் அதிக விற்பனையை மேற்கொண்டிருந்த விற்பனைப் பிரதிநிதிகளில் ஒருவனாக நான் ஆனேன்.

நான் வேலை பார்த்து வந்த அந்த நிறுவனத்தில் ஆண்டுக்கு ஒரு முறை பதினான்கு நாட்களுக்கு விற்பனையாளர்களிடையே ஒரு போட்டி நடத்தப்படும். அதில் வெற்றி பெறும் நபர்களுக்கும் அவர்களுடைய குழுக்களுக்கும் பரிசுகளும் பதக்கங்களும் வழங்கப்படும். அதுபோன்ற ஒரு நிகழ்வில்தான் அதிசயங்களைச் சாத்தியமாக்கும் சூத்திரம் பிறந்தது.

சூத்திரத்திற்கு வித்திட்டப் போட்டி

2001 பிப்ரவரி மாதம், அது போன்ற ஒரு போட்டி எங்கள் நிறுவனத்தில் நடத்தப்பட்டது. அப்போது எனக்கு 21 வயது. அதற்கு முந்தைய இரண்டு ஆண்டுகளும் தொடர்ச்சியாக நான் 20,000 டாலர்கள் பெறுமானம் கொண்ட பொருட்களை அந்தப் போட்டிக் காலத்தில் விற்பனை செய்து சாதனை படைத்திருந்தேன். என் நிறுவனத்தில் வெகு சிலரே அப்படிப்பட்டச் சாதனையைப் படைத்திருந்தனர். அதற்கு அடுத்தப் போட்டி வந்தபோது, மூன்றாவது முறையாக அச்சாதனையை அடைய நான் விரும்பினேன். அதை நான் அடைந்துவிட்டால், மூன்று ஆண்டுகள் தொடர்ந்து அதைச் செய்திருந்த முதல் நபராக நான் ஆவேன்.

கலிபோர்னியாவில் இருந்த எங்கள் நிறுவனத்தின் விற்பனை அலுவலகத்திற்குச் சென்று, அதற்கு முந்தைய வாரத்திற்கான என்னுடைய விற்பனை அறிக்கையை நான் சமர்ப்பித்தேன்.

என் மேலாளர் என்னிடம், "இந்த ஆண்டுக்கான போட்டிக்கு நீங்கள் தயாராக இருக்கிறீர்களா?" என்று கேட்டார்.

நான் என் தலையை ஆட்டியவாறு, "ஆமாம். ஆனால், நான் மிகவும் பதற்றமாக இருக்கிறேன்," என்று கூறினேன்.

என் மேலாளர், "இந்த முறை ஒரு விற்பனைக் கருத்தரங்கு இதையொட்டி வருவதால், இந்தப் போட்டிக்கான நாட்கள், பதினான்கிலிருந்து பத்து நாட்களாகக் குறைக்கப்பட்டுள்ள விபரம் உங்களுக்குத் தெரியுமா?" என்று என்னிடம் கேட்டார்.

நான் அவரிடம், "சார், விளையாடாதீர்கள்," என்றேன்.

அதற்கு அவர், "இல்லையில்லை. இது உண்மைதான். இது உங்களுக்கு ஏற்கனவே தெரிந்திருக்கும் என்று நான் நினைத்தேன்," என்று பதிலளித்தார்.

"சார், அப்படியானால், இது வழக்கமான போட்டியாகக் கருதப்படாது, இல்லையா?" என்று நான் அவரிடம் கேட்டேன். அடுத்த முறை வருகின்ற பதினான்கு நாட்கள் போட்டியில் கலந்து கொண்டு விற்பனைச் சாதனையை எட்டிவிடலாம் என்று நான் திட்டம் போட்டேன்.

"துரதிர்ஷ்டவசமாக, இதுதான் இந்த ஆண்டுக்கான போட்டி," என்று அவர் திட்டவட்டமாக அறிவித்துவிட்டார்.

நான் நொறுங்கிப் போனேன். கடந்த பல வாரங்களாக, இந்தப் பதினான்கு நாட்களில் எப்படி 20,000 டாலர்கள் விற்பனை இலக்கை அடையலாம் என்று நான் மிகவும் தீவிரமாக யோசித்து வந்திருந்தேன். பதினான்கு நாட்களில் 20,000 டாலர்கள் விற்பனை என்பது மிகக் கடினமானது. பத்து நாட்களில் அதை அடைவது என்பது இயலாத காரியம் என்பதால் நான் மனமுடைந்து போனேன்.

நடு இரவில் ஒரு ஞானோதயம்

எப்படி 20,000 டாலர்கள் இலக்கைப் பத்து நாட்களுக்குள் அடைவது என்று நான் தீவிரமாக யோசித்துக் கொண்டிருந்ததால், தூக்கம் வராமல் படுக்கையில் புரண்டு கொண்டிருந்தேன். ஒருவேளை நான் என் இலக்கை 15,000 அல்லது 10,000 டாலர்களாகக் குறைத்துக் கொள்ள வேண்டுமா, அல்லது ஒட்டுமொத்தமாக

இந்தப் போட்டியிலிருந்தே விலகிவிடலாமா என்று நான் யோசித்தேன். பயமும் சந்தேகமும் என்னைப் பிடுங்கித் தின்று கொண்டிருந்தன.

அப்போது, என்னுடைய வழிகாட்டிகளில் ஒருவரான டேன் கசட்டா ஒரு முறை என்னிடம் கூறியிருந்த வார்த்தைகள் என் நினைவுக்கு வந்தன. அதை, பிரபல ஊக்குவிப்புப் பேச்சாளரான ஜிம் ரோனிடமிருந்து தான் கற்றுக் கொண்டிருந்ததாக அவர் என்னிடம் கூறியிருந்தார். டேனின் வார்த்தைகள் என் காதில் ஒலித்தன: "ஓர் இலக்கின் நோக்கம், அதை அடைவது அல்ல. எந்தவோர் இலக்கையும் அடையக்கூடிய ஒரு மனிதனாக உருவெடுப்பதே ஓர் இலக்கின் நோக்கம். இங்கு விளைவுகள் முக்கியமல்ல. உங்களால் முடிந்த அனைத்தையும் அதற்கு நீங்கள் அர்ப்பணிக்கிறீர்களா என்பதே முக்கியம். எந்தவோர் இலக்கையும் அடைவதைவிட, அந்தச் செயல்முறையின் ஊடாக நீங்கள் எப்படிப்பட்ட ஒரு நபராக உருவெடுக்கிறீர்கள் என்பதே இங்கு முக்கியம்."

இதைப் பற்றி நானும் டேனும் பல முறை பேசியிருந்தபோதிலும், அதில் ஓர் ஆழமான அர்த்தம் இருந்ததாக இப்போது எனக்குத் தோன்றியது. நான் இப்படி யோசித்தேன்: "நான் என் இலக்கைக் குறைத்துக் கொள்ளாமல் இருந்தால்? பத்து நாட்களில் 20,000 டாலர்கள் என்பது கிட்டத்தட்ட இயலாத காரியம் என்றாலும், அதை அடைய நான் ஏன் முயற்சிக்கக்கூடாது? அதன் விளைவுகளைப் பற்றிக் கவலைப்படாமல் நான் ஏன் என்னை அதற்காக முழுமையாக அர்ப்பணித்துக் கொள்ளக்கூடாது? வருங்காலத்தில் என் இலக்குகளை அடைவதற்கு இந்த முயற்சி ஒருவேளை எனக்கு உதவக்கூடும்." அதனால், 20,000 டாலர்கள் விற்பனையை அடைய முயற்சி செய்வது என்று நான் தீர்மானித்தேன்.

என் தூக்கம் முற்றிலுமாகக் கலைந்துவிட்டது. என் இலக்கை எப்படி அடைவது என்று நான் யோசித்தேன். ஆனால், பத்து நாட்களில் அந்த இலக்கை எட்டுவது கடினம் என்பதால், அதில் தோற்பது குறித்த பயம்

என்னிடம் அதிகமாக இருக்கும் என்பது எனக்குப் புரிந்தது. ஆனால், அதற்கான ஒரே மாற்று, அதை நான் அடைந்தே தீர்வேன் என்று உறுதியாக நம்புவதுதான். 'இதை என்னால் சாதிக்க முடியும்' என்று என்னிடம் நானே மீண்டும் மீண்டும் கூறிக் கொள்ள வேண்டும்.

அதுதான் ஆணித்தரமான நம்பிக்கையாக உருவெடுத்தது.

என் முயற்சிகள் போதுமான விளைவுகளைப் பெற்றுக் கொடுக்காவிட்டால் என்னிடம் சந்தேகம் தோன்றும் என்பதால், என் வேகம் இயல்பாகவே குறைந்துவிடும். இதை முறியடிப்பதற்கான ஒரே வழி, விளைவுகள் எப்படியிருந்தாலும், முயற்சியில் சற்றும் பின்வாங்காமல் தொடர்ந்து அர்ப்பணிப்போடு முழுவீச்சில் செயல்படுவதுதான்.

அதுதான் அசாதாரணமான முயற்சியாக உருவெடுத்தது.

அக்கணமே நான் இரண்டு தீர்மானங்களை மேற்கொண்டேன். அவற்றை அந்தப் போட்டிக் காலம் முழுவதும் கடைபிடிப்பது என்று நான் உறுதி பூண்டேன்.

> **தீர்மானம் 1:** *இந்தப் போட்டிக் காலத்திற்குள் 20,000 டாலர்கள் என்ற விற்பனை இலக்கை நான் கண்டிப்பாக எட்டுவேன் என்ற ஆணித்தரமான நம்பிக்கையை நான் எனக்குள் உருவாக்கிக் கொள்வேன்.*
>
> **தீர்மானம் 2:** *இந்தப் போட்டிக் காலத்தின் ஒவ்வொரு நாளும் என் முயற்சிகளின் விளைவுகள் என்னவாக இருந்தாலும், நான் அசாதாரணமான முயற்சிகளைத் தொடர்ந்து மேற்கொள்வேன்.*

என் படுக்கைக்கு அருகே நான் வைத்திருந்த ஒரு குறிப்பேட்டை எடுத்து, அதில் இந்த இரண்டு தீர்மானங்களையும் நான் எழுதினேன். பிறகு, நான் ஞாபகம் வைத்துக் கொள்வதற்கு எளிதாக இருப்பதற்காக, அந்த இரண்டு தீர்மானங்களையும் ஒன்றாக இணைத்து ஓர் ஒற்றைத் தீர்மானமாக நான் ஆக்கினேன். அது இப்படி இருந்தது: "இந்தப் போட்டிக் காலத்திற்குள்

20,000 டாலர்கள் என்ற விற்பனை இலக்கை நான் கண்டிப்பாக எட்டுவேன் என்ற ஆணித்தரமான நம்பிக்கையை எனக்குள் உருவாக்கிக் கொண்டு, நான் அந்த இலக்கை அடையும்வரை தொடர்ந்து அசாதாரணமான முயற்சிகளை மேற்கொள்வேன்."

ஆனாலும், எனக்குள் இருந்த பயம் முற்றிலுமாக மறைந்துவிடவில்லை. என் இலக்கு சாத்தியம் என்று நான் நம்பினேன் என்பது உண்மைதான் என்றாலும், அதை நான் அடைவேனா என்ற சந்தேகம் எனக்கு இருந்தது. அப்படி நமக்குச் சந்தேகம் இருந்தும் அது கைகூடுவதால்தான் அதை நாம் அதிசயம் என்று அழைக்கிறோம்! எது எப்படி இருந்தாலும், என்னுடைய முழு முயற்சியையும் அதில் கொட்டுவதென்று நான் முடிவு செய்தேன்.

நான் இப்படிக் கணக்குப் போட்டேன். நான் பத்து நாட்களில் 20,000 டாலர்கள் மதிப்பு வாய்ந்த பொருட்களை விற்பனை செய்ய வேண்டுமென்றால், தினமும் 2,000 டாலர்கள் மதிப்பு வாய்ந்த பொருட்களை நான் விற்பனை செய்ய வேண்டும். அதற்கு முன்பு நான் எப்போதாவது 2,000 டாலர்கள் அளவுக்கு விற்பனை செய்திருந்தேனா என்று நான் யோசித்துப் பார்த்தேன். நான் அதைச் செய்திருந்தது என் ஞாபகத்திற்கு வந்தது. ஆனால், பத்து நாட்கள் தொடர்ந்து தினந்தோறும் 2,000 டாலர்கள் மதிப்பு வாய்ந்த பொருட்களை விற்பது சாத்தியமா?

அந்தப் போட்டிக் காலம் தொடங்கியபோது, அதிர்ஷ்டம் என் பக்கம் இருக்கவில்லை. ஒரு வாரத்தின் முடிவில் நான் 14,000 டாலர்களுக்குப் பதிலாக 7,000 டாலர்களைத்தான் எட்டியிருந்தேன். அதற்கு அடுத்த நாள் நான் என் காரில் சென்று கொண்டிருந்தபோது, நான் உருவாக்கி வைத்திருந்த இணைப்புத் தீர்மானத்தை மீண்டும் மீண்டும் என் மனத்தில் கூறிக் கொண்டிருந்தேன். நான் அதை அதிகமாகக் கூறக் கூற, என் நம்பிக்கை அதிகரிக்கத் தொடங்கியது.

எட்டாவது நாள் நான் 3,000 டாலர்கள் அளவு விற்றிருந்தேன். அப்படியெனில், அடுத்த இரண்டு

நாட்களில் நான் மேலும் 10,000 டாலர்கள் விற்பனை செய்ய வேண்டும். ஒன்பதாவது நாள் 3,000 டாலர்கள் அளவுக்கும், பத்தாவது நாள் 4,000 டாலர்கள் அளவுக்கும் நான் விற்பனை செய்திருந்தேன். என்னுடைய மொத்த விற்பனையின் அளவு இப்போது 17,000 டாலர்களாக இருந்தது.

அடுத்த நாள் காலை 7 மணிக்கு எங்கள் விற்பனைக் குழுவில் இருந்தவர்கள் ஒன்றாகச் சேர்ந்து காரில் பயணிக்கத் திட்டமிட்டிருந்தோம். நான் என் மேலாளரை அழைத்து, நான் நேரடியாகக் கருத்தரங்கிற்கு வந்துவிடுவதாக அவரிடம் கூறினேன். அதற்கு அவர் ஒத்துக் கொண்டார்.

பத்தாம் நாள் இரவு, நான் மேலும் சிலரைத் தொலைபேசியில் அழைத்து, மறுநாள் காலையில் இன்னும் இரண்டு பேரைச் சந்திப்பதற்கு நேரம் கேட்டு வாங்கினேன். அன்று என்னுடைய நண்பர் ஆடம் குர்சாக் என் ஊருக்கு வந்திருந்தார். அவரும் என்னுடன் காலையில் வருவதாகக் கூறியிருந்தார்.

மறுநாள் காலையில் நாங்கள் இருவரும் ஒன்றாகச் சென்றோம். நான் மிகவும் பதற்றமாக இருந்தேன். நான் உருவாக்கி வைத்திருந்த இணைப்புத் தீர்மானத்தை மீண்டும் மீண்டும் என் மனத்தில் கூறிக் கொண்டிருந்தேன். ஆடம் என்னைப் பார்த்துச் சிரித்துக் கொண்டிருந்தார்.

காலை 7.58 மணிக்கு நான் முதல் வீட்டுக் கதவைத் தட்டினேன். எந்தப் பதிலும் இல்லை. அதனால், நான் அழைப்புமணியை அழுத்தினேன். என் உள்ளங்கை வியர்த்துக் கொட்டியது. அப்போதும் நான் என் தீர்மானங்களை ஒரு மந்திரம்போலக் கூறிக் கொண்டிருந்தேன். எவரும் வாசல் கதவைத் திறக்கவில்லை. அதனால், நான் என் காருக்குச் சென்று என் அலைபேசியை எடுத்து அந்த நபரைத் தொடர்பு கொண்டேன். அவர் என் அழைப்பை ஏற்கவில்லை.

என்னால் நம்பவே முடியவில்லை.

நான் அங்கு மேலும் அரை மணி நேரம் காத்திருந்தேன். பல முறை தொலைபேசியில் நான் அவரை அழைத்தேன். அதனால், நான் வேறு வழியில்லாமல் அடுத்த நபரின்

வீட்டை நோக்கிச் சென்றேன். நாங்கள் சந்திக்க ஒப்புக் கொண்டிருந்த நேரத்திற்கு அரை மணி நேரம் முன்பே நான் அந்த இடத்தை அடைந்துவிட்டிருந்தேன். அது என்னுடைய கடைசி வாய்ப்பு என்பதால், என் பதற்றம் உச்சத்தில் இருந்தது.

இறுதியில் நான் அந்த வீட்டின் கதவைத் தட்டியபோது, நடுத்தர வயதுப் பெண்மணி ஒருவர் கதவைத் திறந்தார்.

"உங்களுக்கு என்ன வேண்டும்?" என்று அவர் கேட்ட உடனேயே, நேற்று நான் பேசியிருந்த நபர் அவரல்லர் என்பது எனக்குப் புரிந்துவிட்டது.

அதனால், நான் அவரிடம், "நீங்கள்தான் கேரலா?" என்று கேட்டேன். அவர் கேரலின் உறவினர். அவர் ஏதோ வெளிநாட்டிலிருந்து வந்திருந்தார். கேரல் என்னுடைய சந்திப்பை முற்றிலுமாக மறந்துவிட்டிருந்தார். அந்த நேரத்தில் அவர் அந்த நகரின் மறுபக்கத்தில் இருந்தார். அவர் மீண்டும் வீட்டுக்கு வந்து சேர்வதற்கு நேரம் ஆகும் என்பது எனக்குப் புரிந்தது.

எனக்குக் கதவைத் திறந்துவிட்டப் பெண்மணி, என்னிடம், "என்னால் உங்களுக்கு எந்த விதத்திலாவது உதவ முடியுமா?" என்று கேட்டார். வெளிநாட்டிலிருந்து இங்கு வந்திருக்கும் இந்தப் பெண்மணி எதற்காக நம்மிடம் சமையலறைக் கத்திகளை வாங்கப் போகிறார், அதுவும் 3,000 டாலர்கள் அளவுக்கு என்ற முடிவுக்கு வந்த நான், அவரிடம், "நீங்கள் கேட்டதற்கு நன்றி, பரவாயில்லை," என்று பதிலளித்தேன்.

அப்போது என்னருகே இருந்த ஆடம், என்னிடம், "உங்களுடைய விற்பனைத் திறனைப் பார்ப்பதற்காகத்தான் நான் இன்று உங்களுடன் வந்தேன். எனக்காகவாவது இந்தப் பெண்மணியிடம் நீங்கள் ஏன் உங்கள் பொருட்களைப் பற்றி விளக்கக்கூடாது?" என்று கேட்டார்.

என் முதுகுத்தண்டு சில்லிட்டது. இப்படி எனக்கு நினைவுபடுத்துவதற்காகத்தான் ஆடம் இன்று இங்கு வந்திருந்தாரோ என்று நான் எண்ணினேன்.

நான் உடனே அந்தப் பெண்மணியிடம், "நான்

மீண்டும் யோசித்துப் பார்க்கும்போது, உங்களால் எனக்கு உதவ முடியும் என்று தோன்றுகிறது. எங்கள் நிறுவனம் தயாரிக்கின்ற உயர்தரமான சமையலறைக் கத்திகள் போன்ற பொருட்களைப் பற்றி விளக்குவதற்காகத்தான் நான் திருமதி கேரலைப் பார்க்க நான் அவரிடம் நேரம் வாங்கியிருந்தேன். இதுதான் என்னுடைய இந்த வாரத்தின் கடைசி விளக்கவுரையாக இருக்கும். நீங்கள் அனுமதித்தால், நான் உங்களிடம் எங்களுடைய நிறுவனத்தின் பொருட்களைப் பற்றி விளக்க விரும்புகிறேன்," என்று கூறினேன்.

அதற்கு அவர் சம்மதித்து, "உள்ளே வாருங்கள்," என்று எங்களை வீட்டிற்குள் அழைத்தார்.

ஆடம் என்னை நோக்கி ஒரு புன்னகையை வீசினார். நாங்கள் இருவரும் உள்ளே நுழைந்தோம். நான் ஆடமிற்கு மனத்திற்குள்ளாகவே நன்றி கூறினேன். என் வாழ்நாளிலேயே மிகச் சிறந்த விளக்கவுரை ஒன்றை நான் அந்தப் பெண்மணியிடம் உற்சாகமாக அளித்தேன்.

ஒரு மணி நேர விளக்கவுரைக்குப் பிறகு, நான் அந்தப் பெண்மணியிடம், அவர் அந்தப் பொருட்களை வாங்குவதற்கு ஏதாவது வாய்ப்பு இருந்ததா என்று கேட்டேன். அதற்கு அவர் கூறிய பதிலைக் கேட்டு நான் வியப்பின் உச்சிக்கே சென்றுவிட்டேன். அவர் என்னிடம், "திரு ஹால், உங்களுடைய நேரம் கச்சிதமாக அமைந்துள்ளது. நானும் என் கணவரும் எங்களுடைய சமையலறைக்கு இதுபோன்ற பொருட்களை வாங்க விரும்பினோம். நாங்கள் இங்கு வரவிருந்ததால், ஊர் திரும்பியவுடன் வாங்கிக் கொள்ளலாம் என்று தீர்மானித்தோம். கேரலின் கணவர் என்னுடைய சகோதரர். அவருடைய ஐம்பதாவது பிறந்தநாளுக்காகத்தான் நாங்கள் இங்கு வந்திருக்கிறோம். அவருக்கு நாங்கள் இன்னும் பரிசு எதுவும் வாங்கவில்லை. சமையலில் அவருக்கு ஆர்வமுண்டு என்பதால், இது ஓர் அருமையான பரிசாக அமையும்," என்று கூறினார்.

என்னால் நம்பவே முடியவில்லை. நான் அவரை நோக்கிப் புன்னகைத்துவிட்டு, அடுத்து அவர் என்ன சொல்லவிருந்தார் என்ற எதிர்பார்ப்புடன் அவரை

ஏறிட்டுப் பார்த்தேன்.

“நான் உங்களுடைய இரண்டு ‘சமையலறை செட்டுகளை’ வாங்கிக் கொள்கிறேன். ஒன்று எனக்கு, ஒன்று என் சகோதரருக்குப் பரிசளிப்பதற்காக.”

மகிழ்ச்சியால் துள்ளிக் குதிக்க எனக்குள் எழுந்த உத்வேகத்தை நான் அடக்கிக் கொண்டேன். அவர் என்னிடம் 3,000 டாலர்கள் அளவுக்குப் பொருட்களை வாங்கினார். நான் என்னுடைய இலக்கான 20,000 டாலர்களை அடைந்துவிட்டிருந்தேன்.

நான் அங்கிருந்து கிளம்பியபோது, என்னுள் ஒரு திடமான நம்பிக்கை உருவெடுத்திருந்தது. நான் ஓர் அசாதாரணமான வாழ்க்கையை வாழ விரும்பினால், அதை இந்த இரண்டு தீர்மானங்களாலும் உருவாக்கிவிட முடியும் என்பதை நான் புரிந்து கொள்ளத் தொடங்கியிருந்தேன்.

சூத்திரத்தின் பரிசோதனையும் பிறருக்குக் கற்றுக் கொடுத்தலும்

அதற்கு அடுத்த ஆண்டு நடைபெற்றப் போட்டியின்போது நான் இதைப் பரிசோதிக்க விரும்பினேன். மீண்டும் ஒரு முறை 20,000 டாலர்கள் இலக்கை எட்ட நான் முயன்றேன். அதில் நான் வெற்றி பெற்றால், தொடர்ச்சியாக நான்காவது முறையாக அதை நான் சாதித்திருப்பேன். என்னால் முடிந்த அளவு முயற்சிகளை நான் இதில் கொட்டினேன். இம்முறை, மற்ற எல்லாவற்றையும்விட, ‘அதிசயங்களைச் சாத்தியமாக்கும் சூத்திரம்’ என்று நான் பெயரிட்டிருந்த சூத்திரம் மீண்டும் வேலை செய்யுமா என்று பார்ப்பதற்கான ஆர்வம் என்னிடம் அதிகமாக இருந்தது.

இம்முறையும் அது வேலை செய்தது. நான் 23,701 டாலர்கள் அளவுக்கு விற்பனை செய்திருந்தேன். அச்சமயத்தில் நான் அதை உணர்ந்திருக்கவில்லை என்றாலும், நான் ஓர் அதிசய வித்தைக்காரனாக உருவாகிக் கொண்டிருந்தேன். நான் நிர்ணயித்துக் கொண்ட எந்தவோர் இலக்கையும் அடைவதற்கு அது

எனக்கு உதவிக் கொண்டிருந்தது.

ஒருவேளை இது எனக்கு மட்டும் நிகழ்ந்து கொண்டிருக்கலாம், நான் அதிர்ஷ்டக்காரனாக இருக்கலாம் என்று நான் நினைத்தேன். ஆனால், அந்தச் சூத்திரம் நிஜமானதா என்பதைக் கண்டறிய நான் தீர்மானித்தேன். அதனால், அதை நான் என்னுடைய நண்பர்களுக்குக் கற்றுக் கொடுக்கத் தொடங்கினேன். அந்தச் சூத்திரத்தை என்னிடமிருந்து கற்றுக் கொள்வதற்காக என்னுடைய சக விற்பனைப் பிரதிநிதிகள் என்னை அணுகினர். அப்படி நான் கற்றுக் கொடுத்த முதல் நபர் ஜெரி அஜிங்கர். எனக்கு என்ன நிகழ்ந்ததோ அது துல்லியமாக அப்படியே அவருடைய விஷயத்திலும் நிகழ்ந்தது. அவருடைய கதையை இப்போது நாம் பார்க்கலாம்.

அதிசயங்களைச் சாத்தியமாக்கும் சூத்திரம் – ஓர் எடுத்துக்காட்டு

2005 ஆம் ஆண்டு கோடையில் ஜெரி என்னைச் சந்திக்க வந்தார். அவர் ஒரு மோசமான விற்பனையாளர் அல்லர் என்றாலும், மொத்தத்தில் அவருடைய விற்பனையின் அளவு சொல்லிக் கொள்ளும்படியாக இருக்கவில்லை. வருடாந்திரப் போட்டிகளின்போது அவர் தொட்டிருந்த உச்சகட்ட விற்பனை 12,000 டாலர்கள். அந்த ஆண்டு தான் 15,000 டாலர்கள் இலக்கை அடைய விரும்பியதாக என்னிடம் கூறிய அவர், அதற்கு என்னால் உதவ முடியுமா என்று கேட்டார். அதற்கு நான், "முடியாது. ஆனால், நீங்கள் 20,000 டாலர்கள் இலக்கை அடைய நான் உங்களுக்கு உதவுகிறேன். ஏனெனில், அது உங்களால் முடியும் என்று நான் நம்புகிறேன்," என்று பதிலளித்தேன். பின் நான் அவருக்கு என்னுடைய சூத்திரத்தைப் பற்றிக் கூறினேன்.

அதைக் கேட்ட அவர், "நான் இதுவரை இவ்வளவு பெரிய விற்பனையை மேற்கொண்டதில்லை. இந்தச் சூத்திரம் உங்களுக்கு உதவும் என்றால், எனக்கும் அதனால் ஏன் உதவ முடியாது?" என்று கூறினார்.

அந்த ஆண்டு போட்டிக் காலத்தின்போது அவர் முதல் நாளில் 1,000 டாலர்களுக்கு விற்றிருந்தார். அது அவர் எதிர்பார்த்திருந்த அளவைவிடக் குறைவாக இருந்தபோதிலும், அவர் மனம் தளரவில்லை. அடுத்த நாள் அவர் 3,000 டாலர்களுக்கு விற்றார். பின் அந்த வாரத்தின் மீதி நாட்களில் விற்பனை கூடிக் குறைந்தது. அந்த வார இறுதியில் அவர் மொத்தமாக 8,500 டாலர்களுக்கு விற்றிருந்தார்.

பன்னிரண்டாம் நாளின் முடிவில் அவர் 15,000 டாலர்கள் என்ற இலக்கை எட்டியிருந்தார். இன்னும் மீதி இரண்டு நாட்களுக்குள் அவர் 5,000 டாலர்களுக்கு விற்றாக வேண்டியிருந்தது. வெள்ளிக்கிழமை இரவில் மட்டும் அவர் ஐம்பது பேரைத் தொடர்பு கொண்டார். அவர்களில் ஏழு பேர் அவரைச் சந்திக்க ஒப்புக் கொண்டனர்.

பின் அவர் என்னைத் தொடர்பு கொண்டு, "நான் இன்னும் பெரிய தொகைக்கு விற்க வேண்டும் என்றாலும், நான் அதைக் கண்டிப்பாக எட்டிவிடுவேன் என்ற உறுதியான நம்பிக்கை எனக்கு இருக்கிறது," என்று தெரிவித்தார்.

சனிக்கிழமையன்று, தான் பார்த்தச் சிலரிடம் அவர் 3,500 டாலர்கள் பெறுமானம் கொண்ட பொருட்களை விற்பனை செய்திருந்தார். அவர் தொடர்பு கொண்ட ஒருவர், இரவு பன்னிரண்டு மணிக்கு அவருக்கு நேரத்தை ஒதுக்கினார். ஜெரி அந்த நபரைச் சந்தித்து அவரிடம் விற்பனையை மேற்கொண்டார். அத்துடன், தன்னுடைய இலக்கான 20,000 டாலர்களை அவர் அடைந்துவிட்டார்.

ஆனால், இன்னும் ஒரு நாள் மிச்சமிருந்தது. கடைசி நாள் அவர் சிலரைச் சந்தித்தார். இறுதியில் அவருடைய மொத்த விற்பனை 23,000 டாலர்களைத் தொட்டிருந்தது. இது அவருடைய முந்தைய ஆண்டு விற்பனையைவிட இரண்டு மடங்காகும். அவருடைய கனவு நனவாகியிருந்தது. என்னுடைய சூத்திரம் அவருடைய விஷயத்திலும் பலித்திருந்தது.

அதைத் தொடர்ந்து, நான் என் சகாக்கள் பன்னிரண்டு பேருக்கு இந்தச் சூத்திரத்தைக் கற்றுக் கொடுத்தேன். அவர்கள் ஒவ்வொருவரும், வருடாந்திரப் போட்டிகளின்போது 20,000 டாலர்கள்

இலக்கை அடைந்திருந்தனர். எங்கள் நிறுவனத்தின் வரலாற்றில் அதுபோன்ற ஒன்றை எவரும் அதுவரை கேள்விப்பட்டிருக்கவில்லை.

சூத்திரத்தின்மீதான என் நம்பிக்கை இதன் மூலம் அதிகரித்தது. எங்கள் நிறுவனத்திலிருந்த விற்பனைப் பிரதிநிதிகள் ஒவ்வொருவராக, தங்களுக்குத் தாங்களே நிர்ணயித்துக் கொண்டிருந்த மனத் தடைகளைக் கடந்து புதிய எல்லைகளைத் தொட்டனர். இங்கு நான் உங்களிடம் ஒன்றைச் சொல்லிக் கொள்ள ஆசைப்படுகிறேன். நான் அவர்களுக்குப் புதிய விற்பனை உத்திகள் போன்ற எதையும் கற்றுக் கொடுக்கவில்லை. நான் என் கதையை அவர்களிடம் கூறி, என் சூத்திரத்தை அவர்களிடம் தெரிவித்தேன், அவ்வளவுதான். அவர்கள் அதை நடைமுறைப்படுத்தி வெற்றி கண்டனர்.

பின் என் சூத்திரம் அதையும் தாண்டிச் சென்றது.

எங்களுடைய நிறுவனத்தில் புதிதாகச் சேர்ந்திருந்த ராபர்ட் அராகோ என்ற விற்பனைப் பிரதிநிதி என்னை அணுகி, தான் 10,000 டாலர்கள் இலக்கை அடைவதற்கு உதவுமாறு என்னிடம் கேட்டுக் கொண்டார். நான் என் கதையை அவரிடம் கூறிவிட்டு, அவர் அந்த ஆண்டின் போட்டியில் 20,000 டாலர்கள் விற்பனையை அடைய உதவுவதாகக் கூறினேன். பின் என் சூத்திரத்தை நான் அவருக்குச் சொல்லிக் கொடுத்தேன். அதை முழுமையாகக் கேட்டுக் கொண்ட பிறகு ஒரு கணம் யோசித்த அவர், "நான் ஏன் உங்களுடைய சூத்திரத்தைப் பயன்படுத்தி 30,000 டாலர்கள் இலக்கை அடைய முயற்சி செய்யக்கூடாது?" என்று என்னிடம் கேட்டார். நானே அதுவரை அந்த இலக்கை அடைந்திருக்கவில்லை என்றபோதிலும், எந்தவோர் இலக்கும் அடையப்பட முடியாதது அல்ல என்று கூறி அவருக்கு ஊக்கமளித்தேன். அந்த ஆண்டு அவர் அந்தப் போட்டிக் காலத்தில் 31,000 டாலர்கள் பெறுமானம் கொண்ட பொருட்களை விற்பனை செய்து அசத்தினார்.

அதிசயங்களைச் சாத்தியமாக்கும் சூத்திரத்தின் மூலம் கிடைத்த இது போன்ற வெற்றிகள் அச்சூத்திரத்தின் நம்பகத்தன்மையைப் பறைசாற்றின. சரியாகப் புரிந்து

கொள்ளப்பட்டு நடைமுறைப்படுத்தப்படும் பட்சத்தில் அது கண்டிப்பாக வேலை செய்கின்ற ஓர் உத்தி என்பது மீண்டும் மீண்டும் நிரூபிக்கப்பட்டது.

விற்பனைப் பிரதிநிதிகளைத் தாண்டி சூத்திரத்தின் பரிசோதனை

நான் இதுவரை கூறியிருந்த அனைத்துக் கதைகளும் விற்பனைத் துறை தொடர்பானவையாகவே இருந்ததால், இது உங்கள் வாழ்விலும் பலனளிக்குமா என்ற சந்தேகம் உங்களுக்கு எழலாம். அதை என்னால் முழுமையாகப் புரிந்து கொள்ள முடிகிறது. ஏனெனில், அதே கேள்வியைத்தான் நானும் கேட்டுக் கொண்டிருந்தேன்: "விற்பனைத் துறைக்கு அப்பாலும் இந்தச் சூத்திரத்தினால் வெற்றி பெற முடியுமா?" அதனால்தான் இப்புத்தகத்தை எழுத எனக்கு இருபதாண்டு காலம் ஆனது. நான் பிற சாதனையாளர்களின் வெற்றிகளை ஆராய்ந்து அவற்றில் இந்தச் சூத்திரம் இடம்பெற்றிருந்ததா என்பதை உறுதிப்படுத்திக் கொண்டேன். பின்னர், பல துறைகளைச் சேர்ந்தவர்களுக்கும் இதை நான் கற்றுக் கொடுத்து, அவர்கள் விதவிதமான அதிசயங்களை உருவாக்குவதை என் கண்ணால் கண்டேன். இச்சூத்திரம் எல்லோருக்கும் பலனளிக்கும் என்பதற்கான உறுதியான நிருபணம் எனக்குத் தேவைப்பட்டது.

சருக்கமாகச் சொல்ல வேண்டுமென்றால், அது எல்லோருக்கும் பலனளித்தது என்ற நிரூபணம் எனக்குக் கிடைத்தது.

அதிசயங்களைச் சாத்தியமாக்கும் சூத்திரத்தைப் பயன்படுத்தித் தங்களுடைய வாழ்க்கையில் தாங்கள் விரும்பியவற்றை அடைந்திருந்த பலர் தங்களுடைய வெற்றிக் கதைகளை என்னுடன் பகிர்ந்து கொண்டிருந்தனர். அவர்களில் சிலருடைய கதைகளை நான் கீழே கொடுத்திருக்கிறேன்:

ஏஞ்சலா மே, தன் குழந்தையுடன் தனியாக வசித்து வந்த, ஆண்டுக்கு 12,000 டாலர்கள் சம்பளத்தில்

ஸ்டார்பக்ஸ் காபி கடையில் வேலை பார்த்து வந்த ஒரு பெண்மணி. பின் அவர் இந்தச் சூத்திரத்தைப் பயன்படுத்தித் தன்னுடைய சொந்தத் தொழிலை தொடங்கினார். ஒரே ஆண்டில் அவருடைய வருவாய் ஆறு இலக்கத்தைத் தொட்டது. கடந்து மூன்று ஆண்டுகளாக, அவர் தொடர்ந்து ஏழு இலக்க வருவாயை ஈட்டி வந்து கொண்டிருக்கிறார்.

டிம் நிக்காலேவ், இரஷ்யாவிலிருந்து தன்னுடைய பதினாறாவது வயதில் அமெரிக்காவில் குடியேறினார். நான் வேலை பார்த்து வந்த அதே கட்கோ நிறுவனத்தில் அவர் வேலை பார்த்து வந்தபோது, அவர் என்னிடமிருந்து இந்தச் சூத்திரத்தைக் கற்றுக் கொண்டார். தன்னுடைய கனவு வாழ்க்கையை வாழ்வதற்கு அவர் அதைப் பயன்படுத்தினார். இப்போது தன்னுடைய முப்பதுகளின் தொடக்கத்தில் இருக்கும் அவர், பொருளாதாரச் சுதந்திரத்தை அடைந்துள்ளார். அதாவது, வீடு, மனை போன்றவற்றிலிருந்து அவருக்கு வந்து கொண்டிருக்கின்ற வருவாய், அவருடைய செலவுகளைவிட அதிகம். வேலை பார்த்தாக வேண்டிய தேவை அவருக்கு இல்லாமல் போய்விட்டது. உங்களுடைய இலக்கை நீங்கள் அடைகின்ற பாதையை உங்களால் ஒருபோதும் ஊகிக்க முடியாது என்பதையும், பல நேரங்களில், நீங்கள் உங்களுடைய இலக்கைத் தாண்டி, அதைவிட மேலான ஒன்றை அடைய முடியும் என்பதையும் டிம் கற்றுக் கொண்டார்.

ஷெல்லி போயஸ் என்ற பெண்மணிக்கு, போதை மருந்துப் பழக்கம், பதற்றம், மனச்சோர்வு போன்றவற்றால் அவதிப்பட்டுக் கொண்டிருக்கின்ற இளம்பெண்கள் அவற்றிலிருந்து மீள்வதற்கு உதவுகின்ற ஓர் இல்லத்தைத் தொடங்க வேண்டும் என்ற கனவு இருந்தது. ஆனால், அதை எப்படிச் செய்வது என்பதை அவர் அறிந்திருக்கவில்லை. ஆனால், அதிசயங்களைச் சாத்தியமாக்கும் சூத்திரம் அவருடைய சிந்தனையில் புரட்சியை ஏற்படுத்தியது. அவர் விரும்பும் எதையும் அவரால் சாதிக்க முடியும் என்ற நம்பிக்கையை அது அவருக்குக் கொடுத்தது. சில ஆண்டுகளுக்கு முன், அப்படிப்பட்ட இல்லம் ஒன்றை அவர் திறந்தார்.

பிரன்டன் லாபெல்லா, 2017ஆம் ஆண்டு நடைபெற்ற நியூ யார்க் நகர மராத்தான் போட்டியில் கலந்து கொள்ள வேண்டும் என்ற ஒரு கனவைக் கொண்டிருந்தார். அதற்காக அவர் தன்னைத் தயார்படுத்திக் கொண்டும் இருந்தார். ஆனால், போட்டிக்கு மூன்று நாட்களுக்கு முன், அவருடைய ஒரு காலில் ஒரு காயம் ஏற்பட்டது. அதன் விளைவாக அவர் தற்காலிகமாக ஊன்றுகோல்களைப் பயன்படுத்த வேண்டிய கட்டாயத்திற்கு ஆளானார். அந்தப் போட்டியிலிருந்து விலகுவதற்குப் பதிலாக, அதற்கு முந்தைய நியூ யார்க் நகர மராத்தான் போட்டிகளில் ஊன்றுகோல்களுடன் கலந்து கொண்டிருந்தவர்கள் ஓடிக் கடந்த நேரத்தைவிடக் குறைவான நேரத்தில் அதை ஓடிக் கடக்க அவர் முடிவு செய்தார். அதிசயங்களைச் சாத்தியமாக்கும் சூத்திரத்தைப் பற்றித் தெரிந்து கொண்ட அவர், அதை இதற்குப் பயன்படுத்த முடிவு செய்தார். இறுதியில், அவர் அதில் உலகச் சாதனை ஒன்றையும் படைத்தார்.

கேரி ஸ்மோலென்ஸ்கி தன்னுடைய பதினான்காவது வயதில் ஒரு 'டிஜே' நிறுவனத்தைத் தொடங்கினார். பின்னர் அவர் பல் மருத்துவம் படித்துக் கொண்டிருந்தபோது, அதை விட்டுவிட்டுத் தன் ஆழ்விருப்பத்தைப் பின்தொடர முடிவு செய்தார். ஆணித்தரமான நம்பிக்கையையும் அசாதாரணமான முயற்சிகளையும் பயன்படுத்தி, பொழுதுபோக்கு மற்றும் பிற நிகழ்ச்சிகளை ஏற்பாடு செய்து கொடுத்துக் கொண்டிருக்கும் ஒரு நிறுவனத்தை அவர் துவக்கினார். பல ஆண்டுகளுக்குப் பின், அது பல கிளைகளைக் கொண்ட ஓர் உலகளாவிய நிறுவனமாக வளர்ந்துள்ளது.

2016 இல், ஏஞ்சல் மோரலெஸ், பதினொரு மாதங்களில் உலகின் ஐந்து கண்டங்களிலுள்ள இருபத்தாறு நாடுகளுக்குத் தனியாகப் பயணம் செய்துள்ளார். அவர் தன்னுடைய இந்தக் கனவை நிறைவேற்றுவதற்காக இரண்டு ஆண்டுகளாகப் பணத்தைச் சேமித்திருந்தார். பின்னர் தன்னுடைய வேலையை விட்டுவிட்டு, இப்படி ஊர் சுற்றிப் பார்க்கப் போவதாக அறிவித்தபோது, அவருடைய

உறவினர்களும் நண்பர்களும் அதை நம்பவில்லை. ஆனால், ஆணித்தரமான நம்பிக்கையுடன் அவர் அதில் குதித்து, உலகைச் சுற்றி வருவதற்கான ஒரு விமானப் பயணச்சீட்டையும் வாங்கினார். அது அவருடைய கனவை நனவாக்கியது.

அலெஸ் பாக்கஸ் தன்னுடைய பதின்ம வயதில் இருந்தபோது கடும் மனச்சோர்வால் பாதிக்கப்பட்டிருந்தார். தற்கொலை எண்ணங்களும் அவரை வாட்டிக் கொண்டிருந்தன. நேரத்தை ஓட்டுவதற்காக அவர் நாள் முழுவதும் வீடியோ விளையாட்டுகளில் ஈடுபட்டிருந்தார். பின்னர் அவர் அதிசயங்களைச் சாத்தியமாக்கும் சூத்திரத்தின் உதவியுடன், துணிகளைப் பயன்படுத்தி அந்தரத்தில் ஆடுகின்ற ஒரு நடனக் கலைஞராக ஆனார். பின்னர் அவற்றை அவர் பலருக்கும் கற்றுக் கொடுக்கின்ற ஒரு பயிற்றுவிப்பாளராகவும் உருவெடுத்தார். கடந்த பன்னிரண்டு மாதங்களில் அவர் தன் வருவாயை மூன்று மடங்காகப் பெருக்கிக் கொண்டுள்ளார்.

இருபத்து நான்கு மாதங்களில், கென் விம்பர்லி, தன் எடையில் பதினைந்து கிலோவைக் குறைத்துள்ளார், தன் கடனில் 3,52,000 டாலர்களைத் திருப்பிக் கட்டியுள்ளார். தன்னுடைய பங்குச் சந்தை முகமை நிறுவனத்தின் வருடாந்திர வருமானத்தை 2 கோடி டாலர்களிலிருந்து 7 கோடி டாலர்களாக அவர் உயர்த்தியுள்ளார்.

வின்சென்ட் வாலண்டி தன் கனவுக்கன்னியைத் திருமணம் செய்து கொண்டு, தன் கனவு வீட்டை வாங்கியுள்ளார். குழந்தைகளுக்கான ஒரு நூலை எழுதியுள்ள அவர், இரண்டு நிறுவனங்களைத் தொடங்கி, அவற்றில் ஒன்றை ஒரு நல்ல விலைக்கு விற்றுள்ளார்.

மனச்சோர்வால் எப்போதும் தன் படுக்கையே கதியாகக் கிடந்த ஜெஸ்ஸி வால்ட்டர்ஸ், வெற்றிகரமானதொரு வீடுமனை தொழில் முகவராக மாறியுள்ளதோடு, தன் தேவாலயத்தில் சொற்பொழிவுகளும் ஆற்றி வருகிறார்.

மைக் ஏட்டன், இருபது கிலோ உடல் எடையைக் குறைத்து, ஒரு நகைச்சுவை மேடைக் கலைஞராக ஆக வேண்டும் என்ற தன் கனவையும் நிறைவேற்றியுள்ளார்.

'த மிரக்கிள் மார்னிங்' என்ற என்னுடைய முதல் புத்தகத்தை அடிப்படையாகக் கொண்டு, அதே பெயரில் உருவாக்கப்பட்ட ஆவணப்படத்தின் தயாரிப்பாளரான தெரேசா லாரிகோ, அப்படத்தைத் தயாரித்துக் கொண்டிருந்தபோது, ஒரு பேருந்து அவர்மீது மோதியதில் படுகாயம் அடைந்தார். அச்சமயத்தில் நானும் புற்றுநோயை எதிர்த்துப் போராடிக் கொண்டிருந்தேன். அப்போது, இருவரும் ஒருவருக்கொருவர் ஆதரவாக இருந்து, அதிசயங்களைச் சாத்தியமாக்கும் சூத்திரத்தைப் பயன்படுத்தி எங்களுடைய பிரச்சனைகளிலிருந்து முழுமையாக மீண்டெழுந்தோம்.

இந்தக் கதைகளை நான் சேகரித்துக் கொண்டிருந்தபோது, இக்கதைகளைச் சந்தேகக் கண்களுடன் பார்க்கின்ற ஒரு நபராக நான் செயல்பட்டு, இவர்கள் தங்களுடைய சாதனைகளை நிறைவேற்றிக் கொள்ள உண்மையிலேயே ஆணித்தரமான நம்பிக்கையையும் அசாதாரணமான முயற்சிகளையும் பயன்படுத்தியிருந்தார்களா என்று சோதித்தேன். அவர்கள் அனைவரும், ஒருவர் பாக்கி இல்லாமல், இந்த இரண்டையும் பயன்படுத்தியிருந்தனர்.

இந்தப் புத்தகம் நெடுகிலும், நான் இன்னும் பலருடைய கதைகளை உங்களுடன் பகிர்ந்து கொள்ளவிருக்கிறேன். அவர்களில் சிலர் உலகப் புகழ்பெற்றச் சாதனையாளர்கள். வேறு சிலரை நீங்கள் கேள்விப்பட்டிருக்க மாட்டீர்கள். அவர்கள் அனைவரும் அதிசயங்களைச் சாத்தியமாக்கும் சூத்திரத்தை வெற்றிகரமாகப் பயன்படுத்தித் தங்களுடைய சாதனைகளை நிகழ்த்தியவர்கள். உங்களாலும் உங்களுடைய கனவைச் சாதிக்க முடியும் என்பதற்கான நிரூபணங்களாக அச்சாதனைகள் செயல்படும் என்று நான் நம்புகிறேன். இந்தச் சூத்திரம், சிறிய

இலக்குகளிலிருந்து பிரம்மாண்டமான இலக்குகள்வரை அனைத்தையும் அடைய எவரொருவருக்கும் உதவும்.

உங்களுடைய சொந்த அதிசயப் பயணம்

நீங்கள் உங்களுடைய கனவு வாழ்க்கை உருவாக்கிக் கொள்வதற்கான ஒரு பாலமாக இப்புத்தகம் உங்களுக்குக் கைகொடுத்து உதவும். அந்தச் செயல்முறையை நீங்கள் எப்படி நடைமுறைப்படுத்த வேண்டும் என்பதை நான் உங்களுக்குக் காட்டுகிறேன். இந்தச் சூத்திரத்தை வெற்றிகரமாகப் பயன்படுத்த நீங்கள் கற்றுக் கொள்கின்றபோது உங்களுடைய வாழ்க்கை முற்றிலுமாக மாறும், நீங்கள் சிந்திக்கின்ற முறையும் வித்தியாசமாகிவிடும்.

அதற்கு, முதலில், மனிதர்களாகிய நமக்குள் இருக்கின்ற உள்ளார்ந்த முரண்பாடுகளை நாம் அடையாளம் கண்டு அவற்றைக் களைந்தெறிய வேண்டும். அப்படிப்பட்ட முரண்பாடுகள் நமக்குள் இருப்பதே பல நேரங்களில் நமக்குத் தெரிவதில்லை. அதைத்தான் அடுத்த அத்தியாயத்தில் நாம் பார்க்கவிருக்கிறோம்.

3

உள்ளார்ந்த மனித முரண்பாடுகள்

ஒரு வரம்புக்கு உட்பட்ட நிலையிலிருந்து
வரம்பற்ற ஒரு நிலையை நோக்கி

நாம் வாழ்ந்து கொண்டிருக்கின்ற
இந்த உலகம் - நாம் வரித்துக்
கொண்டுள்ள இந்த வாழ்க்கை
- நம்முடைய உள்ளார்ந்த
எதார்த்தத்தின் ஒரு துல்லியமான
பிரதிபலிப்பாகும்.

பேட்ரிக் கானர்

எண்ணற்றப் பிற மக்களைப்போல நீங்களும் உங்களைப் பற்றிய ஓர் அடிப்படை உண்மையை மறந்திருக்க வாய்ப்பிருக்கிறது. நீங்கள் வரம்பற்றவர் என்பதுதான் அது.

மகத்தான சாதனைகளைப் படைப்பதற்காக வடிவமைக்கப்பட்டவர்களே மனிதர்கள். அதற்கான நிரூபணம் வரலாறு நெடுகிலும் நிறைந்து காணப்படுகிறது. மற்றொருவர் செய்கின்ற எந்தவொரு காரியமும், அதை உங்களாலும் செய்ய முடியும் என்பதற்கான நிரூபணம்தான். உங்கள் வாழ்க்கையில் நீங்கள் விரும்புகின்ற அனைத்தும் உங்களுக்காகக் காத்துக் கொண்டிருக்கின்றன.

நீங்கள் உங்களுடைய சிறுவயதைத் திரும்பிப் பார்த்தால், உங்களைப் பற்றி நீங்கள் கொண்டிருந்த இந்த உணர்வை உங்களால் நினைவுபடுத்திக் கொள்ள முடியும்: வளர்ந்த பிறகு நீங்கள் ஒரு தலைசிறந்த நடனக் கலைஞராகவோ அல்லது பிரபலமான விளையாட்டு வீரராகவோ ஆக வேண்டும் என்று நீங்கள் கனவு கண்டு கொண்டிருந்தபோது, அது சாத்தியம் என்றே நீங்கள் நம்பியிருந்திருப்பீர்கள். அப்போது எதுவொன்றும் உங்களுக்குச் சாத்தியமாகத் தெரிந்தது. உங்களுடைய வருங்காலம் வரம்பற்றதாகத் தோன்றியது. வளர்ந்த பிறகு, நம்மில் பெரும்பாலானோர் இந்தக் கண்ணோட்டத்தை முற்றிலுமாகத் தொலைத்துவிட்டோம். இன்று வாழ்க்கை பலருக்குக் கடினமான ஒன்றாக ஆகிவிட்டுள்ளது. மலையெனக் குவிந்துள்ள செலவுகள், திருப்தி தராத

வேலை, குறைய மறுக்கின்ற எடை போன்றவையே அவர்களை இன்று சூழ்ந்துள்ளன.

எதுவொன்றும் சாத்தியமாகப்பட்ட அந்த உணர்வை நாம் எப்படி மறந்து போனோம்?

இதை நாம் வேண்டுமென்றே செய்வதில்லை என்றாலும், நம்மை அறியாமலேயே, நம்மை நாம் பாழாக்கிக் கொள்கிறோம். வயது ஆக ஆக, இது மேன்மேலும் மோசமடைகிறது. இது ஊக்கமளிக்கின்ற ஒரு செய்தி அல்ல என்றாலும், இதுதான் உண்மையான எதார்த்தம். வாழ்க்கையில் நாம் அகத்திலும் புறத்திலும் கடுமையான தடைகளை எதிர்கொள்கிறோம். பல நேரங்களில் அவை நாம் அறியாமலேயே நமக்குள் புகுந்துவிடுகின்றன.

நமக்குள் உறைந்துள்ள இந்தப் போக்குகள், மகத்துவத்தை நோக்கிய நம்முடைய பாதையிலிருந்து நம்மைத் தள்ளிவிட்டுவிடுகின்றன. மனித இயல்பு, நம்மை எளிதான பாதைக்கு அழைத்துச் செல்கிறது, நம்மீது சந்தேகம் கொள்ளச் செய்கிறது, நிலைமை சிக்கலாகின்றபோது அங்கிருந்து விலகி ஓடிவிடச் செய்கிறது. சுலபமான பாதை ஒரு குறுகியகால நோக்கில் வேண்டுமானால் சௌகரியமாக இருக்கலாம். ஆனால், அதுதான் சரியான வழி என்று நம்முடைய மூளை அதைத் திரித்துக் கூறுகிறது.

நாம் வளரத் தொடங்கியதும், நம்மைச் சுற்றியுள்ளவர்களிடமிருந்து நாம் விஷயங்களைக் கிரகித்துக் கொள்ளத் தொடங்குகிறோம். விதிகளைப் பின்பற்றுவதற்கும், உலகோடு ஒட்ட ஒழுகி வாழ்வதற்கும் நமக்குக் கற்றுக் கொடுக்கப்படுகிறது. நம்முடைய முழு ஆற்றலையும் பயன்படுத்திக் கொள்ளத்தக்க அளவில் நம்மை நாம் விரிவுபடுத்திக் கொள்ள வேண்டும் என்று எவரும் நம்மிடம் கூறுவதில்லை. அவர்களுக்கே அது தெரிந்திருப்பதில்லை என்பது அதற்கான காரணமாக இருக்கலாம்.

நாம் வளர்ந்த பிறகு, வாழ்க்கையை ஓட்டுவதற்குத் தேவையானவற்றை மட்டும் செய்து கொண்டு அதில் நாம் திருப்தியடைந்துவிடுகிறோம். எந்தவிதமான

தெளிவான நோக்கங்களும் இலக்குகளும் இன்றி நம்முடைய வாழ்க்கை ஓடிக் கொண்டிருக்கிறது. பிறர் நம்மீது வரம்புகளை நிர்ணயிப்பதற்கு நாம் அவர்களை அனுமதித்துவிடுகிறோம். இறுதியில், நம்முடைய ஆற்றலைவிட மிகக் குறைந்த அளவில் இயங்குவதற்கு நம்மை நாம் பழக்கப்படுத்திக் கொள்கிறோம்.

இப்படிப்பட்ட நுகத்தடிகள் ஒருவர்மீது பூட்டப்படுகின்றபோது, அவரால் எப்படி ஓர் அசாதாரணமான வாழ்க்கையை உருவாக்கிக் கொள்ள முடியும்?

இதற்கான விடை, நம்முள் உள்ளார்ந்த விதத்தில் உறைந்திருக்கின்ற மனித முரண்பாடுகளைப் புரிந்து கொள்வதில் அடங்கியிருக்கிறது. நம்முடைய மனத்தின் ஆழத்தில், நாம் வரம்பற்றவர்கள் என்ற உணர்வு இருக்கிறது. ஆனால், நம்முடைய மூளையும் புற உலகமும் நாம் சராசரியானவர்களாகவே இருந்துவிட நம்மை வற்புறுத்துகின்றன. இந்த முரண்பாடு நம்மை மகிழ்ச்சியின்மைக்கும் பதற்றத்திற்கும் இட்டுச் செல்கின்ற அதே வேளையில், ஏதோ ஒரு பெரிய விஷயம் நமக்காக இந்த உலகில் காத்துக் கொண்டிருக்கிறது என்ற உணர்வையும் நம்மிடம் ஏற்படுத்துகிறது. அதைப் பற்றி நாம் அறிந்துள்ளபோதிலும், அது குறித்து என்ன செய்ய வேண்டும் என்பது நமக்குத் தெரிந்திருப்பதில்லை.

இதுவரை!

நீங்கள் ஆசைப்படுகின்ற அசாதாரணமான வாழ்க்கையை உருவாக்கிக் கொள்வதற்கு நீங்கள் இந்த முரண்பாட்டைக் களைந்தெறிந்துவிட்டு, மகத்துவத்தை நோக்கிய புதிய பாதையில் அடியெடுத்து வைக்க வேண்டும். அது ஓர் எளிய பாதையாக இருக்க வேண்டிய அவசியமில்லை.

ஆனால், அது சாத்தியம். அது உங்களுக்குக் கண்டிப்பாகச் சாத்தியப்படும். அதற்கு நீங்கள், உங்களுடைய கனவுக்கும் உங்களுக்கும் இடையே எவை நின்று கொண்டிருக்கின்றன என்பது குறித்து அறிந்து கொள்ள வேண்டும்.

அதை இப்போது நாம் பார்க்கலாம்.

உங்களுடன் நீங்கள் நடத்திக் கொண்டிருக்கின்ற போராட்டம்

நீங்கள் உங்கள் வாழ்க்கையில் ஒரு சிறப்பான நிலையில் இருந்தாலும் சரி, அல்லது போராடிக் கொண்டிருந்தாலும் சரி, இதை உணர்ந்து கொள்ளுங்கள்: இப்போது நீங்கள் மிகச் சரியான இடத்தில்தான் இருக்கிறீர்கள். நீங்கள் யாராக ஆக வேண்டுமோ அந்த நபராக ஆவதற்குத் தேவையானவற்றைக் கற்றுக் கொள்ளக்கூடிய இடத்தில்தான் நீங்கள் இருக்கிறீர்கள். உங்கள் வாழ்க்கையின் இந்தக் கட்டம்வரை நீங்கள் அனுபவித்துள்ள அனைத்தும், கடினமானவை உட்பட, அவற்றிலிருந்து நீங்கள் பாடம் கற்றுக் கொள்ளத் தயாராக இருந்தால், அவை உங்களுக்கு ஒரு சொத்தாக மாறிவிடும்.

நீங்கள் விரும்புகின்ற வாழ்க்கையை இப்போது நீங்கள் வாழ்ந்து கொண்டிராமல் இருப்பதற்கு நீங்களே காரணமாக இருக்கலாம் அல்லது அப்படி இல்லாமலும் இருக்கலாம். ஆனால், நீங்கள் இதை அடுத்தக் கட்டத்திற்கு எடுத்துச் செல்ல விரும்பினால், அதற்கு நீங்கள்தான் பொறுப்பேற்றுக் கொள்ள வேண்டும். அதை உங்களுக்காக வேறு யாரும் செய்து கொடுக்கப் போவதில்லை. அதற்கான முதல் நடவடிக்கை, உங்களுக்குள் இருக்கின்ற இந்த முரண்பாட்டைக் களைவதுதான்.

ஒரு வரம்புடைய வாழ்க்கையை வாழ வேண்டுமா, அல்லது ஒரு வரம்பற்ற வாழ்க்கையை வாழ வேண்டுமா என்பதைத் தேர்ந்தெடுப்பதற்கான வாய்ப்புகள் பல விதங்களில் வெளிப்படலாம்: நான் என் வேலையை விட்டுவிட்டுச் சொந்தத் தொழிலைத் தொடங்க வேண்டுமா? நான் இந்த உறவில் தொடர வேண்டுமா? நான் என் உடல் எடையைக் குறைப்பதற்கு எனக்குப் பிடித்தமான பதார்த்தங்களைச் சாப்பிடுவதை நிறுத்த வேண்டுமா? இவை குறித்து நீங்கள் மேற்கொள்கின்ற தீர்மானங்கள் உங்கள் வாழ்க்கையின் வெவ்வேறு அம்சங்கள்மீது தாக்கம் ஏற்படுத்தக்கூடும். ஆனால்,

மொத்தமாக அவற்றைச் சீர்தூக்கிப் பார்த்தால், அவை உங்களுடைய வரம்பெல்லை குறித்தப் போராட்டமாகத்தான் இருக்கும் என்பது உங்களுக்குப் புரியும்.

'அதிசயங்களை நிகழ்த்தும் அதிகாலை' என்ற என்னுடைய முதல் புத்தகத்தை நான் எழுதிக் கொண்டிருந்தபோது, நான் பயத்தாலும் சுய சந்தேகத்தாலும் வறுத்தெடுக்கப்பட்டுக் கொண்டிருந்தேன். அப்புத்தகம் முன்மொழிந்த கருத்துகளை நான் ஆழமாக நம்பியபோதிலும், அவற்றின் அற்புத விளைவுகளை நேரடியாகத் தரிசித்திருந்தபோதிலும், என்னுடைய உட்குரல் என்னை எழுதவிடாமல் குறுக்கிட்டுக் கொண்டே இருந்தது: "மக்கள் அதிகாலையில் எழுந்து கொள்ள வேண்டும் என்று கூறுவதற்கு நான் யார்? அதிகாலையில் எழுகின்ற பழக்கம் இல்லாதவர்கள் அந்தப் பழக்கத்தை உருவாக்கிக் கொள்ள வேண்டும் என்று பரிந்துரைக்க எனக்கு என்ன தகுதி இருக்கிறது?" நல்லவேளையாக நான் அந்தக் குரலுக்குச் செவிசாய்க்கவில்லை. என் பயம் என் செயல்நடவடிக்கைகளைத் தீர்மானிக்க நான் அனுமதிக்கவில்லை.

நம்முடைய வாழ்க்கையில் இந்த முரண்பாடுகள் நூற்றுக்கணக்கான விதங்களில் தோன்றுவதை நம்மால் அடையாளம் காண முடியும் என்றாலும், முக்கியமான நான்கு விதமான முரண்பாடுகள் அடிக்கடி நம் வாழ்க்கையில் தோன்றிக் கொண்டே இருக்கும். முதலாவது, புதிய வாய்ப்புகள் குறித்த அர்த்தமற்ற பயத்திற்கும், இருப்பதை அப்படியே தக்கவைத்துக் கொள்ள முயல்வதற்கும் இடையேயுள்ள முரண்பாடு. இரண்டாவது, நாம் விரும்புகின்ற அனைத்திற்கும் நாம் தகுதியானவர்கள் அல்லர் என்பதற்கும், நாம் விரும்புகின்ற அனைத்தையும் அடைய நாம் தகுதியானவர்கள் என்பதற்கும் இடையேயுள்ள முரண்பாடு. மூன்றாவது, நம்முடைய உள்ளார்ந்த திறமைகளை நாமே ஒதுக்கித் தள்ளிவிடுவதற்கும், உண்மையிலேயே நம்மால் சாதிக்க முடிவதற்கும் இடையேயுள்ள முரண்பாடு. நான்காவது,

நீங்கள் யார் என்பதை இந்த உலகம் வரையறுக்க அனுமதிப்பதற்கும் உங்களை நீங்களே வரையறை செய்து கொள்வதற்கும் இடையேயுள்ள முரண்பாடு.

உங்களுடைய வாழ்க்கை குறித்த உங்களுடைய பிரம்மாண்டமான கனவுகளில் பொத்தல் போடுவதற்கு இவற்றில் ஒரே ஒரு முரண்பாடே போதும். ஆனால், நான்கும் சேர்ந்து கொண்டால், நீங்கள் எதை விரும்புகிறீர்களோ அதை அடைவது கிட்டத்தட்டச் சாத்தியமற்றதாகிவிடும். இனி, இவை ஒவ்வொன்றையும் பற்றி விரிவாகப் பார்க்கலாம்.

1. புதிய வாய்ப்புகள் குறித்த அர்த்தமற்ற பயத்திற்கும், இருப்பதை அப்படியே தக்கவைத்துக் கொள்ள முயல்வதற்கும் இடையேயுள்ள முரண்பாடு

நாம் ஒரு புதிய இலக்கை நிர்ணயித்துக் கொள்கின்றபோது, நாம் அது குறித்து உற்சாகமும் பரபரப்பும் கொண்டிருப்போம். நிலைமை சிறிதளவு கடுமையானதாக மாறிய உடனேயே அதை நாம் கைவிட்டுவிடுவோம். அல்லது, அதைத் துவக்குவதற்குச் சற்று முன் திடீரென்று நாம் நம்முடைய முயற்சியை அப்படியே நிறுத்திவிடுவோம். நாம் ஏன் அப்படிச் செய்கிறோம்?

இதற்கு நம்முடைய மூளைதான் காரணம். நம் உடலின் தலைமைச் செயலகமாக விளங்குகின்ற நம்முடைய மூளையானது, சுவாசம், இதயத்துடிப்பு உட்பட உடலின் அனைத்துச் செயல்பாடுகளையும் தன் கட்டுப்பாட்டிற்குள் வைத்துக் கொண்டிருக்கிறது. நாம் செய்கின்ற அல்லது செய்யாதிருக்கின்ற அனைத்தும் மூளையிலிருந்தே பிறக்கின்றன. நாம் வாழ்க்கையை அனுபவிப்பதற்கு நம்முடைய மூளை உதவுகின்ற அதே நேரத்தில், நாம் விரும்புகின்ற வாழ்க்கையை நாம் உருவாக்கிக் கொள்வதற்கு அதுவே குறுக்கே வரவும் செய்கிறது.

நம்முடைய மூளை, பரிணாமரீதியாக, நம்மை ஆபத்திலிருந்து காப்பதற்கு முன்னுரிமை அளிக்கிறது.

நாம் காடுகளில் சுற்றித் திரிந்து கொண்டிருந்தபோது, நாம் உயிர்பிழைத்திருப்பதற்கு அது உதவியது. ஆனால், இன்று அப்படிப்பட்ட வாழ்வா-சாவா சூழல்களை நாம் எதிர்கொள்வதில்லை என்றாலும், நம் மூளை அப்படியேதான் செயல்பட்டுக் கொண்டிருக்கிறது.

இன்று நம்முடைய சௌகரிய வட்டத்தைவிட்டு நம்மை வெளியே கொண்டு வருகின்ற எதையுமே நம் மூளை ஆபத்தான ஒன்றாகவே கருதுகிறது. இப்போது, உயிர்பிழைத்திருத்தல் குறித்த பயத்தின் இடத்தை, புதிய முயற்சிகளில் நாம் தோல்வியடைந்துவிடுவோம் என்ற பயம் எடுத்துக் கொள்கிறது. அதனால், புதிய வாய்ப்புகளைத் தவிர்க்குமாறு நம் மூளை நமக்கு அறிவுறுத்துகிறது. எல்லாவற்றுக்கும் மேலாக, தெரியாதவற்றைக் குறித்து நாம் அஞ்சுகிறோம். நம் முன்னேற்றத்திற்கு உதவுகின்ற ஒரு புதிய வாய்ப்பு நமக்குக் கிடைக்கின்றபோது, நம் மூளை உடனே எச்சரிக்கை மணியை ஒலிக்கச் செய்கிறது. உடனே, எவையெல்லாம் தவறாகப் போகக்கூடும் என்று நாம் பட்டியலிடத் தொடங்கிவிடுகிறோம்: 'நான் இதில் தோற்கக்கூடும்; இது எனக்கு அவமானம் ஏற்படுத்தக்கூடும்; இது எனக்கு விரக்தியளிக்கக்கூடும்.' இவை நமக்கு மனஅழுத்தம் ஏற்படுத்துவதால், அறிவுபூர்வமான தீர்மானங்களை எடுக்க முடியாமல் நாம் தடுமாறுகிறோம்.

உணர்ச்சிகள் நம்மைக் கட்டுப்படுத்துகின்றபோது, நம்மால் நம்முடைய இலக்கில் கவனம் செலுத்த முடியாமல் போய்விடுகிறது. சின்னஞ்சிறிய தடைகள்கூட, கடக்கப்பட முடியாதவைபோல நமக்குத் தோன்றத் தொடங்கிவிடுகின்றன. அதனால், நாம் பின்வாங்கி, நம்முடைய பழைய சௌகரிய வட்டத்திற்குத் திரும்பிவிடுகிறோம். அது நமக்குப் பழக்கமான இடமாக இருப்பதால், நாம் பாதுகாப்பாக உணர்கிறோம்.

அதிசய வித்தைக்காரர்கள், இப்படி நமக்குள் உருவாகின்ற மனஅழுத்தத்தைச் சமாளிக்கின்ற வித்தையைக் கற்றுக் கொண்டுள்ளனர். உண்மையான பேராபத்திற்கும் அசௌகரிய உணர்வை ஏற்படுத்துகின்ற சூழலுக்கும் இடையேயுள்ள வேறுபாட்டை உணர்ந்து

கொள்வதற்கு அவர்கள் தங்களுடைய மூளையைப் பயிற்றுவித்துக் கொள்கின்றனர். விஷயங்கள் சரியாகச் செல்லாது என்ற பயத்தைத் தேர்ந்தெடுப்பதற்குப் பதிலாக, எவை சரியாகப் போகும் என்பது குறித்த நம்பிக்கையை அவர்கள் தேர்ந்தெடுக்கின்றனர். தங்களுக்கு மகிழ்ச்சியையும் மனநிறைவையும் அளிக்கின்ற சாத்தியக்கூறுகள் குறித்து ஆராய்வதற்கு அவர்கள் தங்கள் நேரத்தைச் செலவழிக்கத் தயாராக இருக்கின்றனர். அவர்கள் கடந்தகாலத் தோல்விகள் குறித்து அலசுவதில் நேரத்தை வீணாக்கிக் கொண்டிருப்பதில்லை. மொத்தத்தில், தங்களுடைய மூளையைத் தங்களுடைய கட்டுப்பாட்டின் கீழ் கொண்டு வருவதன் மூலம் அவர்கள் தங்களுடைய வாழ்க்கையைத் தங்களுடைய கட்டுப்பாட்டின் கீழ் கொண்டு வருகின்றனர்.

நம்மில் பெரும்பாலானோர் இதைச் செய்வதில்லை. நம்முடைய பயங்களை நம்முடைய நம்பிக்கையால் நாம் இட்டு நிரப்ப வேண்டும். முரண்பாடுகளைக் களைந்து வெற்றியை அடைவதற்கு இதைத் தவிர வேறு எந்த வழியும் இல்லை.

2. நாம் விரும்புகின்ற அனைத்திற்கும் நாம் தகுதியானவர்கள் அல்லர் என்பதற்கும், நாம் விரும்புகின்ற அனைத்தையும் அடைய நாம் தகுதியானவர்கள் என்பதற்கும் இடையேயுள்ள முரண்பாடு

துரதிர்ஷ்டவசமாக, நம்மில் பெரும்பாலானோர், நம்மிடம் தற்போது இருப்பதைக் காட்டிலும், அல்லது நம்மைச் சுற்றியிருப்பவர்கள் வைத்திருப்பதைக் காட்டிலும் அதிகமானவற்றைப் பெறுவதற்கு நாம் தகுதியானவர்கள் அல்லர் என்று உண்மையாகவே நம்புகிறோம். எந்த அளவிலான வெற்றிக்கும் மகிழ்ச்சிக்கும் மனநிறைவுக்கும் நாம் பழக்கப்பட்டிருக்கிறோமோ, அதுவே நம்முடைய தரமாக அமைந்துவிடுகிறது. அதையே நாம் வருங்காலத்திலும் எதிர்பார்க்கிறோம்.

அந்த வழியில் செயல்படுவதன் மூலம், நம்முடைய கடந்தகாலத்தை அப்படியே நீட்டித்துக் கொள்ள நாம் விழைகிறோம், அதைவிட மேம்பட்ட அளவில் வாழ்வதற்கு நாம் திட்டங்கள் தீட்டுவதில்லை. இன்னும் சொல்லப் போனால், நாம் தற்போது இருக்கின்ற வீட்டின் வாசற்கதவைத் தாண்டி வெளியே வரத் துணிவதில்லை. ஏனெனில், தெருமுனையில் என்ன இருக்கிறதோ அதற்கு நாம் தகுதியானவர்கள்தாம் என்ற நம்பிக்கை நமக்கு இருப்பதில்லை. நீங்கள் ஓர் அதிசய வித்தைக்காரராக ஆக விரும்பினால், உங்களுடைய பிரம்மாண்டமான இலக்குகளும் கனவுகளும் சாத்தியம் என்று நம்புவதோடு, அவற்றை அடைவதற்கு நீங்கள் முற்றிலும் தகுதியானவர்தான் என்றும் நீங்கள் நம்ப வேண்டும்.

தாங்கள் தகுதியானவர்கள் என்று நம்புவது பலருக்கு ஒரு கடினமான காரியமாக இருக்கிறது. சிறிய விஷயங்களில்கூட அது வெளிப்படுகிறது. நாம் நன்றாகச் செய்துள்ள ஒரு வேலைக்குப் பாராட்டுக் கிடைத்தால்கூட, அதை நாம் ஏற்கத் தயங்குகிறோம், முகம் சிவக்கிறோம். "அது ஒன்றும் ஒரு பெரிய விஷயமல்ல!" என்று அந்தப் பாராட்டை நாம் ஒதுக்கித் தள்ளுகிறோம். பாராட்டுகளைப் பெறுவது என்பது நமக்கு அவ்வளவு தூரம் அசௌகரிய உணர்வை ஏற்படுத்துகிறது. அப்படி இருக்கும்போது, ஒரு பெரிய இலக்கை அடைவதற்கு நாம் தகுதியானவர்கள் என்ற உணர்வு நம்மிடம் இல்லாதிருக்கின்றபோது, அதை அடைய முயற்சிப்பது எவ்வளவு கடினமானதாக இருக்கும் என்று யோசித்துப் பாருங்கள். ஒரு விஷயத்தை அடைவதற்கு நீங்கள் தகுதியானவர்தான் என்ற உணர்வு உங்களிடம் இல்லை என்றால், அதிசய விளைவுகளை ஏற்படுத்துவதற்குத் தேவையான பெரும் முயற்சிகளை உங்களால் மேற்கொள்ளவே முடியாது.

ஓர் இலக்கை அடைவதில் நம்பிக்கை வைப்பதைவிட, அதற்கு நாம் தகுதியானவர்கள் என்று நம்புவது ஒப்பீட்டளவில் எளிதானதாக இருக்கும். சில நேரங்களில் நீங்கள் தகுதியானவர்தாம் என்ற

உணர்வைத் தருவித்துக் கொள்வதற்கு அசாதாரணமான முயற்சிகளை மேற்கொள்ள வேண்டியிருக்கும். எதை முதலில் செய்கிறீர்கள் என்பது இங்கு முக்கியமல்ல.

இதற்கு நேர் எதிரான ஒன்றும் இருக்கிறது. தவறாக நம்மைத் தகுதியானவர்களாகக் கருதிக் கொள்ளுதல் அது. எடுத்துக்காட்டாக, தேவையற்ற ஒரு பொருளை வாங்குகின்றபோது, "இதற்கு நான் தகுதியானவன். ஏனெனில், நான் என் செலவுகளை உன்னிப்பாக அவதானித்துக் கொண்டிருக்கிறேன்," என்று உங்களுக்கு நீங்களே கூறிக் கொள்ளக்கூடும். அல்லது, "இன்று உடற்பயிற்சிக்கூடத்திற்குச் செல்லாமல் இருப்பதற்கு எனக்கு உரிமை இருக்கிறது. ஏனெனில், நான் என் உடற்கட்டை ஒழுங்காக நிர்வகித்துக் கொண்டிருக்கிறேன்," என்று நீங்கள் கூறிக் கொள்ளக்கூடும். நாம் இது போன்று அடிக்கடிக் கூறி நம்மை நாமே சமாதானப்படுத்திக் கொள்கிறோம்.

இது போன்ற நடத்தைகள் சராசரித்தனத்தை உறுதிப்படுத்துவதற்குத்தான் உதவும். இங்கு நம்மை நாமே ஏமாற்றிக் கொள்கிறோம். நம்முடைய குறைவான தரம் கொண்ட நடத்தைக்காக நம்மை நாமே முதுகில் தட்டிக் கொடுத்துக் கொள்கிறோம். இது, சோம்பேறித்தனமாக இருப்பதற்கு நம்மை நாமே அனுமதித்துக் கொள்வதாகும்.

நீங்கள் உங்கள் இலக்குகளை அடைவதிலிருந்து அது உங்களை இழுத்துப் பிடிக்கும். நீங்கள் எதைச் சாதிக்க விரும்புகிறீர்கள் என்பதைப் பொறுத்து உங்களுடைய முயற்சியின் அளவு வேறுபடும். எடுத்துக்காட்டாக, மராத்தான் போட்டிக்குத் தன்னைத் தயார்படுத்திக் கொள்கின்ற முயற்சியில் ஈடுபட்டிருக்கின்ற ஒருவர், வாரத்தில் ஐந்து நாட்கள் ஓடியாக வேண்டும். ஆனால், வெறும் உடல் ஆரோக்கியத்தை மேம்படுத்துகின்ற முயற்சியில் ஈடுபட்டிருக்கின்ற ஒருவர், வாரத்தில் சில நாட்கள் அரை மணி நேரம் நடந்தால் போதும். வேறு எவரும் உங்களைக் கண்காணித்துக் கொண்டிருக்காதபோது, நீங்கள் எவ்வளவு முயற்சியை மேற்கொண்டுள்ளீர்கள் என்பதை நீங்கள் மட்டுமே அறிவீர்கள். அதேபோல, நீங்கள் சாதிக்க விரும்புகின்ற

வெற்றியின் அளவும் உங்களுக்குத்தான் தெரியும். அதனால், உங்கள் இலக்கை அடைவதற்குத் தேவைப்படுகின்ற முயற்சியோடு உங்களுடைய நடவடிக்கைகள் ஒத்திசைவாக இருக்கும்படி பார்த்துக் கொள்வது உங்கள் கையில்தான் இருக்கிறது.

நீங்கள் தேவையான அளவு முயற்சி மேற்கொள்ளாமல் இருக்கின்றபோது, நீங்கள் அடைய நினைக்கின்ற வெற்றிக்கு நீங்கள் தகுதியானவர் அல்லர் என்ற நினைப்பு உங்களுக்கு வந்துவிடும். அது உங்கள்மீது நீங்கள் வைத்துள்ள நம்பிக்கையைக் குறைத்துவிடும்.

பெரும்பாலானோர் செய்கின்ற இன்னொரு காரியம், எப்போதும் ஏதாவது ஒன்றில் மும்முரமாக ஈடுபட்டிருப்பது. அதாவது, உருப்படியானதாக இல்லாத விஷயங்களில் ஈடுபட்டிருத்தல் அது. பத்து அல்லது இருபது மின்னஞ்சல்களுக்குப் பதிலளிப்பது நாம் எதையோ செய்துவிட்டிருக்கிறோம் என்ற போலியான உணர்வை நமக்குக் கொடுக்கக்கூடும் என்றாலும், அது அர்த்தமற்றது என்பதை நாம் உணர்ந்தே இருப்போம். இப்படிப்பட்ட முக்கியத்துவமற்ற நடவடிக்கைகளில் ஈடுபடுவது, அதிசயங்களை உருவாக்கத் தேவையான அசாதாரணமான முயற்சிகளுக்கு நேர் எதிரானது.

3. நம்முடைய உள்ளார்ந்த திறமைகளை நாமே ஒதுக்கித் தள்ளிவிடுவதற்கும், உண்மையிலேயே நம்மால் சாதிக்க முடிவதற்கும் இடையேயுள்ள முரண்பாடு

என்னுடைய முப்பத்தேழாவது வயதில், ஓர் அரிய, தீவிரமான புற்றுநோயால் நான் பாதிக்கப்பட்டேன். அதற்கான சிகிச்சையை நான் தொடங்கிய பிறகு, என் எடை *75* கிலோவிலிருந்து *57* கிலோவாகக் குறைந்தது. ஆறடி உயரமிருந்த நான், ஏற்கனவே ஒல்லியாகத்தான் இருந்தேன். என் உடலிலிருந்து அனைத்து முடிகளும் கொட்டிவிட்டன. ஆனால், இதில் ஒரு சுவாரசியமான விஷயம் என்னவென்றால், நான் கண்ணாடியில் என்னைப் பார்த்தபோது, என்னுடைய பழைய உருவத்தைத்தான் பார்த்தேன், முடி மட்டும்

இருக்கவில்லை, அவ்வளவுதான். எலும்பும் தோலுமாக இருந்த ஒரு புற்றுநோய் நோயாளியாக நான் என்னைப் பார்க்கவில்லை.

வாய்ப்புக் கிடைத்தபோதெல்லாம் என் பெற்றோர் என்னை ஏதாவது சாப்பிட வைத்துக் கொண்டிருந்தனர். நான் முன்பு மாதிரியே இருந்ததாக நான் உணர்ந்ததாக நான் என் மனைவியிடம் கூறியபோது, அவர் என்னைப் பார்த்த பார்வையே, நான் உண்மையில் அப்படி இருக்கவில்லை என்பதை உணர்த்தியது. மொத்தத்தில், புற உலகிலிருந்து எனக்குக் கிடைத்துக் கொண்டிருந்த தகவல்கள் என்னுடைய உள்ளார்ந்த தகவல்களுடன் முரண்பட்டிருந்தன. என்னுடைய விஷயத்தைப் பொறுத்தவரை, என்னுடைய கண்ணோட்டம்தான் தடம் புரண்டிருந்தது.

இதற்கு நேர் எதிராக, சிலர் தங்களுடைய உடல்ரீதியான சிறிய குறைகளைக்கூடப் பெரிதுபடுத்திக் கொண்டிருப்பர். தங்களுடைய மூக்கு, தங்களுடைய முகத்தின் அளவோடு ஒப்பிடுகையில் பெரிதாக இருப்பதாகச் சிலர் நினைப்பர். இவ்வளவுக்கும், அதை வேறு எவரும் கவனித்திருக்கக்கூட மாட்டார்கள்.

துரதிர்ஷ்டவசமாக, நம்முடைய திறமை குறித்தும் இதே கண்ணோட்டத்தையே நாம் கொண்டிருக்கிறோம். நம்மால் உண்மையிலேயே என்ன சாதிக்க முடியும் என்பதை நாம் பார்ப்பதில்லை. பெரும்பாலும் எதிர்மறையான எண்ணங்களையே நமக்கு நாம் கூறிக் கொள்கிறோம்: “நான் ஒரு துரதிர்ஷ்டசாலி. நான் ஒரு சோம்பேறி. என்னைவிட அவள் மேம்பட்டவள்.” இவை மீண்டும் மீண்டும் நம்முடைய தலைக்குள் ஓடிக் கொண்டிருப்பதால், ஒரு கட்டத்தில், அது உண்மைதான் என்று நாம் நம்பத் தொடங்குகிறோம், அதன்படி நடந்து கொள்ளவும் செய்கிறோம்.

நம்முடைய கடந்தகாலத் தவறுகளை எண்ணிப் பார்த்து, “நான் அதை மீண்டும் முயற்சி செய்து பார்க்கப் போவதில்லை,” என்று நமக்கு நாமே கூறிக் கொள்கிறோம். நம்மிடம் திறமைக் குறைவு இருக்கிறது என்பதை நிரூபிக்க நாம் துடிக்கிறோம். பின் அதை

அடிப்படையாகக் கொண்டு நம்மால் ஒரு குறிப்பிட்ட அளவுக்கு மேல் சாதிக்க முடியாது என்ற தவறான முடிவுக்கும் நாம் வந்துவிடுகிறோம். வெற்றியாளர்கள் உட்பட எந்தவொரு மனிதரும் தன் வாழ்க்கையைத் திரும்பிப் பார்த்தால், தாங்கள் பல தோல்விகளைக் கடந்து வந்திருப்பதைக் காணத்தான் செய்வர். அதனால், அதை ஒதுக்கித் தள்ளிவிட்டு, உங்களுடைய வரம்பற்ற வருங்காலத்தின் அடிப்படையில் உங்களுடைய தீர்மானங்களை நீங்கள் மேற்கொள்ள வேண்டும்.

'அதிசயங்களை நிகழ்த்தும் அதிகாலை' நூலின் இறுதியில், 'உங்களுடைய வாழ்க்கையை மாற்றக்கூடிய மின்னஞ்சல்' என்ற தலைப்பில் பின்னிணைப்பாக ஒரு பகுதியை நான் சேர்த்திருந்தேன். அதில், நான் என்னைப் பற்றிய இந்தக் கதையைக் குறிப்பிட்டிருந்தேன். என் வாழ்க்கையின் ஒரு காலகட்டத்தில், என்னுடைய பலங்கள் மற்றும் பலவீனங்கள் குறித்தத் துல்லியமான புரிதல் என்னிடம் இருக்கவில்லை என்பதை உணர்ந்த நான், அது குறித்து என்ன செய்யலாம் என்று யோசித்தேன். என்னைப் பற்றி நன்றாக அறிந்திருந்த இருபது பேருக்கு நான் ஒரு மின்னஞ்சல் அனுப்பினேன். அதில், என்னைப் பற்றிய அவர்களுடைய ஒளிவுமறைவற்றக் கருத்துகளைத் தெரிவிக்குமாறு அவர்களிடம் நான் கேட்டேன். அவர்களில், என்னுடைய குடும்ப உறுப்பினர்கள், நெருங்கிய நண்பர்கள், அலுவலக சகாக்கள், வழிகாட்டிகள், முன்னாள் காதலிகள் என்று பலரும் இடம்பெற்றிருந்தனர். எனக்குக் கிடைத்த பதில்கள் என்னை ஊக்குவித்த அதே வேளையில் என் கண்களையும் திறந்தன. என்னை நானே ஒரு முப்பரிமாணத்தில் பார்த்துக் கொண்டதுபோல நான் உணர்ந்தேன். என்னை நான் எப்படிப் பார்த்துக் கொண்டிருந்தேன் என்பதையும், வெவ்வேறு கோணங்களில் என்னை அறிந்திருந்தவர்கள் எப்படி என்னை வெவ்வேறு விதங்களில் பார்த்துக் கொண்டிருந்தனர் என்பதையும் நான் அதன் மூலம் அறிந்து கொண்டேன். அது என்னுடைய வாழ்க்கையையே மாற்றிவிட்டது. ஏனெனில், நான் அந்தப் பின்னூட்டக்கருத்துகளை

உள்வாங்கிக் கொண்டு, என் நடத்தையில் தேவையான மாற்றங்களை மேற்கொண்டேன். இதே பயிற்சியை மேற்கொண்டிருந்த பலரும் இதுபோலவே உணர்ந்தனர். தேவைப்பட்டால் நீங்களும் இதை முயற்சி செய்து பார்க்கலாம்.

ஒரு சராசரி நிலையிலிருந்து ஓர் உன்னத நிலையை நோக்கி நகர்ந்திருந்தவர்கள் அனைவரும், கடந்தகாலத்தில் தாங்கள் இருந்ததைவிட மேம்பட்டவர்களாகத் தங்களைப் பார்த்ததன் மூலம் அதைத் தொடங்கியிருந்தனர். தாங்கள் கற்பனை செய்து வைத்திருந்த அந்தப் பிம்பத்துடன் ஒத்துப் போகின்ற விதத்தில் அவர்கள் வாழத் தொடங்கினர். இதைச் செய்வது முதலில் கடினமாக இருக்கலாம். இதை நீங்கள் மீண்டும் மீண்டும் செய்கின்றபோது, அது உங்களுக்கு இயல்பாகிவிடும். இறுதியில், உங்களுடைய அந்தப் புதிய வடிவம் உங்களுடைய அடையாளமாக மாறி, அதையடுத்து உங்களுடைய எதார்த்தமாக ஆகிவிடும்.

4. நீங்கள் யார் என்பதை இந்த உலகம் வரையறுக்க அனுமதிப்பதற்கும் உங்களை நீங்களே வரையறை செய்து கொள்வதற்கும் இடையேயுள்ள முரண்பாடு

இப்போது சிறியதாகிப் போய்விட்ட உங்களுடைய பழைய ஜீன்ஸ் ஒன்றுக்குள் உங்களை நீங்கள் எப்போதாவது திணித்துக் கொண்டிருந்தால், அது எந்த அளவுக்கு அசௌகரியமாக இருக்கும் என்பதை நீங்கள் உணர்ந்திருப்பீர்கள். அத்துணி உங்களுடைய கால்களை இறுக்கும். அதன் பட்டன் உங்களுடைய வயிற்றைக் கவ்விப் பிடிக்கும். அதை அணிந்து கொண்டு நடப்பது கடினமானதாக இருக்கும். அப்போது உங்களுடைய தோற்றம் பார்க்கச் சகிக்க முடியாத அளவு இருப்பதோடு, அது உங்களுக்கு மிகவும் அசௌகரியமானதாகவும் இருக்கும்.

ஆனால், நாம் நம்முடைய வாழ்க்கையில் இதைப் போன்ற ஒன்றை அனுமதித்துக் கொண்டிருக்கிறோம். நாம் எப்படி இருக்க வேண்டும் என்று பிறர்

உருவாக்கி வைத்துள்ள பிம்பத்தின்படி நடக்க நாம் முனைகின்றபோது இதுதான் நடக்கிறது. நம்மால் இயல்பாக இருக்க முடிவதில்லை. அது நமக்கு ஓர் அசௌகரிய உணர்வைக் கொடுக்கிறது.

சிறிய அளவில் சிந்திப்பதற்கும், போடப்பட்டுள்ள கோடுகளுக்கு உள்ளே இயங்குவதற்கும், பிறருடைய விதிமுறைகளுக்குக் கட்டுப்பட்டு நடப்பதற்கும் நமக்குக் கற்றுக் கொடுக்கப்பட்டுள்ளது. சமூகத்திற்குள் நம்மைக் கச்சிதமாகப் பொருத்திக் கொள்வதற்கு உதவுவதற்காகவே இவை வடிவமைக்கப்பட்டுள்ளன. ஆனால், நாம் சாதிக்க நினைக்கின்ற வெற்றியைப் பெறுவதற்கு இவை எதிராகவே செயல்படும். அடைப்புக் கட்டத்திற்கு வெளியே சிந்திப்பதற்கும், என்னுடைய உள்ளார்ந்த வெகுமதிகளை அலசி ஆராய்வதற்கும், உலகின் மாபெரும் வெற்றியாளர்கள் பயன்படுத்திக் கொண்டிருந்த வெற்றி விதிகளைக் கண்டுபிடிப்பதற்கும் என்னுடைய ஏட்டுக் கல்வி எனக்குக் கற்றுக் கொடுத்திருக்கவில்லை.

பள்ளிக்குச் சென்று படி, ஒரு வேலையில் சேர்ந்து கொள், அறுபது வயதுவரை வேலை பார், சொற்ப ஓய்வூதியத்தைக் கொண்டு திருப்திப்பட்டுக் கொள் என்ற பாதையைப் பின்பற்றும்படிதான் நமக்குச் சொல்லிக் கொடுக்கப்பட்டுள்ளது. பொறுப்புடையவர்களாகவும், கீழ்ப்படிந்து நடப்பவர்களாகவும், சமூகத்திற்குள் நம்மைப் பொருத்திக் கொள்பவர்களாகவும், சராசரித்தனத்துடன் இருப்பவர்களாகவும் இருப்பதற்கு நாம் பழக்கப்படுத்தப்பட்டுள்ளோம். இந்த நடத்தைகள் அனைத்தும் நாம் கற்றுக் கொண்டவையே. அதற்கும் உண்மையான ‘உங்களுக்கும்’ இடையே எந்தவிதமான தொடர்பும் இல்லை.

வரம்பெல்லைகளை மீறிச் செயல்படுதல் – ஓர் எடுத்துக்காட்டு

நான் என் வாழ்நாளில் சந்தித்திருந்த நபர்களிலேயே எனக்கு மிக அதிக உத்வேகமளித்த ஒருவரை நான் சமீபத்தில் சந்தித்தேன். அவர் பெயர் நிக் சான்டோனஸ்டாசோ. அவருக்கு இருபத்திரண்டு வயது. நிக் பிறக்கும்போதே 'ஹான்ஹார்ட் சின்ட்ரோம்' என்ற ஓர் அரிய நோயுடன் பிறந்தார். அந்த நோயின் காரணமாக அவருக்குக் கால்கள் இல்லை. வலது கை முழுமையாக வளர்ச்சி அடைந்திருக்கவில்லை. இடது கையில் அவருக்கு ஒரே ஒரு விரல் மட்டுமே இருந்தது. 2014-ல், 'என் வாழ்க்கைக் கதை' என்ற தலைப்பில் யூடியூப்பில் அவர் வெளியிட்ட ஒரு வீடியோவில், அந்த நோயால் இதுவரை உலகில் பாதிக்கப்பட்டிருந்தவர்கள் மொத்தம் பன்னிரண்டு பேர் மட்டுமே என்றும், அவர்களில் நான்கு பேர் மட்டும் இப்போது உயிருடன் இருக்கிறார்கள் என்றும், அவர்களில் நிக்கும் ஒருவர் என்றும் கூறப்பட்டிருந்தது.

ஆனால், தன்னுடைய இந்தக் குறைபாடு தன்னுடைய கனவுகளுக்குக் குறுக்கே நிற்க அவர் அனுமதிக்கவில்லை. அவர் உயர்நிலைப் பள்ளியின் மல்யுத்தக் குழுவில் இடம்பெற்றிருந்தார். படகுகளுக்குப் பின்னால், அது நீரைக் கிழித்துச் செல்லும் அலைகளுக்கு மத்தியில் சறுக்கிச் செல்கின்ற நீர்ச்சறுக்கு விளையாட்டு அவருக்குப் பிடித்தமான ஒன்று. உடற்கட்டுப் போட்டிகளில் அவர் கலந்து கொண்டிருக்கிறார். அதோடு, ஓர் உடற்கட்டு மாடலாகவும் அவர் தோன்றியிருக்கிறார். சிஎன்என், ஃபாக்ஸ் போன்ற தொலைக்காட்சி நிறுவனங்களின் நிகழ்ச்சிகளில் அவர் தோன்றியுள்ளார். தன்னுடைய நகைச்சுவையான யூடியூப் வீடியோக்கள் மூலம் அவர் இணையத்தைக் கலக்கிக் கொண்டிருக்கிறார். தன்னுடைய பன்னிரண்டாம் வயதில் அவர் 'டுடே' நிகழ்ச்சியில் தோன்றியபோது, அவரிடம், "வரம்பற்ற ஆற்றல் உங்களிடம் இருப்பதை எப்போது நீங்கள் உணர்ந்தீர்கள்?" என்ற கேள்வி கேட்கப்பட்டபோது, அதற்கு அவர், தன்னால் எதையும் சாதிக்க முடியும் என்பதை எப்போதுமே தான் அறிந்திருந்ததாகத் தெரிவித்தார். தனக்குப் பிடித்த வேடிக்கையான விஷயங்களை முயன்று பார்ப்பதற்குத் தான் ஆர்வம் கொண்டிருந்ததாகவும் அவர் தெரிவித்தார்.

விழுந்துவிடுவது குறித்துத் தனக்கு பயம் ஏதும் கிடையாது என்றும், எத்தனை முறை விழுந்தாலும் தன்னால் மீண்டும் எழுந்து கொள்ள முடியும் என்றும் அப்பேட்டியில் அவர் தெரிவித்திருந்தார்.

தனக்கு எதிராக அவ்வளவு சிக்கல்கள் இருந்தும் நிக் தனக்கென்று ஓர் அசாதாரணமான வாழ்க்கையை உருவாக்கிக் கொண்டார். உலகம் அவரைக் குறித்துக் கொண்டிருந்த கண்ணோட்டத்தை அவர் ஏற்றுக் கொள்ள மறுத்துவிட்டார். தான் யார் என்பதை அவர் எப்போதும் அறிந்திருந்தார். தான் சாதனைகளைப் படைக்கப் பிறந்தவன் என்று அவர் நம்பினார். இப்போது அவர் ஊக்குவிப்புப் பேச்சாளர் என்ற ஒரு புதிய அவதாரத்தை எடுத்துள்ளார். இன்னும் சொல்ல வேண்டுமென்றால், என்னுடைய அடுத்தக் கருத்தரங்கில் முக்கியப் பேச்சாளராகக் கலந்து கொள்ளும்படி நான் அவருக்கு அழைப்பு விடுத்துள்ளேன்.

இப்படியே வாழப் பழகிக் கொள்கின்ற நாம், இறுதியில், நம்முடைய சொந்த உள்ளுணர்வையே நம்பாத ஜீவன்களாக உருவெடுத்துவிடுகிறோம், அவநம்பிக்கையாளர்களாக ஆகிவிடுகிறோம். மாபெரும் வெற்றியாளர்களை வழமையானவர்களாக நாம் பார்ப்பதில்லை. குழந்தைப்பருவத்திலிருந்தே, நம்மால் எது சாத்தியம் என்பது குறித்துப் பிறர் கொண்டிருக்கின்ற நம்பிக்கைகளின்படியே நாம் வளர்கிறோம். இந்த வார்ப்புக்குள் நம்மைப் புகுத்திக் கொள்வது நமக்கு ஒரு விதத்தில் சௌகரியமானதாக இருக்கிறது. ஏனெனில், நாம் இப்படி நடந்து கொண்டால், சமூகத்திலிருந்து எந்தவிதமான எதிர்ப்பையும் நாம் எதிர்கொள்ள வேண்டியிருக்காது.

அதே நேரத்தில், இன்னும் மேலானவற்றைச் செய்வதற்கான ஆற்றல் நம்மிடம் இருப்பதை நமக்குள் ஆழமாக நாம் உணர்ந்துள்ளோம். ஓர் அர்த்தமுள்ள வாழ்க்கையை வாழவும், நம் இருத்தலின் மூலம் இந்த உலகில் ஒரு வித்தியாசத்தை ஏற்படுத்தவும் நாம் ஏங்குகிறோம். அது ஒருவேளை ஒரு மென்மையான குரலாக இருக்கலாம். ஆனால், அது இருக்கிறது

என்பது உறுதி. அந்தக் குரலின் கிசுகிசுப்பை நீங்களும் கேட்டிருக்கலாம்.

சரி, உங்களை நீங்கள் எப்படி வர்ணிப்பீர்கள்?

ஓர் அர்த்தமுள்ள விதத்தில் அதற்கு உங்களால் பதிலளிக்க முடியவில்லை என்றால் பரவாயில்லை. பெரும்பாலான மக்களால் இதற்கு பதிலளிக்க முடியாது. அதற்கு பதிலாக, பிறர் நம்மீது குத்தியுள்ள முத்திரையை நாம் வேத வாக்காக எடுத்துக் கொள்கிறோம். "நான் ஒரு மனைவி, கணவன், அப்பா, அம்மா, வழக்கறிஞர், ஆசிரியர், மாணவன்." இந்த முத்திரைக் குறியீடுகளுக்கு எல்லையே இல்லை. ஆனால், அது வரம்பற்ற ஆற்றலைக் கொண்டுள்ள உங்களைக் குறிக்கிறதா?

நாம் குழந்தைகளாக இருக்கின்றபோது, இதுபோன்ற முத்திரைகள் நம்மீது குத்தப்படுகின்றன. சில, விளையாட்டுக்காகவும் கூறப்படுகின்றன. நாம் வளர்ந்து பெரியவர்களாக ஆகின்றபோது, நாம் அப்படியே ஆகிவிடுகிறோம். நம்மில் சிலர் தேவதைகளாக ஆகின்றனர், சிலர் தொந்தரவுக்காரர்களாக ஆகின்றனர்.

நம்மைச் சுற்றியிருந்தவர்களின் கண்ணோட்டங்களின் அடிப்படையில் உருவான அந்த முத்திரைகள் பின்னர் நம்முடைய அடையாளங்களாக மாறிவிடுகின்றன. அவை நம்முடைய நட்பு வட்டாரத்தையும், நம்முடைய நடவடிக்கைகளையும், நம்முடைய விருப்பு வெறுப்புகளையும், எதிர்கால அபிலாஷைகளையும் தீர்மானிக்கின்றன. அந்த முத்திரைகள் நம்முடைய வரம்பெல்லைகளைக் குறுக்குகின்றபோதுதான் பிரச்சனை தீவிரமடைகிறது. நாம் வளர்ந்த பிறகும் அதை நாம் நம்முடன் எடுத்துச் செல்கிறோம். நாம் என்ன செய்ய வேண்டும் என்பதைப் பிறர் சொல்ல

வேண்டும் என்ற நிலைக்கு நாம் வந்துவிடுகிறோம்.

என் குழந்தைகள் இப்படிப்பட்டப் பிடிகளுக்குள் மாட்டிக் கொள்ளக்கூடாது என்பதில் நான் கவனமாக இருந்து வருகிறேன். எடுத்துக்காட்டாக, என் மகள், தனக்கு 'ஏடிஎச்டி' என்ற மனக்குறைபாடு இருப்பதாக நினைத்துக் கொண்டிருக்கிறாள். அவள் ஏன் அப்படி நினைக்கிறாள் என்பது எனக்குத் தெரியாது. ஏனெனில், மருத்துவரீதியாக அவள்மீது அப்படிப்பட்ட முத்திரை எதுவும் குத்தப்பட்டிருக்கவில்லை. அவளுடைய பள்ளி ஆசிரியர்கள் எவரும் அவளை அப்படிக் கருதியதில்லை. நான் வளர்ந்த பிறகு, எனக்கு ஏடிஎச்டி கோளாறு இருந்ததாக மருத்துவரீதியாகக் கண்டறியப்பட்டது. இதை அவள் தன் தலைக்குள் எப்படிப் புகுத்திக் கொண்டிருந்தாலும், அவள் தன்னுடைய இந்த சுய கண்டுபிடிப்பை, தன்னால் எவற்றையெல்லாம் சாதிக்க முடியும் என்ற அவளுடைய நம்பிக்கைகளை மட்டுப்படுத்திக் கொள்ளப் பயன்படுத்திக் கொள்வதை நான் விரும்பவில்லை.

நான் அவளுடன் இதைப் பற்றிப் பேசுகின்றபோது, அது சிலரிடம் அதிர்ஷ்டவசமாக அமைந்துவிடுகின்ற ஒரு பண்புநலன் என்றே நான் குறிப்பிடுகிறேன். அந்தக் குணம் ஒருவருடைய படைப்பாற்றலைத் தூண்டிவிடுகிறது என்றும், அவர்களுடைய சிந்தனையோட்டம் படுவேகமாக ஒன்றிலிருந்து மற்றொன்றுக்குத் தாவிக் கொண்டிருப்பதால் தலைசிறந்த பல யோசனைகள் அவர்களுக்கு உதிக்கும் என்றும் நான் அவளிடம் எடுத்துரைத்தேன். கூகுளில், 'ஏடிஎச்டி குறைபாட்டுடன் இருக்கின்ற பிரபலப் புள்ளிகள்' என்ற தலைப்பில் தேடி, அவளிடம் அத்தகைய நபர்களைக் காட்டி, எப்படி அவர்கள் இந்தக் குறைபாடு தங்களை மட்டுப்படுத்த அனுமதிக்கவில்லை என்பதையும், மாறாக, அவர்கள் அதைத் தங்களுக்குச் சாதகமாகப் பயன்படுத்திக் கொண்டிருந்தனர் என்பதையும் நான் அவளுக்குச் சுட்டிக்காட்டினேன். கவனக்குவிப்புடன் செயல்படுவதற்கு அவர்களுக்குக் கூடுதல் முயற்சி தேவைப்படும் என்றாலும், அவர்களால் அதைச்

செய்ய முடியாது என்பது உண்மையல்ல. மொத்தத்தில், அவளால் என்னவெல்லாம் செய்ய முடியும் என்பதை அவளைத் தவிர வேறு எவராலும் தீர்மானிக்க முடியாது என்ற முக்கியமான விஷயத்தை நான் அவளுக்கு அடிக்கோடிட்டுக் காட்டினேன். சில நாட்கள் அவள் என்னுடைய விளக்கத்தை எளிதாக ஏற்றுக் கொள்கிறாள்.

... பின் நம்முடைய வரம்புகளை நாம் நியாயப்படுத்தத் தொடங்குகிறோம்

நாம் அனைவருமே மனக்காயம் அடைந்திருக்கிறோம், பிறரால் கைவிடப்பட்டிருக்கிறோம், விரக்தி அடைந்திருக்கிறோம். விஷயங்கள் நாம் எதிர்பார்த்திருந்ததைப்போல மலராமல் போன சூழல்களை அனுபவித்திருக்கிறோம். இவை நமக்கு நல்ல உணர்வுகளைக் கொடுப்பதில்லை என்பது உண்மைதான். ஆனால், அதைவிடக் கொடுமையான விஷயம், நம்முடைய அந்த அனுபவங்கள், நாம் இந்த உலகைப் பார்க்கின்ற விதத்தின்மீது ஓர் எதிர்மறையான தாக்கம் ஏற்படுத்த அனுமதிப்பதுதான். மீண்டும் காயப்பட்டுவிடுவோம் என்ற பயம், நாம் புதிய வாய்ப்புகளில் துணிச்சலுடன் இறங்குவதற்கு முட்டுக்கட்டை போடுகிறது. ஒரு சிறிய உலகிற்குள் நம்மை நாம் சுருக்கிக் கொண்டுவிடுகிறோம்.

எல்லாவற்றையும்விட மோசமானது, அந்த மனக்காயங்கள், நாம் நம்முடைய வரம்புகளை நியாயப்படுத்த அனுமதிப்பதுதான். ஏதோ ஒரு சில அனுபவங்களை அடிப்படையாக வைத்து, நாம் விரும்புகின்ற ஒரு விஷயத்தை நம்மால் செய்ய முடியாது, பெற முடியாது என்ற நம்பிக்கையை நாம் நம் மனத்தில் வேரூன்றச் செய்துவிடுகிறோம். ஒரு விஷயத்திற்கு நாம் தகுதியானவர்கள் அல்லர் என்று கருதிக் கொண்டு, ஆட்டத்திலிருந்து நம்மை நாமே விலக்கிக் கொண்டுவிடுகிறோம். அல்லது, அது நமக்குச் சரிப்பட்டு வராது என்று ஒதுங்கிக் கொள்கிறோம். பின்னர், நம்முடைய கனவு வாழ்க்கை ஏன் நமக்குக்

கைகூடி வருவதில்லை என்று தலையைச் சொறிந்து கொண்டு நிற்கிறோம்.

"நான் அவநம்பிக்கையுடன் இதைக் கூறவில்லை, எதார்த்தம் அப்படி," என்று சிலர் கூறுவதை நீங்கள் கேட்டிருக்கலாம். தங்களுடைய ஆற்றலின் வீச்சை மட்டுப்படுத்திக் கொள்பவர்கள் வழக்கமாகப் பாடுகின்ற பல்லவிதான் இது. தர்க்கரீதியாகக்கூட அது செல்லுபடியாகாத ஒன்று. நம்முடைய வரம்புகளை மீறிச் செயல்பட முனைவதை எப்படி எதார்த்தத்தை மீறுகின்ற ஒன்றாகக் கருத முடியும்?

மேலும், எது சாத்தியம், எது சாத்தியமற்றது என்பதை எவரும் அறிந்திருப்பதில்லை. நமக்குத் தெரியாத ஒன்றை எப்படி நம்மால் அறிந்திருக்க முடியும்? முன்பு சாத்தியமற்றது என்று கருதப்பட்ட விஷயங்கள் தினந்தோறும் சாத்தியப்பட்டுக் கொண்டே இருக்கின்றன. எடுத்துக்காட்டாக, நான்கு நிமிடங்களுக்குள் எந்தவொரு மனிதராலும் ஒரு மைல் தூரத்தை ஓடிக் கடப்பது சாத்தியமற்றது என்று ஒரு காலத்தில் கருதப்பட்டு வந்தது. 1954-ல் ரோஜர் பேனிஸ்டர் 3.59 நிமிடங்களில் ஒரு மைல் தூரத்தை ஓடிக் கடந்து அந்தச் சாதனையை நிகழ்த்தினார். அதற்கு நாற்பத்தாறு நாட்கள் கழித்து மற்றொருவர் பேனிஸ்டரின் சாதனையை முறியடித்தார். இன்று எண்ணற்ற உயர்நிலைப் பள்ளி மாணவர்கள், அலட்சியமாக இந்தச் சாதனையை நிறைவேற்றிக் கொண்டிருக்கின்றனர்.

குறுஞ்செய்திகள், மின்னஞ்சல்கள் போன்றவற்றின் காலத்திற்கு முன்பு சாதாரண அஞ்சலில்தான் செய்திகள் அனுப்பப்பட்டுக் கொண்டிருந்தன என்பது நம்மில் சிலருக்கே இப்போது நினைவிருக்கும். இப்போது 'ஜிபிஎஸ்' என்று அழைக்கப்படுகின்ற புவியிடங்காட்டிக் கருவி பொருத்தப்படாத வாகனங்களே இல்லை. அது இல்லாத காலத்தில் மக்கள் எப்படித் தெரியாத இடங்களுக்குப் பயணித்தனர், முகவரிகளைக் கண்டறிந்தனர் என்று எண்ணிப் பார்க்கும்போது, அது மலைப்பாக இருக்கிறது. சில ஆண்டுகளுக்கு முன்புகூட, நாம் எந்நேரமும் நம் கைகளில் அலைபேசியைத் தூக்கித்

திரிந்து கொண்டிருக்கவில்லை. இன்று, என் வீட்டில் இருக்கின்ற 'அலெக்ஸா' என்ற பேசும் ரோபாட் கருவி என் குடும்பத்திற்காக இசையை இசைக்கிறது; எங்களுக்கு நினைவூட்டல்களை விடுக்கிறது; என் குழந்தைகளுக்குக் கதை சொல்கிறது; வீட்டில் விளக்குகளைப் போடுகிறது, அணைக்கிறது; இணையத்தில் பொருட்களை ஆர்டர் செய்கிறது; இன்னும் பல காரியங்களைச் செய்கிறது. ஒரு சில ஆண்டுகளுக்கு முன்புவரைகூட, இவை அறிவியல் புனைகதைகளிலும் திரைப்படங்களிலும் மட்டுமே சாத்தியமாக இருந்தன. இவற்றைக் கண்டுபிடித்தவர்கள், இவை சாத்தியமற்றவை என்று நினைத்திருந்தால் இவை நடந்திருக்குமா?

வருங்காலம் எப்படி மலரும் என்ற விஷயத்தைப் பொறுத்தவரை, நாம் அறிந்துள்ளவற்றைவிட நாம் அறியாமல் இருப்பவைதான் அதிகம். அதனால், வருங்காலம் குறித்த ஒரு நன்னம்பிக்கையான எதிர்பார்ப்பை வைத்திருப்பதே நல்லது.

இந்த முரண்பாடுகளை மீறுவதற்கான வழி

இந்த முரண்பாடுகளை மீறி நம்முடைய எல்லையற்ற ஆற்றலை எப்படிப் பயன்படுத்திக் கொள்வது? எண்ணற்ற மக்கள், உளவியல் சிகிச்சையை நாடுகின்றனர்; வேறு சிலர், பெரும் பணத்தைச் செலவழித்துத் தனிப்பட்ட ஆலோசனையாளர்களின் உதவியை நாடுகின்றனர்; மகிழ்ச்சியாக இருப்பது எப்படி என்று மண்டையை உடைத்துக் கொள்கின்றனர். உளவியல் சிகிச்சை அல்லது தனிப்பட்ட ஆலோசனைகள் உதவிகரமாக இருக்காது என்று நான் கூற வரவில்லை. ஆனால், ஆணித்தரமான நம்பிக்கையையும் அசாதாரணமான முயற்சிகளையும் மேற்கொள்வதன் மூலம் இவற்றிலிருந்து மீண்டுவிட முடியும் என்று நான் நம்புகிறேன். நாம் முன்பு பார்த்திருந்த பின்னூட்டக்கருத்துகளைப் பெறுவதும் இதற்கு உதவும்.

நீங்கள் உங்கள்மீது நம்பிக்கை வைத்து அசாதாரணமான முயற்சிகளை மேற்கொள்கின்றபோது,

உங்களிடம் வரம்பற்ற ஆற்றல் இருக்கிறது என்று நீங்கள் நம்பத் தொடங்கிவிடுவீர்கள். உங்கள் வாழ்க்கையை மேம்படுத்திக் கொள்ளத் தேவையான ஆற்றலையும் ஊக்கத்தையும் உருவாக்கிக் கொள்வீர்கள். உங்களால் எதையும் சாதிக்க முடியும் என்ற உறுதி உங்களிடம் பிறக்கும். ஏனெனில், எதைச் செய்ய முடியும், எதைச் செய்ய முடியாது என்பதை நீங்கள்தான் தீர்மானிக்கிறீர்கள். உங்களுடைய கடந்தகாலம் அதைச் செய்ய நீங்கள் இனியும் அனுமதிப்பதில்லை. அல்லது, உங்களுடைய பெற்றோர் அல்லது இந்தச் சமுதாயம் உங்களுக்காக அதைச் செய்ய நீங்கள் அனுமதிப்பதில்லை.

நான்கு முக்கியமான முரண்பாடுகள் குறித்தும் அவற்றை எப்படி மீறுவது என்பது குறித்தும் இப்போது நாம் பார்த்துவிட்டதால், அடுத்து, அதிசயங்களைச் சாத்தியமாக்கும் சூத்திரத்திற்குத் தேவையான செம்மையான உணர்ச்சி நிலையை எப்படி அடைவது என்பதை நாம் பார்க்கலாம்.

4

உணர்ச்சிரீதியாக வெல்லப்பட முடியாதவராக ஆதல்

உங்களை இழுத்துப் பிடித்து வைத்திருக்கின்ற எதிர்மறை உணர்ச்சிகளை வெளியேற்றுவது எப்படி

இப்போது நீங்கள் உருவாக்குகின்ற வலி, ஏற்றுக் கொள்ளாமையின் ஏதோ ஒரு வடிவமே. அந்த எதிர்ப்பு, எண்ணங்களைப் பொறுத்தவரை எடைபோடுதலின் வடிவத்திலும், உணர்ச்சிகளைப் பொறுத்தவரை எதிர்மறைகளின் வடிவத்திலும் வெளிப்படுகிறது.

எக்கார்ட் டோலே

இப்படி யோசித்துப் பாருங்கள். நீங்கள் காலையில் அரக்கப்பறக்க உங்களைத் தயார்படுத்திக் கொண்டு காரில் ஏறி உட்காரும்போதே தாமதமாகிவிட்டது. பாதி வழியில் சாலையில் ஒரு விபத்தின் காரணமாகப் போக்குவரத்து அப்படியே நின்றுவிட்டது. சற்று நேரத்தில் நீங்கள் ஓர் இடத்தில் கட்டாயம் இருந்தாக வேண்டும். அப்போது உங்களுடைய கவனம் கார் விபத்தில் சிக்கிக் கொண்டிருந்தவர் பக்கம் செல்கிறது. ஒரு கணம் அவரைப் பற்றி நினைத்து நீங்கள் பரிதாபப்படுகிறீர்கள். ஆனால், அடுத்தக் கணம், உங்களுடைய கவனம் மீண்டும் உங்கள் பிரச்சனையின்மீது திரும்புகிறது.

அல்லது, நீங்கள் ஒரு முக்கியத் திட்டத்தில் ஈடுபட்டிருக்கிறீர்கள். நீங்கள் அதற்காகப் பல மாதங்கள் கடினமாக உழைத்து வந்திருக்கிறீர்கள். அத்திட்டம் நிறைவேறினால், அது உங்கள் நிறுவனத்திற்குப் பெரும் பணத்தை ஈட்டிக் கொடுக்கும். இப்போது கிட்டத்தட்ட எல்லாம் முடிந்துவிட்டது. ஒப்பந்தத்தில் கையெழுத்திட வேண்டிய சம்பிரதாயம் மட்டுமே பாக்கியிருக்கிறது. ஆனால், திடீரென்று, அந்த நபர் தான் பின்வாங்கிக் கொள்வதாக உங்களிடம் தெரிவிக்கிறார். அன்று முழுவதும், கைவிட்டுப் போன அந்தத் திட்டம் குறித்து நீங்கள் பொருமிக் கொண்டே இருக்கிறீர்கள்.

நீங்கள் உங்களுடைய வாழ்க்கைத்துணைவருடன் ஓர் இசை நிகழ்ச்சிக்குச் செல்வதற்காக முன்கூட்டியே பதிவு செய்து வைக்கிறீர்கள். அந்த நிகழ்ச்சி முடிந்தவுடன் ஓர் உயர்தர உணவகத்திற்குச் செல்வதற்குத் திட்டமிட்டு,

அதற்கும் முன்பதிவு செய்கிறீர்கள். அந்த நாளை நோக்கி நீங்கள் ஆவலுடன் காத்திருக்கிறீர்கள். ஆனால், அதற்கு இரண்டு நாட்களுக்கு முன்பு, உங்களுடைய வாழ்க்கைத்துணைவர் தன் வேலை விஷயமாக வெளியூருக்குச் சென்றாக வேண்டிய கட்டாயம் ஏற்படுகிறது. போவோர் வருவோரிடமெல்லாம் நீங்கள் அது குறித்துப் புலம்பித் தள்ளுகிறீர்கள்.

இது போன்ற சமயங்களில் நாம் மிகவும் நொந்து போய்விடுவோம். வாழ்க்கையின் பல அம்சங்கள்மீது நமக்கு எந்தக் கட்டுப்பாடும் இருப்பதில்லை. அப்படிக் கட்டுப்பாடுகளை இழப்பதற்கு எவரும் தயாராக இருப்பதில்லை. அந்த உணர்வுகளை எவரும் விரும்புவதில்லை. ஆனால், இது குறித்து நீங்கள் மனமுடைந்து போக வேண்டியதில்லை. பொதுவாக, மனஅழுத்தம், பயம், கவலை, பின்வருத்தம், வெறுப்பு போன்ற எதிர்மறை உணர்ச்சிகளை நீங்கள் அனுபவித்துக் கொண்டிருக்கின்றபோது, எது உங்களுக்குச் சாத்தியம் என்பது குறித்து யோசிக்கின்ற நிலையில் நீங்கள் இருப்பதில்லை. அப்போது, அருமையான சந்தர்ப்பங்கள் உங்களைக் கடந்து சென்றுவிடுகின்றன.

நீங்கள் அனுபவிக்கின்ற எதிர்மறை உணர்ச்சிகளுக்கான அடிப்படைக் காரணங்கள் குறித்து நீங்கள் எப்போதாவது யோசித்திருக்கிறீர்களா? நாம் யோசித்துப் பார்த்தால், ஒவ்வொரு முறையும், அவை வெவ்வேறு காரணங்களால் உருவாகின்றன என்ற முடிவுக்கு நாம் வருவோம். அப்படி நாம் உணர்கின்ற ஒவ்வொரு முறையும், நாம் யார்மீதாவது அல்லது எதன்மீதாவது பழி சுமத்த முனைவோம். "அவன் அப்படிச் சொன்னதால்தான் நான் கோபப்பட்டேன். அது அப்படி நிகழ்ந்ததால்தான் நான் மனமுடைந்து போனேன். நான் அதை இழந்ததால்தான் வருத்தமடைந்தேன். அதிகமான வேலைகள் என் தலையில் கட்டப்படுவதால்தான் எனக்கு மனஅழுத்தம் ஏற்பட்டுள்ளது. நான் திட்டமிட்டுள்ள விதத்தில் விஷயங்கள் நிகழாமல் போனதால்தான் நான் கவலை அடைந்துள்ளேன்." நம்முடைய வலிமிக்க

உணர்ச்சிகளுக்குச் சூழ்நிலைகளும், நாம் எதிர்பார்க்கின்ற விதங்களின்படி மக்கள் நடந்து கொள்ளாமல் இருப்பதும்தான் காரணம் என்று நாம் தவறாக அனுமானித்துக் கொள்கிறோம். இது உண்மையல்ல. உண்மையில் நம்மைச் சுற்றி நடந்து கொண்டிருப்பவை அதற்குக் காரணமல்ல, மாறாக, நமக்கு உள்ளாக நடந்து கொண்டிருப்பவைதான் அதற்குக் காரணம்.

எதிர்மறை உணர்வுகளுக்குப் பொறுப்பேற்றுக் கொள்ளுதல்

இதைச் சீரணித்துக் கொள்வது உங்களுக்குக் கடினமாக இருக்கலாம். ஆனாலும், நான் இதைச் சொல்லியே ஆக வேண்டும்: “நீங்கள் இதுவரை அனுபவித்துள்ள எதிர்மறை உணர்ச்சிகள் அனைத்தும் உங்களால் உருவாக்கப்பட்டவையே. இப்போது நீங்கள் அனுபவித்துக் கொண்டிருக்கும் எதிர்மறை உணர்ச்சிகளுக்கும், வருங்காலத்தில் நீங்கள் அனுபவிக்கப் போகின்ற உணர்ச்சிகளுக்கும் நீங்கள்தான் பொறுப்பு.”

அதே நேரத்தில், உங்களுடைய கடந்தகால மற்றும் நிகழ்கால வலிமிக்க உணர்ச்சிகள் அனைத்தையும் விடுவித்துவிடுகின்ற ஆற்றல் உங்களுக்கு இருக்கிறது என்று நான் கூறினால், நீங்கள் என்ன நினைப்பீர்கள்? அதாவது, நீங்களே உருவாக்கிக் கொள்கின்ற எதிர்மறை உணர்ச்சிகளை நிறுத்திக் கொள்கின்ற சக்தி உங்களுக்கு இருக்கிறது என்பது அதன் அர்த்தம்.

நம்முடைய சூழ்நிலை எவ்வளவு கடினமானதாக இருந்தாலும், எதிர்மறை உணர்ச்சிகளிலிருந்து நம்மை முற்றிலுமாக விடுவித்துக் கொள்வதைத் தேர்ந்தெடுப்பதற்கான வாய்ப்பு நம் ஒவ்வொருவருக்கும் இருக்கிறது. என்னுடைய இந்தச் சொந்தக் கதை இதைத் தெளிவாக விளக்கும்.

எனக்கு அப்போது இருபது வயது. அப்போது நான் வேலை பார்த்து வந்த கட்கோ நிறுவனத்தின் விற்பனைக் கருத்தரங்கு ஒன்றில் கலந்து கொண்டு நான் என் காரில் வீடு திரும்பிக் கொண்டிருந்தேன். அப்போது எதிரில் குடித்துவிட்டுத் தன் காரைப் படுவேகமாக ஓட்டி வந்த ஒருவர் என் காரின்மீது மோதிவிட்டார். அந்த விபத்தின் காரணமாகத் திரும்பியிருந்த என் காரின்மீது, எனக்குப் பின்னால் வந்து கொண்டிருந்த கார் மேலும் பலமாக மோதிவிட்டது. முதல் மோதலைவிட, இந்த இரண்டாவது மோதலின் காரணமாகத்தான் நான் படுகாயமடைந்தேன். அந்த விபத்தில் வேறு எவருக்கும் அடிபடவில்லை.

அந்த விபத்தின் காரணமாக, என் உடலில் பதினொரு எலும்புகள் நொறுங்கிவிட்டன. ஓர் ஐம்பது நிமிடப் போராட்டத்திற்குப் பிறகு, நான் என்னுடைய காரிலிருந்து வெளியே எடுக்கப்பட்டேன். கடுமையான இரத்தப் போக்கின் காரணமாக என் இதயம் ஆறு நிமிடங்களுக்குத் துடிப்பதை நிறுத்தியது. அதிர்ஷ்டவசமாக, நான் மீண்டும் உயிர்த்தெழ வைக்கப்பட்டேன். விமான ஆம்புலன்ஸ் மூலம் நான் ஒரு மருத்துவமனைக்குக் கொண்டு செல்லப்பட்டேன். அங்கு நான் ஆறு நாட்கள் நினைவில்லாமல் கிடந்தேன்.

எனக்கு சுயநினைவு திரும்பியபோது, மருத்துவர்கள் என்னிடம், நான் என் வாழ்நாள் முழுவதும் ஒரு சக்கரநாற்காலியில்தான் இருக்க வேண்டியிருக்கும் என்று கூறினர். அதைக் கேட்டு நான் நிலைகுலைந்து போனேன். ஒருவர் இப்படிப்பட்டச் செய்தியை எந்த வயதில் கேட்டிருந்தாலும் அவர் கடுமையான அதிர்ச்சி அடைந்திருப்பார் என்பது உறுதி. ஆனால், அப்போது எனக்கு வெறும் இருபது வயதுதான். நான் உருவாக்கி வைத்திருந்த அனைத்து இலக்குகளுக்கும் நான் நடப்பது இன்றியமையாததாயிற்றே என்று நான் நினைத்தேன்.

அந்த உடனடி அதிர்ச்சியிலிருந்து விடுபட்டப் பிறகு, மருத்துவர்கள் கூறியவற்றை நான் அசை போட்டுப் பார்த்தேன். அதற்கு எப்படி எதிர்வினையாற்றுவது என்பதை என்னால் தேர்ந்தெடுக்க முடியும் என்பது

எனக்குப் புரிந்தது. நான் இப்படியும் நினைக்கலாம்: "இது நியாயமே அல்ல. எனக்குப் போய் ஏன் இப்படி நிகழ்ந்துள்ளது? இதை நான் வெறுக்கிறேன். என் வாழ்க்கை முற்றிலுமாகச் சீரழிந்துவிட்டது." அல்லது, "இதை என்னால் மாற்ற முடியாது. என்னுடைய நிலை குறித்து மோசமாக உணர்வதில் எந்த அர்த்தமும் இல்லை. நான் உயிர் பிழைத்திருப்பது குறித்து நான் நன்றியுடன் இருக்க வேண்டும்," என்றும் நான் நினைக்கலாம். என் எதார்த்தச் சூழலை நிராகரித்துவிட்டு, நான் எதிர்மறை உணர்ச்சிகளைப் பிடித்துத் தொங்கிக் கொண்டிருக்கலாம். அல்லது, என் எதார்த்தத்தை எந்தவிதமான நிபந்தனைகளுமின்றி ஏற்றுக் கொண்டு, எதிர்மறை உணர்ச்சிகள் என்னை அண்டவிடாமல் பார்த்துக் கொள்ளலாம். நான் இரண்டாவதைத் தேர்ந்தெடுத்தேன்.

நான் என் எதார்த்தத்தை எந்தவிதமான நிபந்தனைகளுமின்றி ஏற்றுக் கொண்டேன். "நான் ஒரு கார் விபத்தில் சிக்கிக் கொண்டேன். பதினொரு எலும்புகள் உடைந்துவிட்டன. மூளையில் நிரந்தரமான பாதிப்பு ஏற்பட்டுவிட்டது. என்னால் மீண்டும் எழுந்து நடக்க முடியாது என்று மருத்துவர்கள் நினைக்கின்றனர்." இந்த ஏற்றுக் கொள்கின்ற மனப்போக்கிற்கு நான் ஐந்து நிமிடங்களுக்குள் வந்துவிட்டேன்.

ஐந்து நிமிடங்களா? "என்னால் அதை நம்ப முடியவில்லை!" என்று நீங்கள் நினைக்கலாம். அல்லது, "இதை எப்படி இவன் செய்தான்?" என்று நீங்கள் வியந்து கொண்டிருக்கக்கூடும். அதற்கு முந்தைய பதினெட்டு மாதங்களாக, நான் என்னுடைய வேலையில், என்னை அறியாமலேயே இந்தக் கணத்திற்காக என் மூளையைத் தயார்படுத்தி வந்திருந்தேன். எந்த விஷயத்தையும் எதிர்ப்பதற்குப் பதிலாக அதை ஏற்றுக் கொள்வது என்பது என்னுடைய இயல்பான போக்காக ஆகிவிட்டிருந்ததுதான் அதற்குக் காரணம்.

ஐந்து நிமிட விதி

நான் மருத்துவமனைக் கட்டிலில் படுத்துக் கிடந்தபோது, கட்கோ நிறுவனத்தில் என்னுடைய முதல் மேலாளராக இருந்த ஜெஸ்ஸி லீவைன் எனக்குக் கற்றுக் கொடுத்திருந்த ஒரு விதி என் நினைவுக்கு வந்தது. அவர் ஓர் அதிசய வித்தைக்காரர். அதை அவர் ஐந்து நிமிட விதி என்று அழைத்தார். அதை இப்படி விளக்கலாம்: "ஒரு விஷயம் நாம் திட்டமிட்டிருந்தபடி நடைபெறாவிட்டால், அது குறித்து மோசமாக உணர்வதில் தவறில்லை. ஆனால், அந்த உணர்வு ஐந்து நிமிடங்களைத் தாண்டாமல் பார்த்துக் கொள்ள வேண்டும்." இது குறித்து அவர் எங்களுக்கு அளித்திருந்த பயிற்சியில், எங்களுடைய வேலையில் நாங்கள் எதிர்பார்த்திருந்த விளைவுகள் ஏற்படாமல் போனால், நாங்கள் எங்களுடைய அலைபேசியில் ஐந்து நிமிடங்கள் அலாரம் ஒன்றை வைத்துக் கொள்ள வேண்டும். அந்த ஐந்து நிமிடங்கள்வரை நாங்கள் அது குறித்து மோசமாக உணர்வதற்கு எங்களுக்கு அனுமதியுண்டு.

அது குறித்து நாங்கள் எரிச்சல் அடையலாம், வாய்க்கு வந்தபடி திட்டலாம், அழலாம், குறை கூறலாம், புலம்பலாம், எதன்மீது வேண்டுமானாலும் ஓங்கிக் குத்தலாம். ஆனால், ஐந்தாவது நிமிடத்தில் அதை நிறுத்திவிட வேண்டும். எங்களுடைய உணர்ச்சிகளை முழுமையாக வெளிப்படுத்திக் கொள்வதற்கு அந்த ஐந்து நிமிடங்கள் எங்களுக்கு வாய்ப்பளித்தன. ஆனால், அந்த ஐந்து நிமிடக் கெடு, நீண்ட நேரத்திற்கு ஒப்பாரி வைத்துக் கொண்டிருப்பதைத் தடுத்தது. பொதுவாக, எதிர்மறை உணர்ச்சிகளை எதிர்கொள்கின்றபோது மக்கள் விழுந்துவிடுகின்ற கருந்துளைக்குள் சிக்கிக் கொள்ளாமல் நாங்கள் தடுக்கப்பட்டோம்.

எங்களுடைய அலைபேசி, ஐந்தாவது நிமிடத்தின் முடிவில் அலாரத்தை ஒலிப்பிக்கின்றபோது, நாங்கள் சத்தமாக, "இதை என்னால் மாற்ற முடியாது!" என்று கூறுமாறு எங்கள் மேலதிகாரி கேட்டுக் கொள்வார். ஒரு விஷயத்தை உங்களால் மாற்ற முடியாது என்பதை

நீங்கள் அங்கீகரிக்கின்றபோது, தொடர்ந்து அதை எதிர்த்துக் கொண்டிருப்பதும், அதை நோக்கி எதிர்மறை உணர்ச்சிகளைக் கொட்டுவதும் முட்டாள்தனம். அதோடு, அது தேவையற்ற வலிகளை மட்டுமே உண்டாக்கும். அந்த வேதனையால், அதற்குக் காரணமாக அமைந்திருந்ததாக நீங்கள் கருதுகின்ற நிகழ்வுகளை மாற்ற முடியாது.

நான் இதை முதன்முதலாகக் கற்றுக் கொண்டபோது, "என்ன, வெறும் ஐந்து நிமிடங்களா? ஏதாவது ஒன்று தவறாகப் போனால், அது குறித்து எரிச்சலடைவதற்கு ஐந்து நிமிடங்கள் எப்படிப் போதும்?" என்ற எண்ணம்தான் என் மனத்தில் உடனே முளைத்தது. பின் நான் அதை என் தொழில்வாழ்க்கையில் அமல்படுத்தினேன். என் வாடிக்கையாளர்களில் ஒருவர் தன் ஆர்டரை இரத்து செய்வார். நான் என் அலைபேசியைக் கீழே வைத்தவுடன், அதில் ஓர் ஐந்து நிமிட அலாரத்தை வைப்பேன். ஐந்து நிமிடங்களுக்கு அவரை என் மனத்திற்குள் வாய்க்கு வந்தபடி திட்டுவேன். பின் அந்த அலாரம் ஒலிக்கும். அப்போது என்ன நடக்கும் என்று நீங்கள் நினைக்கிறீர்கள்? நான் எதிர்பார்த்திருந்தபடியே என் கோபம் வடிந்திருக்காது! ஐந்து நிமிடங்கள் போதாது! ஆனாலும், நான் தொடர்ந்து அந்த ஐந்து நிமிட விதியைக் கடைபிடித்து வந்தேன். ஒரு சில வாரங்களில் எல்லாம் மாறியது.

நான் என் அலைபேசியில் அலாரம் வைப்பேன். அலுவலகத்தில் குறுக்கும் நெடுக்கும் நடந்தபடி புலம்புவேன், திட்டுவேன். சிறிது நேரம் கழித்து அலைபேசியை எடுத்து நேரத்தைப் பார்ப்பேன். இன்னும் நான்கு நிமிடங்கள் பதினேழு நொடிகள் இருப்பதாக அது காட்டும். எதார்த்தத்தை ஏற்றுக் கொள்வதா அல்லது அதை எதிர்ப்பதா என்பதைத் தேர்ந்தெடுக்க வேண்டியது நான்தான் என்ற புதிய விழிப்புணர்வு எனக்குள் ஓடிக் கொண்டிருக்கும். உடனே, நான் ஏற்றுக் கொள்வதைத் தேர்ந்தெடுப்பேன். உடனே நான் இவ்வாறு நினைத்துக் கொள்வேன்: "எதற்காக அடுத்த நான்கு நிமிடங்கள் இது குறித்து மனக்கலக்கம் கொள்ள வேண்டும்? அதற்குப்

பதிலாக வேறு ஏதாவது உருப்படியான காரியங்களில் இறங்கலாமே?" இதன் விளைவாக, என் கட்டுப்பாட்டில் இல்லாத விஷயங்களை வேகமாக ஏற்றுக் கொள்கின்ற பழக்கத்தை நான் என்னிடம் வளர்த்துக் கொண்டேன்.

ஐந்து நிமிட விதி சிறப்பாக வேலை செய்வதற்கு, உணர்ச்சிரீதியான வலி குறித்து அது ஒரு விஷயத்தைத் தெள்ளத் தெளிவாக எடுத்துரைப்பதுதான் காரணம்: "அந்த நிகழ்வோ, அந்த அனுபவமோ, அல்லது அந்தச் சூழலோ நமக்கு வலி ஏற்படுத்துவதில்லை. மாறாக, வாழ்க்கையை அதன் போக்கில் ஏற்றுக் கொள்ள நாம் விரும்பாமல் இருப்பதுதான் அதற்குக் காரணம்."

"இது நமக்கு நடந்திருக்கக்கூடாது!" என்ற எண்ணத்திற்குள் நாம் மீண்டும் மீண்டும் அமிழ்கின்றபோதுதான், எதிர்மறை உணர்ச்சிகள் நம்மை வெள்ளமெனச் சூழ்ந்து கொள்கின்றன. அந்த நிகழ்வு ஐந்து நிமிடங்களுக்கு முன்னால் நடந்திருந்தாலும் சரி, அல்லது ஐம்பது ஆண்டுகளுக்கு முன்பு நிகழ்ந்திருந்தாலும் சரி, எல்லாம் ஒன்றுதான். அப்படி நடக்காமல் இருந்திருந்தால் நன்றாக இருந்திருக்கும் என்ற நினைப்பு உங்களுக்குள் இருக்கின்றவரை, உணர்ச்சிரீதியான வலி உங்களைத் தொடர்ந்து காயப்படுத்திக் கொண்டே இருக்கும். அதை நீங்கள் ஏற்றுக் கொள்கின்ற கணத்தில் நீங்கள் அதிலிருந்து விடுதலை அடைந்துவிடுவீர்கள்.

அந்த மருத்துவமனைப் படுக்கையில், என்னுடைய புதிய எதார்த்தம் குறித்து சுய பச்சாதாபம் கொள்வதற்கு நான் எனக்கு ஐந்து நிமிடங்களை அளித்துக் கொண்டேன். நடந்தவற்றை என்னால் மாற்ற முடியாது என்பதை எனக்கு நினைவுபடுத்திக் கொண்ட நான், அதை எதிர்த்துப் போராடுவதில் அர்த்தமில்லை என்ற

முடிவுக்கு வந்தேன். அதனால், அதை முழுமையாக ஏற்றுக் கொள்வது என்ற தீர்மானத்தை நான் எடுத்தேன். ஆமாம், ஐந்து நிமிடங்களில் நான் அந்த முடிவுக்கு வந்தேன். "இது வாதத்திற்கு வேண்டுமானால் சரியாக இருக்கலாம், நடைமுறைக்கு ஒத்து வராது," என்று நீங்கள் நினைக்கலாம். எந்தவொரு விஷயமும் புதிதாக இருக்கும்போது நாம் இப்படித்தான் எண்ணுவோம். நான் ஐந்து நிமிட விதியை ஒன்றரை ஆண்டுகளுக்கு மேல் பயிற்சி செய்து வந்திருந்த காரணத்தால், என் விபத்தின்போது, என்னால் விரைவாக அதை ஏற்றுக் கொள்ள முடிந்தது என்பதை நீங்கள் நினைவில் கொள்ள வேண்டும். அதே முடிவுக்கு நான் ஐந்து மணி நேரம் கழித்தோ அல்லது ஐந்து நாட்கள் கழித்தோ வந்திருந்தால்கூட, வாழ்நாள் முழுவதும் என் பரிதாப நிலை குறித்து நான் மருகிக் கொண்டே இருப்பதைவிட அது மேலானதாகத்தான் இருந்திருக்கும்.

அதற்கு அடுத்த இரண்டு நாட்கள், நான் என்னுடைய மருத்துவமனைக் கட்டிலில் படுத்தவாறு, என்னுடைய நிலை குறித்து யோசித்துக் கொண்டிருந்தேன். மருத்துவர்கள் கூறியபடி நான் ஒரு சக்கரநாற்காலிக்குள் முடங்கிக் கிடக்க வேண்டியிருந்தால், நான் எப்படி அதில் இயங்குவேன், அதை என் காரில் எப்படி ஏற்றி இறக்குவேன் என்று நான் சிந்தித்தேன். ஒரு பெண்ணை எப்படிக் காதலிப்பேன்? இப்படிப் பற்பல சிந்தனைகள். ஆனால், என் எண்ணங்கள் எங்குச் சுற்றினாலும், அவை ஒரே இடத்திற்கே திரும்பி வந்து நின்றன. "நான் உயிர்பிழைத்திருப்பது குறித்து நன்றியுடையவனாக இருக்கிறேன். இனி, என் வாழ்க்கை எப்படி இருக்க வேண்டும் என்று நான் தீர்மானிக்கிறேனோ, அப்படித்தான் அது இருக்கும்."

இது உங்களை மகிழ்ச்சிப்படுத்தாது

இங்கு நான் ஒரு விஷயத்தைத் தெளிவுபடுத்திக் கொள்ள விரும்புகிறேன். என் எஞ்சிய வாழ்நாள் முழுவதும் சக்கரநாற்காலியே கதியென்று கிடப்பது குறித்து நான்

மகிழ்ச்சி அடையவில்லை. அந்த ஏற்பாட்டை நான் அமைதியாக ஏற்றுக் கொண்டேன், அவ்வளவுதான். இரண்டுக்கும் இடையே ஏகப்பட்ட வேறுபாடுகள் இருக்கின்றன.

மகிழ்ச்சிதான் மனிதனின் உச்சகட்ட இலக்கு என்று பல தத்துவங்கள் முன்மொழிகின்றன. மகிழ்ச்சியாக இருக்க வேண்டும் என்று எண்ணுவதில் எந்தப் பிரச்சனையும் இல்லை. நானும் மகிழ்ச்சியாக இருக்கவே விரும்புகிறேன். ஆனால், மகிழ்ச்சி என்பது ஓர் உணர்ச்சி. உணர்ச்சிகள் நிரந்தரமானவை அல்ல, அவை தோன்றி மறையக்கூடியவை. நீங்கள் மகிழ்ச்சியாக இருக்கிறீர்கள். திடீரென்று ஏற்படுகின்ற ஓர் அசௌகரியமான உரையாடல் அதை அப்படியே மாற்றிவிடும். இப்படிப்பட்ட அனுபவங்கள் கண்டிப்பாக உங்களுக்கு ஏற்பட்டிருக்கும். ஒரு கணம் நீங்கள் மகிழ்ச்சியாக இருப்பீர்கள், மறுகணம் நீங்கள் மனக்கலக்கம் அடையக்கூடும். அப்படியெனில், மகிழ்ச்சி நாம் நினைத்துக் கொண்டிருக்கின்ற அளவுக்கு முதலும் முடிவுமான ஒன்றல்ல.

நீங்கள் விரும்பாத ஒன்று உங்கள் வாழ்க்கையில் நிகழ்கின்றபோது, அதை ஏற்றுக் கொள்கின்ற மனநிலையை உங்களிடம் உருவாக்கிக் கொள்ள முடியும். ஆனால், அதற்காக, அது குறித்து நீங்கள் மகிழ்ச்சி கொள்கிறீர்கள் என்று அர்த்தமில்லை. நான் ஒரு கார் விபத்தில் சிக்கிக் கொண்டது குறித்தும், என்னால் ஒருபோதும் எழுந்து நடக்க முடியாது என்று கூறப்பட்டது குறித்தும் என்னால் எப்படி மகிழ்ச்சி கொள்ள முடியும்? பின்னர் பல ஆண்டுகள் கழித்து எனக்கு அரிய, தீவிரமானதொரு புற்றுநோய் வந்திருந்ததாக என்னிடம் கூறப்பட்டபோது, என்னால் அது குறித்து எப்படி மகிழ்ச்சி அடைந்திருக்க முடியும்? ஒரு சந்திப்புக்கூட்டத்திற்குத் தாமதமாகச் சென்று கொண்டிருக்கின்றபோது, கடும் போக்குவரத்து நெரிசலில் சிக்கிக் கொள்வது எனக்குக் கண்டிப்பாக மகிழ்ச்சி ஏற்படுத்தாது. நல்லவேளையாக, ஒரு மோசமான நிகழ்வை ஏற்றுக் கொள்வது, மகிழ்ச்சியை

ஏற்படுத்துவதைக் காட்டிலும் ஆற்றல் வாய்ந்த ஓர் உணர்வை நம்மிடம் ஏற்படுத்துகிறது.

உணர்ச்சிகள், நேர்மறையான உணர்ச்சிகள் என்றும், எதிர்மறையான உணர்ச்சிகள் என்றும் இரண்டு வகைகளாகப் பிரிக்கப்படுகின்றன. மகிழ்ச்சி, ஆனந்தம், பரவசம், நன்றியுணர்வு, அன்பு போன்றவை நேர்மறையான உணர்ச்சிகளின் பட்டியலில் இடம்பெறும். பயம், கோபம், பொறாமை, பின்வருத்தம், வெறுப்பு போன்றவை எதிர்மறையான உணர்ச்சிகளின் பட்டியலில் இடம்பெறும். நேர்மறையான உணர்ச்சிகள் நம்மை நல்லவிதமாக உணரச் செய்யும், எதிர்மறையான உணர்ச்சிகள் நம்மை மோசமாக உணரச் செய்யும். இந்த இரண்டுக்கும் நடுவேயுள்ள இடத்தில்தான் உள்ளார்ந்த மன அமைதி கொலுவீற்றிருக்கிறது. நாம் நாட வேண்டிய விஷயம் அதுதான். மன அமைதி என்பது ஒரு நிலை, அது ஓர் உணர்ச்சி அல்ல. அது நேர்மறையானதும் அல்ல, எதிர்மறையானதும் அல்ல. அது நடுநிலையானது.

மன அமைதி என்ற இடத்திலிருந்துதான் அதிசயங்களின் உருவாக்கம் தொடங்குகிறது. ஏற்புடைமை என்ற வாசலின் வழியாக எந்த நேரத்தில் வேண்டுமானாலும் உங்களால் மன அமைதியை அடைய முடியும். எடுத்துக்காட்டாக, என் விஷயத்தில், கார் விபத்தையும் அது என்மேல் ஏற்படுத்தியிருந்த தாக்கத்தையும் நான் அப்படியே ஏற்றுக் கொண்டேன். அது எனக்கு மன அமைதியைக் கொடுத்தது. அது எனக்கு அளித்த ஆற்றலை, என்னால் கட்டுப்படுத்தக்கூடிய விஷயங்களில் நான் செலுத்தினேன்.

பொதுவாக என் நிலையில் இருக்கின்ற நோயாளிகள் எதிர்மறையான உணர்ச்சிகளை வெளிப்படுத்துவதையே மருத்துவர்கள் பார்த்துப் பழக்கப்பட்டிருந்தனர்.

அதனால், நான் என்னுடைய புதிய எதார்த்தத்திற்குள் வளைய வந்து கொண்டிருந்தபோது, என் மருத்துவர்கள் பழைய உலகிலேயே சஞ்சரித்துக் கொண்டிருந்தனர். அதனால், அந்த மருத்துவமனையிலிருந்த உளவியல் மருத்துவர், என் பெற்றோரிடம், நான் உடல்ரீதியாக நன்றாகத் தேறி வந்து கொண்டிருந்ததாகவும், ஆனால், உளவியல்ரீதியாக நான் 'மறுத்தல் நிலையில்' இருந்ததாகவும் கவலையுடன் தெரிவித்தனர். அதாவது, நான் என் எதார்த்த நிலையைப் புரிந்து கொண்டு அது குறித்துப் போதுமான அளவு கவலை கொள்ளாமல் இருந்ததைக் கண்டு அவர்கள் இந்த முடிவுக்கு வந்திருந்தனர். அந்த மருத்துவரும் பிறரும் என்னைச் சந்திக்க வந்தபோதெல்லாம் நான் உற்சாகமான மனநிலையில் இருந்தேன், வருவோர் போவோரிடம் நகைச்சுவையாகப் பேசி அவர்களைச் சிரிக்க வைத்தேன். அதனால், அந்த மருத்துவர், நான் என்னுடைய எதிர்மறை உணர்ச்சிகளை எனக்குள் அடைத்து வைத்துக் கொண்டிருந்ததாக நினைத்துக் கொண்டார். பின்னர் ஒரு நாள் அது வெடித்துக் கிளம்பி வெள்ளமெனப் பாயும் என்று அந்த மருத்துவர் கவலைப்பட்டார். அது பின்னர் மனச்சோர்வு போன்ற மனநோய்களுக்கு என்னைக் கொண்டு சென்றுவிடும், அல்லது அதைவிட மோசமான நிலைக்குக்கூட அது என்னைத் தள்ளிவிடக்கூடும் என்ற தன்னுடைய கவலையை அவர் என் பெற்றோரிடம் தெரிவித்தார்.

நான் அந்த விபத்தை ஒரு நேர்மறையான மனப்போக்குடன் எடுத்துக் கொண்டிருந்ததாக அதுவரை நினைத்துக் கொண்டிருந்த என் பெற்றோர், அந்த மருத்துவரின் இந்தப் பேச்சைக் கேட்டுக் குழப்பமடைந்தனர். குறிப்பாக, என் மனப்போக்கு, மனச்சோர்வைவிட மோசமான நிலைக்கு என்னைத் தள்ளிவிடும் என்று அந்த மருத்துவர் கூறியது அவர்களுக்குக் கலக்கத்தை ஏற்படுத்தியது.

அதைப் பற்றி அவர்கள் அந்த மருத்துவரிடம் வினவியபோது, இப்படி உணர்ச்சிகளை அடக்கி வைத்துக் கொள்கின்ற என்னைப் போன்ற விபத்து

நோயாளிகள், பின்னர் போதைப் பழக்கம், குடிப் பழக்கம் போன்றவற்றுக்கு அடிமையாவதற்கான வாய்ப்பு அதிகம் என்று அவர் தெரிவித்தார். அதனால், என்னிடம் பேச்சுக் கொடுத்து, நான் உண்மையிலேயே எப்படி உணர்ந்தேன் என்பதைக் கண்டுபிடிக்குமாறு அவர் என் பெற்றோருக்குப் பரிந்துரைத்தார்.

அன்று மாலையில் என்னைப் பார்க்க வந்த என்னுடைய அப்பா, நான் தனியாக இருந்தபோது நான் எப்படி உணர்ந்தேன் என்று என்னிடம் கேட்டார். நான் மனச்சோர்வு அடைந்திருந்தேனா என்று அவர் கேட்டார். மீண்டும் என்னால் நடக்க முடியாது என்பது குறித்து நான் வருத்தமாகவோ அல்லது பயந்து போயோ இருந்தேனா என்று அவர் கேட்டார். அல்லது, குடித்துவிட்டு என் காரின்மீது மோதியிருந்த அந்த ஓட்டுநர்மீது நான் கோபமாக இருந்தேனா என்று அவர் கேட்டார். இதை என்னுடைய மருத்துவரின் பரிந்துரையின் பேரிலேயே தான் என்னிடம் கேட்டதாகவும் அவர் என்னிடம் தெரிவித்தார்.

அவர் கூறியதை நான் மௌனமாகக் கேட்டுக் கொண்டேன். ஆனால், அவருடைய கேள்விகளால் நான் மிகவும் அதிர்ச்சியடைந்தேன்.

நான் ஒரு நிமிடம் என் உணர்ச்சிகளை எடைபோட்டுப் பார்த்தேன். பின்னர் நான் அவரிடம், “அப்பா, நீங்கள் என்னை நன்றாகப் புரிந்து வைத்துள்ளீர்கள் என்று நான் நினைத்துக் கொண்டிருந்தேன்,” என்று கூறினேன்.

அதைக் கேட்டு அவர் வெறுமனே தன் புருவங்களை உயர்த்தினார். அவர் வேறு எதுவும் பேசவில்லை.

அதனால் நான் தொடர்ந்து பேசினேன். “நான் ஐந்து நிமிட விதியைப் பின்பற்றி வருகிறேன் என்பது உங்களுக்குத் தெரியும்தானே?”

“தெரியும். அதைப் பற்றி நீ முன்பு என்னிடம் குறிப்பிட்டது எனக்கு நினைவிருக்கிறது,” என்று என் அப்பா கூறினார்.

“விபத்து நேர்ந்து இன்றோடு இரண்டு வாரங்கள் முடிந்துவிட்டன. என்னுடைய ஐந்து நிமிட விதியின்

காலக்கெடு எப்போதோ முடிந்துவிட்டது."

என் அப்பா அதற்கு வெறுமனே உம் கொட்டினார். நான் தொடர்ந்தேன். "என்னால் மாற்றப்பட முடியாத ஒரு விஷயம் குறித்து நான் வருத்தம் கொள்வதில் எந்த அர்த்தமும் இல்லை. மாறாக, அப்பளமாக நொறுங்கிப் போயுள்ள என்னுடைய காரின் படத்தை நீங்கள் காட்டிய பிறகு, நான் உயிர்பிழைத்திருப்பது குறித்து நான் நன்றியுணர்வுடன் இருக்கிறேன். அனைத்தும் ஏதோ ஒரு காரணத்திற்காக நடைபெறுகிறது என்ற நம்பிக்கை எனக்கு உண்டு. அந்தக் காரணங்கள் என்ன என்பதைக் கண்டுபிடிக்க வேண்டிய பொறுப்பும் நமக்குத்தான் இருக்கிறது என்றும் நான் நம்புகிறேன். இந்த அனுபவத்திலிருந்து நான் என்ன பாடம் கற்றுக் கொள்ளலாம் என்று நான் யோசித்துக் கொண்டிருக்கிறேன்."

என் அப்பாவிடம், நான் 'மறுத்தல் நிலையில்' இருக்கவில்லை என்பதை நான் தெளிவுபடுத்தினேன். உண்மையில் அதற்கு நேர் எதிரான மனநிலையில் நான் இருந்தேன் என்றும், நடந்தவற்றை முழுமையாக ஏற்றுக் கொண்டிருக்கின்ற மனப்போக்குதான் அது என்றும் நான் கூறினேன். நான் என் வாழ்நாள் முழுவதும் ஒரு சக்கரநாற்காலியில்தான் இருக்க வேண்டும் என்ற மருத்துவர்களின் கணிப்பையும் நான் ஏற்றுக் கொண்டதாக நான் கூறினேன். ஒருவேளை நான் அப்படி இருக்க நேர்ந்துவிட்டால், 'உலகிலேயே மகிழ்ச்சியான சக்கரநாற்காலிக்காரனாக' இருக்க நான் தீர்மானித்துவிட்டதாகவும் நான் அவரிடம் தெரிவித்தேன்.

மேலும், நான் மீண்டும் எழுந்து நடப்பதற்கு வாய்ப்பு இருந்ததை நான் மறுக்கவில்லை என்றும் நான் என் அப்பாவிடம் தெரிவித்தேன். மருத்துவர்கள் எதனால் அந்த முடிவுக்கு வந்தார்கள் என்பது எனக்குத் தெரியாது. ஆனால், மீண்டும் எழுந்து நடப்பதை என்னுடைய இலக்காக வரித்துக் கொண்டு, அதற்குத் தேவையான அனைத்து முயற்சிகளையும் நான் மேற்கொள்ளப் போவதாக நான் என் அப்பாவிடம் கூறினேன்.

அதனால், நான் மீண்டும் எழுந்து நடப்பதாகக் கற்பனை செய்தேன், அது குறித்துப் பிரார்த்தித்தேன், அது குறித்துச் சிந்தித்தேன். அது குறித்துப் பேசினேன், அது சாத்தியம் என்று ஆணித்தரமாக நம்பினேன். எனக்கு உடற்பயிற்சி அளித்துக் கொண்டிருந்த நபரிடம், அவர் போதும் என்று கூறிய பிறகும் நான் மேலும் செய்யப் போவதாகக் கூறினேன். அதாவது, நான் அசாதாரணமான முயற்சிகள் மேற்கொண்டேன். எனக்கு விபத்து ஏற்பட்டு மூன்று வாரங்கள் கழித்து என் விஷயத்தில் ஓர் அதிசயம் நிகழ்ந்தது. என்னைச் சந்தித்த மருத்துவர்கள், என்னுடைய எக்ஸ்ரே படத்தை என்னிடமும் என் பெற்றோரிடமும் காட்டி, "இது எப்படி நிகழ்ந்தது என்பது எங்களுக்குத் தெரியாது. ஆனால், இந்த மூன்று வாரங்களில் உங்களுடைய உடல் அபாரமாகக் குணமடைந்துள்ளது. இன்றே நீங்கள் உங்களுடைய முதலடியை எடுத்து வைக்கும் அளவுக்கு அது குணமாகியுள்ளது," என்று தெரிவித்தனர். நானும் அன்றே என்னுடைய முதலடியை எடுத்து வைத்தேன்.

நான் என்னுடைய நிலையை முழுமையாக ஏற்றுக் கொண்டிருந்ததால், எதிர்மறை உணர்ச்சிகளில் என் ஆற்றல் வீணாகாமல் இருந்தது. பின் என் ஆணித்தரமான நம்பிக்கையும் நான் மேற்கொண்டிருந்த அசாதாரணமான முயற்சிகளும் நான் எழுந்து நடப்பதைச் சாத்தியமாக்கின.

உங்களுடைய கடந்தகால, நிகழ்கால, மற்றும் வருங்கால உணர்ச்சிரீதியான வலியை விடுவித்தல்

என்னிடம் ஆலோசனை பெற்றிருந்தவர்களும், என் கூட்டங்களில் கலந்து கொண்டிருந்தவர்களும், நான் குறிப்பிட்டிருந்த இந்த விஷயத்தைத் தர்க்கரீதியாக ஏற்றுக் கொண்டபோதிலும், அதைப் போன்ற ஒரு விளைவு தங்கள் வாழ்வில் நிகழும் என்று நம்பத் தயாராக இருக்கவில்லை.

உணர்ச்சிரீதியான வலிக்கான ஒரே காரணம் எதிர்ப்புதான் என்று நான் அவர்களிடம்

வலியுறுத்தினேன். நம்முடைய எதார்த்தத்தை மறுப்பதன் மூலமாக நமக்கு நாமே உருவாக்கிக் கொள்வதுதான் உணர்ச்சிரீதியான வலி. ஏற்பட்டிருந்த விளைவுகளுக்குப் புறம்பான ஒன்றை விரும்புகின்ற வடிவத்தில்தான் பொதுவாக அந்த எதிர்ப்பு தோன்றுகிறது. இதுவரை நடக்காத ஒன்று வருங்காலத்தில் நடக்கலாம் என்ற கவலையும் இந்த வகையைச் சேர்ந்ததுதான். நம்முடைய எதிர்ப்பு எந்த அளவு இருக்கிறதோ, அதற்கு ஏற்ற விகிதத்தில்தான் நம்முடைய உணர்ச்சிரீதியான வலியும் இருக்கும்.

எடுத்துக்காட்டாக, நீங்கள் ஒரு காபி கடையில் வரிசையில் நின்று கொண்டிருக்கிறீர்கள். அதை முடித்துவிட்டு வேறு ஓர் இடத்திற்கு நீங்கள் செல்ல வேண்டும். ஆனால், அந்த வரிசை மெதுவாக நகர்ந்து கொண்டிருக்கிறது. இங்கும் உங்களுக்கு உணர்ச்சிரீதியான வலி ஏற்படலாம். அது பெரிய அளவில் இருக்காது என்பதால், மிஞ்சிப் போனால் அது எரிச்சலின் வடிவத்தில் இருக்கும். மறுபுறம், நீங்கள் திடீரென்று உங்களுடைய வேலையிலிருந்து தூக்கியெறியப்படுகிறீர்கள் என்று வைத்துக் கொள்வோம். உங்களை நம்பித்தான் உங்கள் குடும்பம் இருக்கிறது. அப்போது நீங்கள் அனுபவிக்கின்ற உணர்ச்சிரீதியான வலி தீவிரமானதாக இருக்கும். அப்போது உங்களிடம் கோபம், வெறுப்பு, பயம் போன்றவை தலைவிரித்தாடும்.

கற்பனையான இந்த இரண்டு விஷயங்களிலும் ஒருவர் அனுபவிக்கின்ற உணர்ச்சிரீதியான வலியின் தீவிரம் வெவ்வேறாக இருந்தாலும், அதற்கான காரணம் அந்த நிகழ்வுதான் என்று நாம் தவறாக நினைத்துக் கொள்கிறோம். ஆனால், உண்மையில் அந்த நிகழ்வுக்கு நாம் ஆற்றுகின்ற எதிர்வினைதான் அதற்கான உண்மையான காரணம். ஏனெனில், ஒரே மாதிரியான நிகழ்வுகள் இருவருக்கு ஏற்படுகின்றபோது, அவர்கள் ஒவ்வொருவரும் வெவ்வேறு விதமாக அதை எதிர்கொள்வர். ஒருவர் அதைக் கண்டு மனமொடிந்து போகக்கூடும். மற்றொருவர் அதை இலகுவாக எடுத்துக் கொள்ளக்கூடும். ஒரே நிகழ்வு. ஆனால், இரண்டு

விதமான உணர்ச்சிரீதியான அனுபவங்கள்.

எந்தவொரு நிகழ்விலும் தேவையற்ற உணர்ச்சிரீதியான வலியைத் தவிர்ப்பதற்கான ஒரே வழி, நிகழ்ந்துள்ளதை அப்படியே ஏற்றுக் கொள்வது என்ற முடிவை மேற்கொள்வதுதான்.

ஏற்றுக் கொள்ளுதல் – ஓர் எடுத்துக்காட்டு

நான் முதன்முதலாகச் சொற்பொழிவாற்றத் தொடங்கியபோது, நான் முதலில் கல்லூரிகளுக்குத்தான் சென்றேன். ஒரு முறை, கனடாவின் டொரான்டோ நகரிலுள்ள ஒரு கல்லூரியில் நான் சொற்பொழிவாற்றினேன். இரண்டு வாரங்களுக்குப் பிறகு, அந்த நிகழ்ச்சியில் கலந்து கொண்டிருந்த டேவோன் டெய்லர் என்ற இருபத்தேழு வயதுப் பெண்மணியிடமிருந்து எனக்கு ஒரு மின்னஞ்சல் வந்தது. அந்த மின்னஞ்சலில் அவர் ஒரு புகைப்படத்தையும் இணைத்திருந்தார். அது அவருடைய முழங்கையின் படம். அதில் அவர் மூன்று வார்த்தைகளைப் பச்சை குத்தியிருந்தார். அந்த மூன்று வார்த்தைகளை நான் அந்தச் சொற்பொழிவில் குறிப்பிட்டிருந்தேன். 'என்னால் மாற்ற முடியாது.' அவருடைய மின்னஞ்சலைப் படித்தபோது என் கண்கள் குளமாயின. ஏற்றுக் கொள்ளுதலின் மகிமை குறித்து அது என் கண்களை மேலும் திறந்தது.

அவருடைய தந்தையின் பத்தாவது ஆண்டு நினைவு நாளன்று அவர் அந்த வார்த்தைகளைத் தன் கையில் பச்சை குத்தியிருந்தார். கடந்த பத்து ஆண்டுகளாக, அவருடைய தந்தையின் இறப்பின் காரணமாக அவர் கடுமையான மனச்சோர்வுக்கு ஆளாகியிருந்தார். அதற்காக அவர் தொடர்ந்து சிகிச்சை எடுத்துக் கொண்டிருந்தார், மருந்து மாத்திரைகளைக் கணக்கு வழக்கில்லாமல் விழுங்கிக் கொண்டிருந்தார். தன் தந்தை இறந்ததன் காரணமாகத் தான் மனமுடைந்து போனதால், தான் தீவிர மனச்சோர்வுக்கு ஆளாகியிருந்ததாக அவர் நினைத்திருந்தார். அவரைச் சுற்றியிருந்தவர்களும் அதை உறுதி செய்யும் விதமாக அப்பெண்ணை நடத்தினர். "பாவம் இந்தப் பெண்! அவள் மனம் என்ன பாடுபட்டுக்

கொண்டிருக்கிறதோ!" என்ற ரீதியில் அவர்கள் அவளிடம் அனுதாபத்தைக் கொட்டினர். தன் தந்தை இறந்து பல ஆண்டுகளுக்குப் பிறகும் தான் அப்படி உணர்வது சரிதான் போலும் என்ற எண்ணத்தை அது அவருக்குக் கொடுத்தது.

அன்று நான் அவருடைய கல்லூரியில் பேசியபோது, ஏற்றுக் கொள்ளுதல் பற்றியும், ஐந்து நிமிட விதியைப் பற்றியும், 'என்னால் மாற்ற முடியாது' என்ற வாசகத்தைப் பற்றியும் நான் குறிப்பிட்டேன். தான் தன் தந்தையின் இறப்பு குறித்து மனமுடைந்து போயிருந்ததற்குக் காரணம், அவர் மறைந்துவிட்டார் என்ற எதார்த்தத்தைத் தான் ஏற்றுக் கொள்ள மறுத்ததுதான் என்பதை அவர் புரிந்து கொண்டார். தன் தந்தை இறந்துவிட்டார் என்ற எதார்த்தத்தை மறுப்பதற்குப் பதிலாக, அதைப் பிரக்ஞைபூர்வமாக ஏற்றுக் கொள்வதை அவரால் தேர்ந்தெடுக்க முடியும் என்று அதற்கு முன்பு யாரும் அவரிடம் கூறியிருக்கவில்லை.

என்னுடைய பேச்சைக் கேட்டதிலிருந்து, இரண்டு வாரங்களாக, கடந்த பத்து ஆண்டுகளில் அவர் முதன்முறையாக மனச்சோர்வு இல்லாமல் இருந்ததாக அந்த மின்னஞ்சலில் அவர் குறிப்பிட்டிருந்தார். ஒவ்வொரு முறை அந்த நினைப்பு அவருக்கு வந்தபோதும், 'என்னால் அதை மாற்ற முடியாது' என்று அவர் தனக்குத் தானே கூறிக் கொண்டு அமைதியைத் தேர்ந்தெடுத்தார். அதைத் தனக்கு எப்போதும் நினைவுபடுத்திக் கொள்வதற்காக, அவர் அந்த வார்த்தைகளைத் தன் கையில் பச்சை குத்திக் கொண்டார். தன் தந்தையின் இறப்பு குறித்த வருத்தமான எண்ணங்களுக்குப் பதிலாக, அவருடன் தான் சேர்ந்து கழித்திருந்த நாட்களை நன்றியுடன் நினைவுகூர்வதை அவர் தேர்ந்தெடுத்துக் கொண்டார்.

இதைக் கருத்தில் கொள்ளுங்கள்

ஓர் அனுபவத்தை நாம் மோசமானது என்று எடைபோடுகின்றபோதுதான் அதை நாம் எதிர்க்கிறோம். ஆனால், ஒரு நிகழ்வை நீங்கள் அனுபவித்துக் கொண்டிருக்கின்றபோதோ அல்லது அது நிகழ்ந்து முடிந்த உடனேயோ, அது நல்லதா அல்லது மோசமானதா என்று உங்களால் துல்லியமாக எடைபோட முடியாது. சில

நேரங்களில், நாம் இன்னல்கள் என்று கருதும் விஷயங்கள் நமக்கு ஒரு நல்ல படிப்பினையைக் கொடுக்கக்கூடும். என் விஷயத்தில், நான் என் கார் விபத்தை, என் வாழ்க்கையில் எனக்கு நிகழ்ந்திருந்ததிலேயே மிகச் சிறந்த ஒன்றாகப் பார்க்கிறேன். ஏனெனில், அது என்னை மேலும் வலுவானவனாக ஆக்கியது. நான் ஒரு பேச்சாளராகவும் எழுத்தாளராகவும் உருவாக அது ஒரு கிரியா ஊக்கியாகச் செயல்பட்டது. எனக்குப் புற்றுநோய் இருந்தது கண்டுபிடிக்கப்பட்ட நாளன்று நான் என் மனைவியிடம், "இதுவும் பின்னர் என் வாழ்க்கையின் ஒரு சிறந்த நிகழ்வாக ஆகப் போகிறது," என்று கூறினேன். நாம் சந்திக்கின்ற சவாலான காரியங்களின் அருமை, பொதுவாக, பின்னாளில் அவற்றைத் திரும்பிப் பார்க்கின்றபோதுதான் நமக்குத் தெரிய வரும். நீங்கள் உயிருக்கு உயிராக நேசித்திருந்த நபர் உங்களைவிட்டுப் பிரிகின்றபோது, நீங்கள் கடுமையாக மனமுடைந்து போகலாம், பல காலம் அதை நினைத்து உருகிக் கொண்டிருக்கலாம். ஆனால், பின்னர், உங்கள் வாழ்க்கையைப் பிரகாசிக்கச் செய்கின்ற ஒருவரை நீங்கள் சந்திக்கின்றபோதுதான், முன்பு ஏற்பட்டிருந்த முறிவு நல்லதுக்குத்தான் ஏற்பட்டிருந்தது என்பதை உங்களால் புரிந்து கொள்ள முடியும். ஆனால், எதற்காகப் பல ஆண்டுகள் வேதனையை அனுபவித்தப் பிறகு அந்த நிகழ்வு நல்லதுக்குத்தான் என்பதை உணர வேண்டும்? இப்போதே அந்த நிகழ்வை நிபந்தனையற்ற முறையில் ஏற்றுக் கொண்டால் என்ன? அதன் மூலம் நீண்டகால வேதனை இல்லாமல் இருக்கலாமல்லவா?

பிரச்சனை என்ற ஒன்று கிடையாது. பிரச்சனை என்பது ஒரு சூழ்நிலைக்கான ஓர் அடையாள முத்திரை மட்டுமே. கூட்டிக் கழித்துப் பார்த்தால், சூழ்நிலைகள் மட்டுமே இருக்கின்றன. அவற்றை நாம் பிரச்சனைகளாகப் பார்க்க முனைகின்றபோதுதான் அவை அப்படி உருவெடுக்கின்றன. நீங்கள் எந்தவொரு சூழ்நிலையின்மீதும், பிரச்சனை என்றோ அல்லது சவால் என்றோ முத்திரை குத்துவதைத் தேர்ந்தெடுக்கலாம். ஒவ்வொரு சூழ்நிலையின்மீதும் நாம் குத்துகின்ற

முத்திரைதான் நம்முடைய கண்ணோட்டத்தையும் அனுபவத்தையும் செதுக்குகிறது. உங்களுடைய வாழ்க்கைக்கு மேலும் அழுத்தம் கொடுத்து அதை இன்னும் கடினமானதாக ஆக்கிக் கொள்ள நீங்கள் ஆசைப்படுகிறீர்களா? அப்படியெனில், நீங்கள் விரும்பாத அனைத்துச் சூழ்நிலைகளுக்கும் பிரச்சனை என்ற முத்திரையைக் குத்துங்கள். அது படிப்படியாக மலையெனக் குவிந்து கொண்டே போகும். பின்னர் உங்களுடைய மாபெரும் வெற்றிக் கனவுகள், கனவு நிலையிலேயே தங்கிவிடும்.

உணர்ச்சிகளை உங்களால் ஒருபோதும் நல்லவை என்றோ அல்லது மோசமானவை என்றோ துல்லியமாக எடைபோட முடியாது. உணர்ச்சிகள் தவிர்க்கப்பட முடியாதவை. நாம் மனிதர்கள். மனிதர்கள் உணர்ச்சிரீதியான ஜீவன்கள். யாராவது உங்களுக்குத் துரோகம் இழைத்துவிட்டால், தொடக்கத்தில் நீங்கள் அவர்மீது கோபம் கொள்ளத்தான் செய்வீர்கள். உங்களுக்குப் பிரியமானவர் ஒருவரை நீங்கள் இழந்துவிட்டால், நீங்கள் இயல்பாகவே வருத்தம் கொள்வீர்கள். இந்த உணர்ச்சிகள் இயல்பானவை. நம்முடைய நோக்கம் எதிர்மறை உணர்ச்சிகளை ஒழித்துக் கட்டுவதல்ல, மாறாக, அவற்றுடனான நம்முடைய உறவை மாற்றிக் கொள்வதுதான்.

நம்மிடம் உடனடியாகத் தோன்றுகின்ற உணர்ச்சிகள் பிரச்சனைக்குரியவை அல்ல. அதற்குப் பிறகு நாம் அவற்றை எப்படிக் கையாள்கிறோம் என்பதுதான் இங்கு முக்கியம். ஒரு நிகழ்வு உங்களிடம் எதிர்மறை உணர்ச்சிகளைத் தோற்றுவிக்கிறது என்று வைத்துக் கொள்வோம். பின் நீங்கள் அதை விரைவாக ஏற்றுக் கொண்டு, அமைதியடைந்து, நீங்கள் உங்களுடைய வேலைகளைக் கவனிக்கச் சென்றுவிட்டால், பிரச்சனை எதுவுமில்லை. ஆனால், நாம் அந்த எதிர்மறை உணர்ச்சிகளிலேயே உழன்று கொண்டிருந்தால், பிரச்சனைதான். நாம் நம்முடைய உணர்ச்சிகளை மோசமானவை என்று எடைபோடுகின்றபோது, அந்த உணர்ச்சிகள் நம்மீது ஏற்படுத்துகின்ற தாக்கத்தின்

வீச்சை நாம் அதிகப்படுத்துகிறோம்.

எதிர்மறை உணர்ச்சிகளை நாம் எதிரிகளாகப் பார்க்க வேண்டியதில்லை. இன்னும் சொல்லப் போனால், அனைத்து உணர்ச்சிகளிலும் ஏதாவது ஒரு மதிப்பு வாய்ந்த விஷயம் பொதிந்திருக்கும். நீங்கள் நேசிக்கின்ற ஒருவரை நீங்கள் இழந்துவிட்டால், அது குறித்து வருந்துவது இயல்பானது மட்டுமல்ல, அது ஆரோக்கியமானதும்கூட. சில நேரங்களில், நாம் மேற்கொண்டிருந்த ஒரு தேர்ந்தெடுப்பின் விளைவாக ஒரு வலி ஏற்பட்டிருந்தால், அதை அனுபவிப்பது நல்லது. ஏனெனில், அதே தேர்ந்தெடுப்பை நாம் மீண்டும் மேற்கொள்ள மாட்டோம். இங்கு நீங்கள் கவனத்தில் எடுத்துக் கொள்ள வேண்டிய விஷயம் இதுதான்: உங்கள் கட்டுப்பாட்டில் இல்லாத சூழ்நிலைகளும் நிகழ்வுகளும் உங்களுடைய உணர்ச்சிகள்மீது ஆதிக்கம் செலுத்த அவற்றை அனுமதிக்காமல், உங்களுடைய உணர்ச்சிகள் உங்களுடைய கட்டுப்பாட்டில் இருக்கும்படி நீங்கள் பார்த்துக் கொள்ள வேண்டும்.

நாளைக்கு ஒரு கச்சிதமான வாழ்க்கை வேண்டும் என்று ஆசைப்படாதீர்கள். இன்றைய வாழ்க்கையில் கச்சிதத்தைக் காண முயலுங்கள். நாம் செய்கின்ற மற்றொரு காரியம், கச்சிதத்திற்கு ஆசைப்பட்டு, பிறகு அதை எதார்த்தத்தோடு ஒப்பிட்டுப் பார்ப்பது. இதுவும் இன்னொரு விதமான எதிர்ப்புதான். இங்கு நீங்கள் பற்றாக்குறையின்மீது உங்களுடைய கவனத்தைக் குவிக்கிறீர்கள். அதன் மூலம், உணர்ச்சிரீதியான வலியை நீங்களாகவே வரவழைத்துக் கொள்கிறீர்கள். அதற்குப் பதிலாக, "இப்போது என் வாழ்க்கை எப்படி இருக்கிறதோ அதுவே கச்சிதமாகத்தான் இருக்கிறது," என்ற அணுகுமுறையைத் தேர்ந்தெடுத்துக் கொள்வது நல்லது. நான் புற்றுநோயால் பாதிக்கப்பட்டு, என் வாழ்க்கையிலேயே மிகவும் கடினமான ஓராண்டை அனுபவித்துக் கொண்டிருந்தபோது, "என் வாழ்க்கை எப்போதும் கச்சிதமாகவே இருந்து வருகிறது. என் வாழ்வில் நான் படைக்க விரும்புகின்ற அனைத்தையும் உருவாக்குவதற்குத் தேவையான படிப்பினைகளைக்

கற்றுக் கொள்வதற்கு, துல்லியமாக நான் எந்த இடத்தில் இருக்க வேண்டுமோ, அந்த இடத்தில்தான் எப்போதும் நான் இருந்து வருகிறேன்," என்ற சுய பிரகடனத்தை நான் கூறி வந்தேன். எனக்கு ஒரு நோய் இருந்தது கண்டுபிடிக்கப்பட்டது குறித்து என்னால் எதுவும் செய்ய முடியாது. அதை என்னால் மாற்ற முடியாது. அதனால், அதை ஏற்றுக் கொள்வதை நான் தேர்ந்தெடுத்தேன். எப்போதும்போல நான் மகிழ்ச்சியாகவும் நன்றியுடையவனாகவும் இருப்பதை நான் தேர்ந்தெடுத்தேன். நீங்கள் ஒரு சவாலான சூழ்நிலையை எதிர்கொள்ளும்போது, இதே அணுகுமுறையைக் கடைபிடிக்கலாம்.

என்னுடைய கார் விபத்து குறித்தும், அதை நான் அப்படியே ஏற்றுக் கொண்டது குறித்தும் நான் பிறரிடம் கூறுகின்றபோது, பலர் அதை நம்ப மறுக்கின்றனர். சிலர், குடித்துவிட்டுக் காரோட்டி வந்து என்மீது இடித்திருந்த ஓட்டுநர்மீது நான் கோபமடையாமல் இருந்தது குறித்து வியக்கின்றனர். சிலர், "அவர் உங்களுக்குச் செய்த காரியத்திற்கு எப்படி உங்களால் அவர்மீது கோபப்படாமல் இருக்க முடிகிறது?" என்று என்னிடம் கேட்கின்றனர். வேறு சிலர், நான் அந்த ஓட்டுநர்மீது கோபப்படாமல் இருப்பதற்காக என்மீதே கோபம் கொள்கின்றனர். ஆனால், உண்மையிலேயே அந்த நபர்மீது எனக்குத் துளிகூடக் கோபம் இல்லை. அவர் குறித்த எந்தவிதமான எதிர்மறை உணர்வுகளும் என்னிடம் இருக்கவில்லை. அவர்மீது எனக்கு ஒரே ஓர் உணர்வுதான் இருந்தது. பச்சாதாபம்தான் அது.

நான் அவருடைய வாழ்க்கையை வாழ்ந்திருக்கவில்லை. ஒருவேளை நான் அவருடைய

இடத்தில் இருந்திருந்தால், நானும் அன்று இரவு குடித்துவிட்டு வண்டியை ஓட்டியிருந்திருக்கக்கூடும். நம்முடைய அனுபவங்களின் அடிப்படையிலும், நாம் யாராக இருக்கிறோமோ அதன் அடிப்படையிலும், மற்றவர்களை எடைபோடுவது எளிது. இப்போதோ அல்லது கடந்தகாலத்திலோ நீங்கள் அப்படி எடைபோட்டிருந்த ஒருவரை நினைவுகூருங்கள். பின் இப்படி எண்ணிப் பாருங்கள்: "நீங்கள் அந்த நபரின் வாழ்க்கையை வாழ்ந்திருந்தால், அவர் எந்த அறிவோடு பிறந்திருந்தாரோ அந்த அறிவோடு நீங்கள் பிறந்திருந்தால், அவர் எந்தப் பெற்றோரால் வளர்க்கப்பட்டிருந்தாரோ அதே பெற்றோரால் நீங்கள் வளர்க்கப்பட்டிருந்தால், நீங்கள் அவரைப்போலவே சிந்தித்திருப்பதற்கும் அவரைப்போலவே நடந்து கொண்டிருப்பதற்குமான வாய்ப்புகள் அதிகம். இந்தக் கண்ணோட்டத்தை சுவீகரித்துக் கொண்டால், ஒருவரை எடைபோடுவதற்குப் பதிலாக, நம்மால் அவர்மீது பச்சாதாபம் கொள்ள முடியும். எல்லா மனிதர்களையும் எந்தவிதமான நிபந்தனையுமின்றி நம்மால் நேசிக்க முடியும். அவர்கள் எப்படி இருக்கிறார்களோ அப்படி அவர்களை ஏற்றுக் கொள்ள முடியும்.

என்னிடம் அடிக்கடிக் கேட்கப்படுகின்ற மற்றொரு கேள்வி இது: "உங்களால் மாற்றப்படக்கூடியது எது, மாற்றப்பட முடியாதது எது என்பதை நீங்கள் எப்படி அறிவீர்கள்?" "நடந்து முடிந்துவிட்ட எதையும் உங்களால் மாற்ற முடியாது," என்பதுதான் இதற்கான எளிய பதிலாக இருக்க முடியும். உங்களுடைய இப்போதைய நடவடிக்கைகளை மட்டுமே உங்களால் மாற்றிக் கொள்ள முடியும். எதிர்காலத்தில் வேறுபட்டச் சூழல்களின் உருவாக்கத்திற்கு அது இட்டுச் செல்லும். உங்களுடைய கடந்தகால மற்றும் தற்போதைய சூழல்கள் அறுதியானவை. இக்கணத்தில் உங்களால் வளைக்க முடிகின்ற ஒன்றே ஒன்று வருங்காலம் மட்டும்தான்.

நெளிசல் ஏற்பட்டுவிட்ட உங்களுடைய காரின் பம்பரை நெளிசலற்றதாக உங்களால் செய்ய முடியாது. நீங்களோ அல்லது வேறு யாரோ உதிர்த்துவிட்ட

வார்த்தைகளைத் திரும்பப் பெற்றுக் கொள்ள முடியாது. ஒன்று நடந்து முடிந்துவிட்டால், அது நடந்து முடிந்துவிட்டது, அவ்வளவுதான். காலச்சக்கரத்தில் பின்னோக்கிச் சென்று அதை உங்களால் மாற்றியமைக்க முடியாது.

நீங்கள் உங்களுடைய கடந்தகாலத்தை நிபந்தனையின்றி ஏற்றுக் கொண்டுவிட்டால், வெறுப்பு, பின்வருத்தம், கோபம், குற்றவுணர்வு போன்ற எதிர்மறை உணர்ச்சிகள் உங்களைவிட்டு விலகிச் செல்லும்படி செய்ய உங்களால் முடியும். அதேபோல, உங்களுடைய வாழ்க்கையில் என்றாவது ஒரு நாள் நிகழவிருக்கின்ற அனைத்துத் தெரியாத நிகழ்வுகளையும் அப்படியே ஏற்றுக் கொள்ள நீங்கள் முடிவு செய்தால், (வாழ்க்கை நிகழ்வதற்கு முன்னாலேயே அதை ஏற்றுக் கொள்ளுதல் என்று அதை அழைக்கலாம்), உங்களுடைய எதிர்காலம் குறித்த பயம், பதற்றம், கவலை போன்றவற்றை உங்களால் களைந்துவிட முடியும்.

உங்களுக்கு நீங்களே மன அமைதி என்ற பரிசை வழங்கிக் கொள்வதற்கு, உங்களுடைய வாழ்க்கையில் இதுவரை நிகழ்ந்துள்ள அனைத்திற்கும் எதிராக நீங்கள் வைத்துள்ள அனைத்து எதிர்ப்புணர்வையும் நீங்கள் விடுவித்துவிட வேண்டும். உங்களுடைய எதார்த்தத்தை எந்தவிதமான நிபந்தனையுமின்றி ஏற்றுக் கொள்வதன் மூலம் அதை நீங்கள் நிகழ்த்தலாம். அதற்கு நீங்கள் கீழ்க்கண்ட மூன்று உத்திகளைப் பயன்படுத்திக் கொள்ளலாம்.

1. **ஐந்து நிமிட விதி:** இந்தச் செயல்முறையின் முதல் அம்சம் இதுதான். ஐந்து நிமிடங்களுக்கு ஓர் அலாரம் வைத்துக் கொள்ளுங்கள். ஐந்து நிமிடங்களுக்கு, அந்த எதிர்மறை உணர்வை வெளிப்படுத்துகின்ற விதமாக, கத்துவது, உதைப்பது, புலம்புவது, அழுவது, எதையாவது ஓங்கிக் குத்துவது உட்பட எதை வேண்டுமானாலும் நீங்கள் செய்து கொள்ளலாம். ஐந்து நிமிடங்களின் முடிவில்,

இரண்டாவது உத்தியில் கூறப்பட்டுள்ள ஆற்றல்மிக்க வார்த்தைகளைக் கூறி, தற்போதைய எதார்த்தத்தை அப்படியே ஏற்றுக் கொள்ளுங்கள்.

2. **'என்னால் மாற்ற முடியாது!'** என்ற மந்திர வார்த்தைகள்: ஏற்கனவே நடந்து முடிந்துவிட்ட ஒன்றை உங்களால் மாற்ற முடியாது என்பதை உங்களுக்கு நீங்களே நினைவுபடுத்திக் கொள்ளுங்கள். அது ஐந்து நிமிடங்களுக்கு முன்பு நடந்திருந்தாலும் சரி, அல்லது ஐம்பது ஆண்டுகளுக்கு முன்பு நடந்திருந்தாலும் சரி, அது ஒரு பொருட்டல்ல. உங்களால் உங்களுடைய கடந்தகாலத்தை மாற்ற முடியாது. அதேபோல, நிகழ்காலத்திலும் வருங்காலத்திலும் உங்களுடைய வாழ்க்கையில் நிகழவிருக்கின்ற, உங்களால் கட்டுப்படுத்தப்பட முடியாத விஷயங்களையும் உங்களால் மாற்ற முடியாது. உங்களால் மாற்றப்பட முடியாத ஒரு விஷயத்தை நீங்கள் தொடர்ந்து எதிர்த்துக் கொண்டிருந்தால், அது கூடுதலாகத் தேவையற்ற உணர்ச்சிரீதியான வலிகளைத்தான் ஏற்படுத்தும். அந்த வலியைத் தடுத்து நிறுத்துவதற்கான ஆற்றல் உங்களிடம் இருக்கிறது.

இவற்றை நீங்கள் புதிதாகத் துவக்குகின்றபோது, இந்த இரண்டையும் பல முறை மீண்டும் மீண்டும் செய்ய வேண்டியிருக்கும் என்பதை நினைவில் வைத்திருங்கள்.

3. **வாழ்க்கை நிகழ்வதற்கு முன்னாலேயே அதை ஏற்றுக் கொள்ளுங்கள்:** முதல் இரண்டு உத்திகளையும் நன்றாகப் பயன்படுத்த நீங்கள் கற்றுக் கொண்ட பிறகு இது உங்களுக்குக் கைகூடும். அனைத்து விதமான உணர்ச்சிரீதியான வலிகளும் சுயமாக

நாமே உருவாக்கிக் கொள்பவை என்பதை இப்போது நீங்கள் அறிந்து கொண்டுள்ளதால், வருங்காலத்தில் நிகழ்கின்ற விஷயங்களில், உங்களால் மாற்றப்பட முடியாத விஷயங்களை நீங்கள் எதிர்கொள்கின்றபோது, அவற்றை நீங்கள் எதிர்க்காதிருப்பதற்கு இப்போதே நீங்கள் தீர்மானித்துக் கொள்ளுங்கள். மன அமைதியைப் பெறுவதற்கு நீங்கள் உங்கள் வாழ்க்கையைப் பின்னோக்கிப் பார்ப்பதைச் சார்ந்திருக்க வேண்டும் என்ற அவசியமில்லை. விஷயங்கள் நிகழ்வதற்கு முன்பாகவே அவற்றை ஏற்றுக் கொள்ளுங்கள், மன அமைதியைப் பெறுங்கள்.

அடுத்த அத்தியாயத்தில், இலக்குகள் நிர்ணயிப்பது தொடர்பான முற்றிலும் புதியதொரு வழிமுறையை நாம் பார்க்கவிருக்கிறோம். அதைப் பயன்படுத்தி, தோல்வி பயத்தை உங்களால் என்றென்றைக்குமாக அகற்றிவிட முடியும். அதற்கு முன்பாக, உணர்ச்சிகள் குறித்துச் சிறிது யோசிக்குமாறு நான் உங்களைக் கேட்டுக் கொள்கிறேன். எது உங்களுக்கு உணர்ச்சிரீதியான வலியை ஏற்படுத்துகிறது? உங்களுடைய வாழ்க்கையில் நிகழ்ந்துள்ள அனைத்தையும் அப்படியே ஏற்றுக் கொள்வது எப்படி உங்களுடைய வாழ்க்கையை மாற்றும்? எதிர்மறை உணர்ச்சிகள் உங்களுடைய வாழ்க்கையில் இடம்பெறாவிட்டால், உங்களிடம் இன்னும் எவ்வளவு அதிகமான ஆற்றல் இருக்கும் என்று நீங்கள் நினைக்கிறீர்கள்?

உங்களுடைய வாழ்க்கையில் நிகழ்ந்துள்ள எந்த மாற்றப்பட முடியாத விஷயத்தை நீங்கள் இன்றும் பிடித்துக் தொங்கிக் கொண்டிருக்கிறீர்கள் என்று யோசித்துப் பாருங்கள். இப்போது, ஆழமாக ஒரு முறை சுவாசித்துவிட்டு, அந்த விஷயத்தை எந்தவிதமான நிபந்தனைகளுமின்றி அப்படியே ஏற்றுக் கொள்ளுங்கள். அமைதி உங்கள் வாழ்வில் இடம்பெறச் செய்யுங்கள்.

5

சாத்தியக்கூறுகள் குறித்த ஒரு புதிய கண்ணோட்டம்

உங்கள் இலக்கு இலக்கல்ல

ஓர் இலக்கை நிர்ணயித்துக்
கொள்வதற்கான முக்கியக்
காரணம், அதை நீங்கள்
சாதிக்க முனைகின்றபோது
நீங்கள் என்னவாக ஆகிறீர்கள்
என்பதுதான். இறுதியில்
உங்களுக்கு என்ன கிடைக்குமோ
அதைவிட இது அதிக மதிப்பு
வாய்ந்ததாக இருக்கும்.

ஜிம் ரோன்

நம் அனைவருக்குமே கனவுகள் இருக்கின்றன. நம் வாழ்க்கை எப்படி இருக்க வேண்டும் என்பது குறித்த பிரம்மாண்டமான கற்பனை நமக்கு இருக்கிறது. அவற்றைப் பற்றிச் சிந்திக்கின்றபோது, அது நமக்கு ஒரு நல்ல உணர்வைக் கொடுக்கிறது. சில நேரங்களில் அவற்றை அடைவதை நோக்கி நம்மை நகர்த்துவதற்காக நாம் இலக்குகளை நிர்ணயிப்பதில் இறங்குகிறோம். ஆனாலும், வெகு சிலரே தங்களுக்காக அர்த்தமுள்ள இலக்குகளை நிர்ணயிக்கின்றனர். மிகக் குறைவானவர்களே தங்களுடைய இலக்குகளை அடைகின்றனர். எடுத்துக்காட்டாக, புத்தாண்டுத் தீர்மானங்களில் பெரும்பாலானவை ஜனவரி மாத இறுதிக்குள் பிசுபிசுத்துப் போய்விடுகின்றன.

பெரும்பாலான மக்களின் எதார்த்த வாழ்க்கை அவர்களுடைய கனவுகளோடு ஒருபோதும் பொருந்துவதில்லை என்பதுதான் கசப்பான உண்மை. நாம் காத்துக் கொண்டிருக்கின்ற கோடிகள் ஒருபோதும் நம் கூரையிலிருந்து கொட்டுவதில்லை. நம் கனவு நாயகர் நம் கண்களில் ஒருபோதும் தென்படுவதில்லை. நம்முடைய கனவு வேலை ஒருபோதும் நம் மடியில் வந்து விழுவதில்லை. அதனால், நம் கைக்கெட்டாத தூரத்தில் இருக்கின்ற விஷயங்களுக்காக நாம் எப்போதும் ஏங்கிக் கொண்டிருக்கிறோம். காலம் செல்லச் செல்ல, நமக்கு வயது ஏற ஏற, அவை குறித்த நம்முடைய உணர்வு மேன்மேலும் மோசமாகிறது.

இதற்கு ஒரு நல்ல வழி இருந்தாக வேண்டும்.

தோற்பதற்கு வாய்ப்பே இல்லாத ஒரு புதிய வழிமுறை இருந்தால் எப்படி இருக்கும்? நீங்கள் நிர்ணயிக்கின்ற ஒவ்வோர் இலக்கும் கண்டிப்பாகக் கைகூடும் என்பதை நீங்கள் அறிந்திருந்தால் எப்படி இருக்கும்?

அப்படிப்பட்ட ஒரு கண்ணோட்டம், நீங்கள் உங்களுடைய இலக்குகளை அணுகுகின்ற முறையில் மாற்றத்தை ஏற்படுத்துமா? இன்னும் பெரிய இலக்குகளை நீங்கள் குறி வைப்பீர்களா? அவற்றை அடைவதற்காக நீங்கள் மேலும் துணிவீர்களா? அவற்றை நிர்ணயிப்பது குறித்து நீங்கள் அதிக உற்சாகம் கொள்வீர்களா?

இலக்குகளுடனான நம்முடைய உறவு பிணக்கத்தில் இருப்பதாக எனக்குத் தோன்றுகிறது. நாம் இலக்குகளை அணுகுகின்ற முறை, இரண்டு சாத்தியக்கூறுகளுக்கு இட்டுச் செல்கிறது. ஒன்று, நாம் அதில் வெற்றி பெறுகிறோம். அப்போது, அது நம்மை நல்லவிதமாக உணரச் செய்கிறது. அல்லது, அதில் நாம் தோல்வியைத் தழுவுகிறோம். அது நம்மை மோசமாக உணரச் செய்கிறது. இலக்குகளை நிர்ணயித்துவிட்டு அவற்றை அடைவதற்குத் தேவையான நடவடிக்கைகளை எடுத்தாலும், அதில் வெற்றி பெறுவதற்குப் பாதிக்குப் பாதி வாய்ப்பே இருக்கிறது என்பதால் அது எனக்குப் பெரிதாக ஊக்கமூட்டுவதில்லை.

சரியாகச் சொல்ல வேண்டுமென்றால், அது என்னை ஊக்கமிழக்கச் செய்கிறது. நம்முடைய இலக்குகளை அடைவதற்கான சாத்தியக்கூறுகளை அதிகரித்துக் கொள்ள வேண்டுமென்றால், ஒன்று, நாம் நம்முடைய இலக்குகளைச் சிறியவையாக வைத்துக் கொள்ள வேண்டும். அப்போது அவற்றை அடைவதற்கான வாய்ப்புகள் பிரகாசமாக இருக்கும். அல்லது, இலக்குகளை நிர்ணயிக்காமலேயே இருந்துவிடலாம். அப்போது, தோற்பதற்கான வாய்ப்புகளுக்கு வழியே இருக்காது. எந்தவிதமான உத்தரவாதங்களும் இல்லாமல் இருக்கின்றபோது இலக்குகளை நிர்ணயிப்பதற்காகக் கடினமாக முயல்வது உங்கள் நேரத்தை வீணடிக்கின்ற செயலாகத்தானே தோன்றும்? நம்முடைய இலக்குகள்

சாத்தியமற்றவையாக இருப்பதாகத் தோன்றும்போதும், அதற்காக நீங்கள் அளவுக்கதிகமான முயற்சிகளில் ஈடுபட வேண்டும் என்ற நிலை இருக்கும்போதும், அதற்கு நீண்டகாலம் பிடிக்கும் என்ற கருத்து நிலவும்போதும், அதில் இறங்குவதற்குப் பதிலாக, வழக்கம்போல சோபாவில் சாய்ந்து கொண்டு தொலைக்காட்சியைப் பார்த்துக் கொண்டிருப்பதே மேல் என்றுதானே தோன்றும்?

இக்காரணத்தினால்தான் நானும் முதலில் சிறிய இலக்குகளையே நிர்ணயித்துக் கொண்டிருந்தேன். பின்னர்தான் நான் விரும்புகின்ற எதுவொன்றையும் என்னால் அடைய முடியும் என்ற உண்மை எனக்குப் புரிந்தது. அதற்கு நாம் முதலில் இலக்குகள் குறித்த நம்முடைய பார்வையை மாற்றிக் கொள்ள வேண்டும். என் வழிகாட்டி ஒருவரின் உதவியுடன் இலக்குகள் குறித்தப் புதிய அணுகுமுறை ஒன்றை நான் உருவாக்கிக் கொண்டேன். அதைப் பற்றி நாம் விரிவாகப் பார்க்கலாம்.

இலக்கின் உண்மையான நோக்கம்

தங்களுடைய இலக்குகளையும் கனவுகளையும் அடையவே ஒவ்வொருவரும் ஆசைப்படுகின்றனர். அவற்றை எளிதாக அடைவதற்கான வழிமுறையை அறிந்து கொள்ள விரும்புவது மனித இயல்பு. எம்பிக் குதித்தால் பறித்துவிடுகின்ற உயரத்தில் இருக்கின்ற கனி நமக்குப் பெரிதாக உற்சாகம் ஊட்டாதுதான் என்றாலும், பெரும்பாலானவர்கள் அதற்குத்தான் குறி வைக்கின்றனர். அதாவது, ஓர் இலக்கை நிர்ணயித்துக் கொள்வதற்கு முன்பாக, அது கண்டிப்பாக வெற்றி பெறும் என்ற உத்தரவாதம் நமக்குத் தேவைப்படுகிறது.

ஓர் இலக்கை நிர்ணயித்துக் கொள்வதிலிருந்து கிடைக்கின்ற உச்சபட்ச மதிப்பு, அதை அடைவதிலிருந்து கிடைக்கின்ற ஒன்று என்று நீங்கள் நம்பிக் கொண்டிருந்தால், நீங்கள் தொடர்ந்து எட்டுகின்ற கனிக்கே குறி வைத்துக் கொண்டிருங்கள். ஆனால், இலக்குகள் குறித்து வேறு ஒரு கண்ணோட்டமும்

இருக்கிறது. அதன்படி, ஓர் இலக்கை நிர்ணயிப்பதன் உச்சபட்ச நோக்கம் அதை அடைவது அல்ல; ஓர் இலக்கிலிருந்து கிடைக்கின்ற உச்சபட்ச மதிப்பு, அதை அடைவதிலிருந்து கிடைக்கின்ற ஒன்றல்ல. இன்னும் சொல்லப் போனால், இந்தக் கண்ணோட்டத்தின்படி, இலக்கை நீங்கள் அடைகிறீர்களா இல்லையா என்பது ஒரு பொருட்டே அல்ல. இலக்குகளின் உண்மையான நோக்கம், அச்செயல்முறையின் ஊடாக நீங்கள் எப்படிப்பட்ட ஒரு நபராக உருவாகிறீர்கள் என்பதுதான்.

இறுதியில் உங்கள் நோக்கம் ஓர் அதிசய வித்தைக்காரராக ஆவதாக இருப்பதால், அதற்கு ஏற்ற மனப்போக்கை வளர்த்துக் கொள்வதற்கு நீங்கள் இலக்குகளைப் பயன்படுத்திக் கொள்ள வேண்டும். அதிசயங்களைச் சாத்தியமாக்கும் சூத்திரத்தை உங்களுடைய ஒவ்வோர் இலக்கிற்கும் பயன்படுத்துவதன் மூலம் உங்களால் அதைச் சாதிக்க முடியும். அப்போது ஒவ்வோர் இலக்கும் உங்களை மேம்படுத்திக் கொள்வதற்கான ஒரு வாய்ப்பாக அமையும்.

இது குறித்துப் பிரபல ஊக்குவிப்புப் பேச்சாளரான ஜிம் ரோன் இவ்வாறு கூறியுள்ளார் (இதை நான் இரண்டாவது அத்தியாயத்திலும் குறிப்பிட்டிருந்தேன்): “ஓர் இலக்கின் நோக்கம், அதை அடைவது அல்ல. எந்தவோர் இலக்கையும் அடையக்கூடிய ஒரு மனிதராக உருவெடுப்பதே ஓர் இலக்கின் நோக்கம். இங்கு விளைவுகள் முக்கியமல்ல. உங்களால் முடிந்த அனைத்தையும் அதற்கு நீங்கள் அர்ப்பணிக்கிறீர்களா என்பதே முக்கியம். எந்தவோர் இலக்கையும் அடைவதைவிட, அந்தச் செயல்முறையின் ஊடாக நீங்கள் எப்படிப்பட்ட ஒரு நபராக உருவெடுக்கிறீர்கள் என்பதே இங்கு முக்கியம். அதற்குப் பிறகு, நீங்கள் உங்களுடைய வாழ்க்கையில் நிர்ணயித்துக் கொள்கின்ற மேன்மேலும் பெரிய இலக்குகளை அடைவதற்குத் தேவையான மனப்போக்கையும் நடத்தையையும் நீங்கள் வளர்த்துக் கொள்ள அது உங்களுக்கு உதவும்.”

உங்கள் இலக்கு இலக்கல்ல – ஓர் எடுத்துக்காட்டு

இளவயதில், லூயிஸ் ஹோவ்ஸ், தான் ஒரு தொழில்முறை விளையாட்டு வீரராக ஆக வேண்டும் என்ற இலக்கை வைத்திருந்தார். அவர் அந்த இலக்கைச் சாதித்தும் காட்டினார். தொழில்முறைக் கால்பந்தாட்டத்தில் அவர் ஒரு போட்டியில் கலந்து கொள்ளவும் செய்தார். ஆனால், அந்த ஆட்டத்தில் அவருக்கு ஏற்பட்ட ஒரு பெரிய காயத்தின் காரணமாக, அவருடைய விளையாட்டு வாழ்க்கை முடிவுக்கு வந்தது.

அவர் ஒரு தொழில்முறை ஆட்டக்காரராக ஆவதில் குறியாக இருந்ததால், அது இல்லாவிட்டால் தான் என்ன செய்ய வேண்டும் என்பது குறித்து அவரிடம் திட்டம் எதுவும் இருக்கவில்லை. அதனால், அவருடைய விளையாட்டு வாழ்க்கை திடீரென்று ஒரு முடிவுக்கு வந்தபோது, அடுத்து என்ன செய்ய வேண்டும் என்பது தெரியாமல் அவர் தடுமாறினார். வழிகாட்டுதலைப் பெறுவதற்காக அவர் சில பிரபலங்களைப் பேட்டி கண்டார். அவர்களில் ஒருவர், அப்போது பெரிதாகப் பிரபலமாகாமல் இருந்த 'லிங்க்ட்இன்' பற்றி லூயிஸிடம் கூறினார். லூயிஸ் அதில் சேர்ந்து தன்னுடைய தன்விபரக்குறிப்பு ஒன்றை அதில் உருவாக்கினார். அதன் மூலம் தான் கற்றுக் கொண்டவற்றை அவர் மற்றவர்களிடம் பகிர்ந்து கொண்டார். அதில் கிடைத்த அனுபவத்தைக் கொண்டு வலைவொலிப்பதிவுத் தளம் ஒன்றை அவர் தொடங்கினார்.

பல ஆண்டுகளுக்குப் பிறகு, இன்று, உலகிலுள்ள மிகப் பிரபலமான வலை ஒலிப்பதிவாளர்களில் அவரும் ஒருவராக உயர்ந்துள்ளார். 'த ஸ்கூல் ஆஃப் கிரேட்னெஸ்' என்ற அவருடைய வலை ஒலிப்பதிவுகள், 10 கோடி முறை தரவிறக்கம் செய்யப்பட்டுள்ளன. நியூயார்க் டைம்ஸ் பத்திரிகை தொகுத்து வழங்குகின்ற 'சிறப்பாக விற்பனையாகின்ற நூல்களின் பட்டியலில்' அவருடைய நூலும் இடம்பெற்றது. அவர் அமெரிக்காவிலுள்ள அனைத்துப் பிரபலமான செய்தி மற்றும் காட்சி ஊடகங்களிலும் இடம்பெற்றுள்ளார்.

மக்கள் தங்களிடமுள்ள தனித்துவத்தை அடையாளம் கண்டுகொள்ள உதவுவதை லூயிஸ் தன் இலட்சியமாகக் கொண்டுள்ளார். ஒரு தொழில்முறை விளையாட்டு வீரராக

ஆவதென்ற இலக்கை நிர்ணயித்துக் கொண்டு அதை அடைந்த அனுபவம், பின்னர் அவர் தன் வாழ்க்கையில் மேன்மேலும் பிரம்மாண்டமான இலக்குகளை நிர்ணயித்து அவற்றிலும் வெற்றி பெறுவதற்கு ஏற்ற ஒரு நபராக அவரை ஆக்கியிருந்தது. அவர் தன்னுடைய முதன்மையான இலக்கின்படி வாழ்ந்து கொண்டிருக்கவில்லை. ஆனால், அதிலிருந்து அவர் கற்றுக் கொண்ட பாடம், இன்று அவரை ஓர் அதிசய வித்தைக்காரராக ஆக்கியுள்ளது. இப்போது பிறரும் தங்களுடைய சொந்த அதிசயங்களை உருவாக்கிக் கொள்வதற்கு அவர் உதவிக் கொண்டிருக்கிறார்.

உங்களுடைய தோல்வி குறித்த பயத்தை நீங்கள் இப்போது விடுவித்துக் கொள்ளலாம்

ஓர் இலக்கின் உண்மையான நோக்கம் என்ன என்பதை நீங்கள் புரிந்து கொண்டு அதை சுவீகரித்துக் கொள்கின்றபோது உங்களால் தோற்க முடியாது என்பதால், நீங்கள் இனியும் தோல்வி குறித்து பயப்படத் தேவையில்லை என்பதை நீங்கள் புரிந்து கொள்கிறீர்கள். நீங்கள் என்ன செய்து கொண்டிருக்கிறீர்கள் என்பதைவிட, நீங்கள் யாராக ஆகிக் கொண்டிருக்கிறீர்கள் என்பதுதான் எப்போதும் முக்கியம். உங்களுடைய ஒவ்வோர் இலக்கின்மீதும் ஆணித்தரமான நம்பிக்கை வைத்து, அதை அடைவதற்கு நீங்கள் அசாதாரணமான முயற்சிகளை மேற்கொண்டு கொண்டிருக்கின்றவரை, அவற்றின் விளைவு என்னவாக இருந்தாலும், நீங்கள் தொடர்ந்து கற்றுக் கொண்டும் வளர்ந்து கொண்டும் இருப்பீர்கள். உங்களுடைய திறன் அதிகரித்துக் கொண்டேயிருக்கும்.

இலக்கின் விளைவு முக்கியமல்ல என்று நான் கூறுவதால், இலக்கை நோக்கிய உங்களுடைய பயணத்தில் ஏதாவது சிறு தடை ஏற்பட்டால்கூட நீங்கள் உங்கள் இலக்கைக் கைகழுவிவிட வேண்டும் என்று நான் கூறுவதாக நீங்கள் எடுத்துக் கொள்ளக்கூடாது. எங்கள் நிறுவனத்தில் நடைபெற்ற வருடாந்திரப் போட்டியில் நான் கடைசித் தருணத்தில்தான் வெற்றி பெற்றேன் என்பதை இங்கு நீங்கள் நினைவுகூர

வேண்டும். நான் என் முயற்சிகளைக் கைவிடாமல் தொடர்ந்து கொண்டிருந்ததுதான் அதற்குக் காரணம். ஆனால், இப்படிக் கடைசி நேரத்தில் காரியம் கைகூடி வருவதைப் பார்க்கின்றபோது, நாம் எந்த அளவுக்கு இதில் அர்ப்பணிப்போடு செயல்படுகிறோம் என்பதைப் பிரபஞ்சம் சோதிக்கிறதோ என்று நினைக்கத் தோன்றுகிறது. பெரும்பாலான மக்கள் பாதி வழியிலேயே தங்களுடைய முயற்சிகளைக் கைவிட்டுவிடுவர். ஆணித்தரமான நம்பிக்கையுடன் அசாதாரணமான முயற்சிகளை மேற்கொள்பவர்கள் மட்டும் இறுதிவரை தாக்குப்பிடிப்பர். அப்படியும் சில நேரங்களில் உங்களால் சில இலக்குகளை அடைய முடியாமல் போகலாம். ஏனெனில், எதார்த்தத்தில் எவரொருவரும் தங்களுடைய அனைத்து இலக்குகளையும் அடைவதில்லை. இதற்கு அதிசய வித்தைக்காரர்களும் விதிவிலக்குகள் அல்லர்.

என் மகனின் அறையில் ஒட்டப்பட்டிருக்கின்ற ஒரு சுவரொட்டியில் மைக்கேல் ஜோர்டனின் இந்த மேற்கோள் இடம்பெற்றிருக்கிறது: “என் விளையாட்டு வாழ்க்கையில் மொத்தமாக நான் 9,000 ஷாட்டுகளைத் தவறவிட்டுள்ளேன். நான் கிட்டத்தட்ட 300 விளையாட்டுகளில் தோற்றுள்ளேன். வெற்றி ஷாட்டை அடிக்கின்ற கௌரவம் எனக்கு அடிக்கடி அளிக்கப்படும். அதில் 26 முறை நான் அடிக்காமல் தவறவிட்டுள்ளேன். நான் வாழ்க்கையில் மீண்டும் மீண்டும் தோற்றுள்ளேன். அதனால்தான் நான் வெற்றி பெற்றேன்.”

தோல்வி என்பது கற்றலின் அடிப்படை. அப்படித்தான் நீங்கள் வளர்கிறீர்கள். இந்தக் கண்ணோட்டத்துடன் நீங்கள் உங்களுடைய இலக்குகளை அணுகுகின்றபோது, அவை நிறைவேறாமல் போனால்கூட, நீங்கள் உங்களுடைய மேலான நோக்கத்தை அடைவதில் தோற்க மாட்டீர்கள்.

நம்முடைய கண்ணோட்டம் எப்படி விரிவடைகிறது

எனக்குப் பத்தொன்பது வயதாக இருந்தபோது, நான் ஒரு வானொலி நிலையத்தில் ஒரு டிஜேவாக வேலை

பார்த்து வந்தேன். அப்போது, ஒரு மணி நேரத்திற்கு 10 டாலர்கள் ஊதியம் நான் சம்பாதித்தேன். என்னுடைய அந்தக் கனவு வேலையை மனமில்லாமல் விட்டுவிட்டு, 'கமிஷன்' அடிப்படையில் கட்கோ நிறுவனத்தில் ஒரு விற்பனைப் பிரதிநிதியாக வேலைக்குச் சேர்ந்தேன். முதல் வாரத்திலேயே எல்லாம் மாறியது. முதல் வாரத்தில் எனக்கு 3,000 டாலர்கள் கமிஷன் கிடைத்தது. வானொலி நிலையத்தில் அந்த வருவாயை ஈட்டுவதற்கு எனக்கு நான்கு மாதங்கள் தேவைப்பட்டிருக்கும். பொருளாதாரரீதியாக என் வருங்கால வளர்ச்சி எப்படி இருக்கும் என்பதை அது கட்டியங்கூறியது.

நான் ஒரு புத்தகம் எழுதிக் கொண்டிருந்தபோது, சுயமாக முன்னேறியிருந்த பல கோடீஸ்வரர்களைப் பேட்டியெடுக்கும் வாய்ப்பு எனக்குக் கிடைத்தது. அவர்களுடைய சம்பாதிக்கும் திறன் தொடர்ந்து அதிகரித்துக் கொண்டே இருந்ததை நான் அந்தப் பேட்டிகளின் மூலம் அறிந்து கொண்டேன். அவர்கள் இளமையாக இருந்தபோது, ஆண்டுக்கு 1,00,000 டாலர்கள் என்பது ஒரு கனவாக இருந்தது. அவர்கள் அதைச் சாதித்தப் பிறகு, அவர்கள் அதைவிட அதிகமான தொகையின்மீது தங்களுடைய பார்வையை நிலைப்படுத்தினர். அது 1,00,000 டாலர்களிலிருந்து, 2,00,000 டாலர்களாக உயர்ந்து, அடுத்து 3,00,000 டாலர்களைத் தொட்டது. நிதி குறித்த அவர்களுடைய கண்ணோட்டமும் விரிவடைந்து கொண்டே வந்தது. அதே நேரம், அவர்களுடைய வேலை நேரம் குறைந்து கொண்டே வந்தது. அவர்களுடைய துறைசார் அறிவின் அதிகரிப்பு, அனுபவப் பெருக்கம், திறமையின் மேம்பாடு ஆகியவற்றின் காரணமாக அவர்களுடைய வருவாயும் அதிகரித்தது.

உங்களுடைய கண்ணோட்டத்தை மேம்படுத்திக் கொள்ளுதல்

ஒரு நாளைக்கு நம்மிடம் எத்தனை எண்ணங்கள் தோன்றுகின்றன என்ற விவாதம் முடிவுறாத ஒன்றாக

இருந்தாலும், அது *50,000-60,000* வரை இருக்கும் என்று பரவலாக ஒப்புக் கொள்ளப்படுகிறது. அந்த எண்ணிக்கை கூடக் குறைய இருக்கலாம். ஆனால், நம்மைப் பொறுத்தவரை, ஒரு பெரும் எண்ணிக்கையில் நம் மனத்தில் எண்ணங்கள் உதிக்கின்றன என்பதுதான் முக்கியம்.

அந்த எண்ணிக்கை என்னவாக இருந்தாலும், அந்த எண்ணங்களில் பெரும்பாலானவை ஒரே மாதிரியானவைதாம். நம்முடைய எண்ணங்கள்தாம் நம்முடைய அடையாளத்தை உருவாக்குகின்றன என்று கூறப்படுவதைக் கவனத்தில் எடுத்துக் கொண்டால், இது மிகவும் முக்கியத்துவம் பெறுகிறது. இதை வேறு வார்த்தைகளில் கூற வேண்டுமென்றால், நீங்கள் தொடர்ந்து உங்களைப் பற்றி எப்படிச் சிந்தித்துக் கொண்டிருக்கிறீர்களோ, அதுவே உங்களுடைய எதார்த்தமாக ஆகிறது. நீங்கள் எந்த அளவுக்குத் திறமையானவர் அல்லது திறமையற்றவர் என்று நீங்கள் எண்ணிக் கொண்டிருக்கிறீர்களோ, நீங்கள் அப்படியே ஆகிறீர்கள். உங்களுடைய வாழ்க்கையின் சாத்தியக்கூறுகள், உங்கள் எண்ணப்படி வரம்புடையவையாக இருக்கின்றன அல்லது வரம்பற்றவையாக இருக்கின்றன. அனைத்தும் உங்களுடைய கண்ணோட்டத்தைப் பொறுத்தது. நாம் கண்விழித்தவுடன், நம்முடைய வழமையான எண்ணங்கள் ஓடி வந்து நம்மைச் சூழ்ந்து கொள்கின்றன. காலையில் படுக்கையிலிருந்து எழுந்திருப்பது முதல் இரவில் படுக்கச் செல்லும்வரை நாம் என்னென்ன செய்ய வேண்டும் என்று நாம் சிந்திக்கத் துவங்குகிறோம். வருங்காலக் கனவு குறித்துச் சிந்திப்பதற்கு நமக்கு நேரம் இருப்பதில்லை. அதனால், வாழ்க்கை எப்போதும்போல அப்படியே ஓடிக் கொண்டிருக்கிறது.

நீங்கள் உங்களுடைய வாழ்க்கையை மேம்படுத்திக் கொள்ள வேண்டுமென்றால், நீங்கள் வழமையாக எப்படிச் சிந்திக்கிறீர்களோ அதை மாற்ற வேண்டும். அதற்கான சிறந்த வழி, அதை எழுதிக் கொள்வதுதான். இதைப் பற்றிப் பின்னர் நாம் விரிவாகப்

பார்க்கவிருக்கிறோம்.

அதிசய வித்தைக்காரர்கள், தாங்கள் முன்பு இருந்ததைவிட மேம்பட்டவர்களாகத் தங்களைப் பார்க்கத் தயாராக இருக்கின்றனர். நீங்கள் அப்படிச் செய்கின்றபோது, கடந்தகாலத்தில் நீங்கள் செய்திருந்த அல்லது செய்யாமல் போயிருந்த விஷயங்கள் ஒரு பொருட்டல்ல என்பது உங்களுக்குப் புரிந்துவிடும். உங்களுடைய தற்போதைய எண்ணங்கள்தாம் முக்கியம். நீங்கள் உங்களுடைய எண்ணங்களை உங்களுடைய கட்டுப்பாட்டில் எடுத்துக் கொள்கின்றபோது, அர்த்தமுள்ள விளைவுகளை ஏற்படுத்துவதற்கான ஆற்றல் உங்களிடம் எப்போதும் இருந்து வந்துள்ளதை உங்களால் உணர்ந்து கொள்ள முடிகிறது.

அனைத்தையும் மாற்றிய ஓராண்டு

நான் கட்கோ நிறுவனத்தைவிட்டு விலகுவதற்கு முன்பாக எனக்கு நான் ஒரு பெரிய இலக்கை நிர்ணயித்துக் கொண்டேன். என்னுடைய விற்பனையை முந்தைய ஆண்டைப்போல இரு மடங்காக ஆக்குகின்ற இலக்குதான் அது. சாதாரணமாக, உங்களுடைய விற்பனையை 25 சதவீதம் அதிகரிக்க வேண்டும் என்று திட்டமிட்டாலே அது பயமுறுத்துவதாக இருக்கும். அந்த நிறுவனத்தில் நான் ஏழு ஆண்டுகள் பணியாற்றி இருந்தேன். அதில் நான் இரண்டு முறை ஆண்டுக்கு 1,00,000 டாலர்கள் என்ற விற்பனை அளவை எட்டியிருந்தேன். அது என்னுடைய நிறுவனத்தின் மேல்மட்டப் பத்துத் தலைசிறந்த விற்பனையாளர்களில் ஒருவனாக என்னை இரண்டு முறை ஆக்கியிருந்தது. அதன் காரணமாக, என்னுடைய நிறுவனத்தின் செலவில் நான் கனடா, மெக்சிகோ போன்ற நாடுகளுக்குச் சுற்றுலாப் பயணம் சென்று வந்தேன்.

2004 ஆம் ஆண்டில், என்னுடைய இருபத்தைந்தாம் வயதில், ஓர் எழுத்தாளராகவும் ஒரு பேச்சாளராகவும் ஆவது என்ற ஒரு மாபெரும் கனவைத் தேடிச் செல்ல நான் முடிவெடுத்தேன். அப்போதுதான் எனக்கு ஒரு

விஷயம் உறைத்தது. ஒரு விற்பனைப் பிரதிநிதி என்ற முறையில் நான் என்னுடைய முழுவீச்சையும் கட்கோவில் காட்டியிருக்கவில்லை என்பதுதான் அது. அதனால்தான் எனக்கு நானே இந்த *2,00,000* டாலர்கள் விற்பனை இலக்கை நிர்ணயித்துக் கொண்டேன். அந்த ஆண்டில் நான் ஏற்கனவே சில இலக்குகளை வைத்திருந்தேன். என் முதல் புத்தகத்தை எழுதி வெளியிடுவது, பன்னிரண்டு பள்ளிகள் அல்லது கல்லூரிகளில் சொற்பொழிவாற்றுவது, நான் திருமணம் செய்து கொள்ளப் போகின்ற பெண்ணைக் கண்டுபிடிப்பது, வாரத்திற்கு ஐந்து நாட்கள் உடற்பயிற்சி செய்வது மற்றும் சில அவற்றில் அடங்கும். என் வாழ்க்கையின் ஒவ்வோர் அம்சத்திற்கும் நான் ஓர் இலக்கை நிர்ணயித்திருந்தேன். அவற்றில் எதை முதன்மையான இலக்காக வைத்துக் கொள்ள வேண்டும் என்று யோசித்து, இரண்டு இலட்சம் டாலர்கள் விற்பனை இலக்கை நான் தேர்ந்தெடுத்தேன்.

என் இலக்கு இரட்டிப்பாக இருந்ததால், நான் தினசரி விடுத்த விற்பனை அழைப்புகளின் எண்ணிக்கையையும் நான் இரட்டிப்பாக்கினேன். என் நிறுவனத்தில் நான் என் சகாக்களுடன் சேர்ந்து ஒரு குழுவை அமைத்தேன். அதில் இருந்த ஒவ்வொருவரும் தலா இரண்டு இலட்சம் டாலர்கள் விற்பனை இலக்கை வைத்திருந்தனர். ஒவ்வொரு வாரமும் நாங்கள் எங்களுடைய நிலையை எங்களுக்குள் விவாதித்துக் கொண்டோம். நாங்கள் அடைந்திருந்த நிலை, எதிர்கொண்டிருந்த பின்னடைவுகள், கற்றுக் கொண்ட படிப்பினைகள் போன்றவை அவற்றில் அடங்கும். இப்படி ஒரு குழுவுடன் சேர்ந்து செயல்பட்டது, நான் துவண்டு போயிருந்த சமயங்களில் எனக்கு உத்வேகமளித்தது.

அந்த ஆண்டின் முடிவில், நான் *2,05,000* டாலர்கள் பெறுமானம் கொண்ட விற்பனையைச் செய்திருந்தேன். அதை என்னாலேயே நம்ப முடியவில்லை. அக்கணத்தில், ஒரு விஷயத்தில் நம்மை அர்ப்பணித்துக் கொண்டால் நம்மால் சாதிக்க முடியாதது எதுவுமில்லை என்பது எனக்குப் புரிந்தது.

என் குழுவில் இடம்பெற்றிருந்த ஐவர் இந்த

இரண்டு இலட்சம் டாலர்கள் விற்பனை இலக்கை அடைந்திருந்தனர். அந்த நிறுவனத்தின் வரலாற்றில் அதற்கு முன்புவரை அப்படிப்பட்ட ஒரு சம்பவம் நடந்திருக்கவே இல்லை.

அதே ஆண்டில் என்னுடைய முதல் புத்தகமும் வெளியாயிற்று. நான் பின்னர் திருமணம் செய்து கொண்ட என் கனவுக்கன்னியை நான் கண்டுபிடித்திருந்தேன். என்னுடைய பிற இலக்குகளையும் நான் நிறைவேற்றியிருந்தேன். அந்த ஆண்டில் உண்மையிலேயே என் வாழ்க்கை முற்றிலுமாக மாறிவிட்டது. என் கண்ணோட்டம் முற்றிலுமாக மாறியிருந்ததுதான் அதற்குக் காரணம். ஒட்டுமொத்தத்தில், அந்த ஓராண்டில் நான் என்னுடைய ஆகச் சிறந்த வடிவமாக மாறினேன். அப்படிப்பட்ட அனுபவங்கள் உங்களுக்கும் கிடைக்க வேண்டும் என்று நான் மனதார விரும்புகிறேன்.

நாம் அடுத்த அத்தியாயத்திற்குள் புகுவதற்கு முன்பாக, இலக்கு நிர்ணயித்தல் தொடர்பான இந்தப் புதிய கண்ணோட்டம் குறித்துச் சிறிது சிந்திக்குமாறு நான் உங்களைக் கேட்டுக் கொள்கிறேன். ஓர் இலக்கைத் தேர்ந்தெடுத்தப் பிறகு, வெற்றி சாத்தியமில்லை என்று கருதி நீங்கள் எப்போதாவது அந்த இலக்கைக் கைவிட்டிருக்கிறீர்களா? எப்போதாவது சந்தேகம் இருந்தும் அதை ஒதுக்கித் தள்ளிவிட்டுத் தொடர்ந்து இலக்கை நோக்கிச் சென்று வெற்றி அடைந்திருக்கிறீர்களா? நம் எல்லோருக்குமே இவை போன்ற சம்பவங்கள் நடந்துள்ளன. நானும் சில நேரங்களில் இலக்குகளை எட்டியிருந்திருக்கிறேன், சில நேரங்களில் நழுவவிட்டிருக்கிறேன். ஆனால், அது முக்கியமல்ல. நீங்கள் எப்படிப்பட்ட ஒரு நபராக ஆக வேண்டும் என்று ஆசைப்படுகிறீர்களோ அந்த நபராக ஆவதை நோக்கி அவை உங்களைக் கண்டிப்பாக வழிநடத்தும்.

அடுத்த அத்தியாயத்தில் நாம் இலக்குகள் தொடர்பாக இன்னும் ஆழமாகச் செல்லவிருக்கிறோம். உங்கள் வாழ்வில் எது உங்களுக்கு மிகவும் அர்த்தமுள்ளதாகத் தோன்றுகிறது என்பதைக் கண்டுபிடிக்கவும், உங்களுடைய இலக்குகளில் எதை

நீங்கள் உங்களுடைய இலட்சிய இலக்காகக் கருதுவீர்கள் என்பதை அறிந்து கொள்ளவும் அந்த அத்தியாயம் உங்களுக்கு உதவும்.

6

உங்களுடைய இலட்சியப் பயணம்

உங்களுடைய தலையாய முன்னுரிமை எது என்பது குறித்தத் தெளிவைப் பெறுவதற்கான நேரம் வந்துவிட்டது

உங்களுடைய தொழில்வாழ்க்கை இரண்டு தனித்தனியான பகுதிகளாகப் பிரிக்கப்பட்டுள்ளது. எவை மிக மிக முக்கியமானவை என்பது அவற்றில் ஒன்று. மற்றவையெல்லாம் மற்றொன்று. எவை மிக மிக முக்கியமானவை என்று நீங்கள் கருதுகிறீர்களோ அவற்றை நீங்கள் உச்சபட்சத்திற்கு எடுத்துச் செல்ல வேண்டும். மற்றவற்றுக்கு என்ன நிகழ்ந்தாலும் நீங்கள் பெரிதாக அலட்டிக் கொள்ளக்கூடாது. தொழில்வாழ்க்கையில் வெற்றி பெறுவது இதைச் சார்ந்துள்ளது.

கேரி கெல்லர்

இப்போது நீங்கள் இலக்குகள் குறித்தப் புதியதொரு கண்ணோட்டத்தை அறிந்திருப்பதால், உங்களுக்கு முக்கியமானவையாகப் படுகின்ற மிகப் பெரிய இலக்குகளை நிர்ணயித்துக் கொள்வதில் நீங்கள் இறங்கலாம். ஏனெனில், உங்களால் இதில் உண்மையில் தோற்க முடியாது என்பதை நீங்கள் அறிந்திருக்கிறீர்கள். இங்கு உங்களால் வளரவும், கற்றுக் கொள்ளவும், நீங்கள் முன்பு இருந்ததைவிடப் பெரிதாக வளரவும் மட்டுமே சாத்தியம் இருக்கிறது. உங்களுடைய சௌகரிய வட்டத்திற்கு வெளியே நீங்கள் எவ்வளவு அதிகத் தொலைவாகச் செல்கிறீர்களோ, அவ்வளவு அதிக விரைவாக நீங்கள் வளர்வீர்கள், அவ்வளவு அதிகமாகக் கற்றுக் கொள்வீர்கள், அவ்வளவு சீக்கிரமாக அதிசய வித்தைக்காரர்களின் பண்புநலன்களை சுவீகரித்துக் கொள்வீர்கள். வரம்புகளற்ற, சாத்தியக்கூறுகளைக் கொண்ட ஓர் உலகம் உங்களுக்காகக் காத்துக் கொண்டிருக்கிறது.

ஒருவேளை நீங்கள் உங்களுடைய இலக்குகள் அனைத்தும் நிறைவேறிவிட்டுள்ளதைப்போலக் கற்பனை செய்து கொண்டுகூட இருக்கலாம். பொருளாதாரச் சுதந்திரத்தோடு இருப்பது எப்படி இருக்கும்? நீங்கள் மிகச் சிறந்த உடற்கட்டுடன் இருந்தால் எப்படி இருப்பீர்கள்? நீங்கள் மறந்து போய்விட்டப் பிற இலக்குகள் கைகூடி வந்தால் எப்படி உணர்வீர்கள்? இவை அனைத்தும் நிறைவேறியிருந்தால் கண்டிப்பாக உங்களுடைய வாழ்க்கை பிரமாதமானதாகத்தான் இருக்கும் என்பதில்

சந்தேகமில்லை. குறிப்பாக, உங்களுடைய அனைத்து பிரம்மாண்டமான கனவுகளும் இலக்குகளும் ஒரே நேரத்தில் கைகூடி வந்தால் எப்படி இருக்கும்?

ஒரு நிமிடம் பொறுங்கள்! இப்போது நான் என்ன சொன்னேன்? ஒரே நேரத்தில் கைகூடி வந்தால் என்றா? உங்களுடைய அனைத்துப் பெரிய இலக்குகளையும் ஒரே நேரத்தில் உங்களால் கையாள முடியும் என்று நீங்கள் நினைக்கிறீர்களா? அதைப் பற்றிச் சற்று நேரத்தில் பார்க்கலாம்.

ஒருமுகப்படுத்துதலின் ஆற்றல்

கடந்த இருபது ஆண்டுகளாக நான் பலதரப்பட்ட மக்களோடு இணைந்து பணியாற்றியுள்ளவன் என்ற முறையில் நான் ஒரு விஷயத்தைக் கவனித்துள்ளேன். நம்மில் பலர் ஒரே நேரத்தில் அளவுக்கதிகமான இலக்குகளைக் கையாள முயன்று கொண்டிருக்கிறோம். நம்முடைய இலக்குகளில் எது தலையாயது என்ற தெளிவு நமக்கு இருப்பதில்லை. நம்மிடம் ஆரோக்கியம் தொடர்பான இலக்குகள் இருக்கின்றன, குடும்பம் தொடர்பான இலக்குகள் இருக்கின்றன, நிதி தொடர்பான இலக்குகள் இருக்கின்றன, வேலை தொடர்பான இலக்குகள் இருக்கின்றன, உறவுகள் தொடர்பான இலக்குகள் இருக்கின்றன. இப்படி அடுக்கிக் கொண்டே போகலாம். நாம் நம்முடைய இலக்குகளை முன்னுரிமைப்படுத்தாவிட்டால் என்ன நடக்கும் தெரியுமா? நாம் மும்முரமாக இருப்போம். முக்கியத்துவமற்ற விஷயங்களில் சில முன்னேற்றங்கள் ஏற்பட்டிருக்கக்கூடும். பெரும்பாலும் இலக்குகள் நிறைவேற்றப்பட்டு இருக்காது; திக்குமுக்காடல் உணர்வு நம்மைப் பாடாய்ப்படுத்திக் கொண்டிருக்கும்.

இந்த விதமான இலக்குகள் நிர்ணயித்தலை, பல வேலைகளை ஒரே நேரத்தில் செய்ய முனைவதோடு ஒப்பிடுவது பொருத்தமாக இருக்கும். ஒரே நேரத்தில் பல விஷயங்களில் மாட்டிக் கொண்டுவிடுவது எளிதாக நடந்தேறிவிடும். பொதுவாக நாம்

இப்படிப் பழகிவிட்டோம். நாம் காரோட்டிக் கொண்டிருக்கும்போது அலைபேசியில் பேசுவோம், வேலைக்கு நடுவே ஃபேஸ்புக் பக்கத்தைப் பார்த்துக் கொண்டிருப்போம், நம் குழந்தைகளோடு விளையாடிக் கொண்டிருக்கின்றபோது குறுஞ்செய்திகளை வாசித்துக் கொண்டிருப்போம். பல்பணியாக்கத்தில் நாம் கரை கண்டுவிட்டதுபோலத் தோன்றுகிறது, இல்லையா? ஆனால், இதனால் நம்முடைய செயல்திறன் உண்மையிலேயே அதிகரித்துள்ளதா?

இதற்கான நேரடியான பதில், இல்லை என்பதுதான். 2009-ல் ஸ்டேன்ஃபோர்டு பல்கலைக்கழகம் நடத்திய ஓர் ஆய்வு, பலதரப்பட்ட ஊடகங்களில் பல்பணியாக்கத்தில் ஈடுபடுபவர்களின் செயல்திறன் குறைவாக இருப்பதாகத் தெரிவிக்கிறது. பல்பணியாக்கத்தில் ஈடுபடாதவர்களோடு ஒப்பிடுகையில், அவர்களுடைய நினைவாற்றலும் குறைவாக இருப்பதாகவும் அந்த ஆய்வு கண்டறிந்துள்ளது. ஒட்டுமொத்தத்தில், பல்பணியாக்கம் உங்களுடைய முன்னேற்றத்தைத் தடுக்கிறது.

நீங்கள் ஒரே நேரத்தில் ஐந்து விதமான இலக்குகளில் கவனம் செலுத்துகிறீர்கள் என்று வைத்துக் கொள்ளலாம். ஒரு சில மாதங்களில் அந்த இலக்குகளில் இரண்டில் நீங்கள் 5 முதல் 7 சதவீதம்வரை முன்னேறக்கூடும். மற்றவற்றில் 2 முதல் 3 சதவீதம் முன்னேற்றம் ஏற்பட்டிருந்தாலே அதிகம். அடுத்த ஒரு சில மாதங்களுக்கும் இதே போக்கு தொடரும். ஆறு மாதங்களுக்குப் பிறகு, நீங்கள் அந்த இலக்குகளின் மேல்மட்டத்தை மட்டுமே தொட்டிருந்திருப்பீர்கள். அந்தக் கட்டத்தில், நீங்கள் உங்களுடைய ஊக்கத்தையும், தொடக்கத்தில் இருந்த துடிப்பையும் இழந்திருப்பீர்கள். அதனால், அந்த ஐந்து இலக்குகளையும் அப்படியே கைவிட்டுவிட்டு, புதிதாக வேறு ஐந்து இலக்குகளை நீங்கள் சுவீகரித்துக் கொள்வீர்கள். இங்கும் நீங்கள் அதே அணுகுமுறையைக் கையாண்டால், தொடக்கத்தில், இரண்டு இலக்குகளில் மீண்டும் அதே 5 முதல் 7 சதவீதம்வரையிலான முன்னேற்றம் ஏற்படக்கூடும். பெரிய மாற்றங்கள் எதுவும் ஏற்படாது. நீங்கள் ஒரே

நேரத்தில் பல இலக்குகளில் கவனத்தைக் குவிக்க முயன்றால், விரைவில் அவை அனைத்திலும் நீங்கள் தோல்வியடைவீர்கள்.

நாம் பல இலக்குகளை நிர்ணயித்துக் கொண்டு அவை அனைத்திற்கும் ஒரே விதமான முன்னுரிமையை அளித்தால், நாம் எதை முக்கியமானதாகக் கருதுகிறோமோ அதில் நம்மால் எதையும் சாதிக்க முடியாமல் போய்விடும். நாம் முன்னுரிமை கொடுத்தாக வேண்டிய விஷயம் எது என்பது குறித்தத் தெளிவு நம்மிடம் இல்லாவிட்டால், எளிதான, முக்கியத்துவமற்ற விஷயங்களையே நாம் தேர்ந்தெடுப்போம். தொலைபேசி அழைப்பின் மூலம் விஷயங்களை விரைவாக முடித்து வைப்பதற்குப் பதிலாக, நாம் ஒரு மின்னஞ்சலை அனுப்புவோம். சுயமுன்னேற்ற நூல் ஒன்றைப் படிப்பதற்குப் பதிலாக நெட்பிளிக்ஸில் எதையாவது பார்த்துக் கொண்டிருப்போம்.

நாம் இதற்கு ஒரு கடிவாளம் போட்டாக வேண்டும். எவற்றை நீங்கள் உண்மையிலேயே முக்கியத்துவம் வாய்ந்தவையாகக் கருதுகிறீர்களோ, அவற்றில் உங்களுடைய கவனத்தைக் குவிக்க நீங்கள் கற்றுக் கொள்வது நல்லது. இந்த அத்தியாயத்திலும், இந்தப் புத்தகத்தின் மீதிப் பகுதியிலும், உங்களுக்கு முக்கியமாகப் படுகின்ற ஒற்றை இலக்கின்மீது கவனத்தைக் குவிக்கும்படி நான் உங்களைக் கேட்டுக் கொள்கிறேன். அந்த இலக்கு உங்களுடைய வாழ்க்கைத் தரத்தின்மீது ஒரு முக்கியமான தாக்கம் ஏற்படுத்துவதாக இருக்குமாறு நீங்கள் பார்த்துக் கொள்ள வேண்டும். இது உங்களிடம் பதற்றத்தைத் தோற்றுவிக்கக்கூடும் என்பதை நான் உணர்ந்திருக்கிறேன். நீங்கள், "ஹால், எனக்குப் பல விஷயங்கள் முக்கியமானவை. நான் பல இலக்குகளை அடைய ஆசைப்படுகிறேன். அவற்றில் ஒன்றை எப்படித் தேர்ந்தெடுப்பது? அது கடினமான விஷயமாயிற்றே?" என்று என்னிடம் கேட்கக்கூடும். எனக்குப் புரிகிறது. பல்பணியாக்கத்திற்குப் பழகிப் போய்விட்ட நமக்கு இது விநோதமானதாகத்தான் படும். ஆனால், நீங்கள் ஓர் அதிசய வித்தைக்காரராக ஆக வேண்டும் என்று நான்

விரும்புகிறேன். அதற்கு இது ஒன்றுதான் உதவும்.

கோடீஸ்வரத் தொழிலதிபரான ஜெஃப் ஹாஃப்மேன், நான் ஏற்பாடு செய்திருந்த ஒரு கருத்தரங்கில் கலந்து கொண்டார். அப்போது அவர் கூறிய இந்த வார்த்தைகளை நான் குறிப்பெடுத்து வைத்துக் கொண்டேன்: "உங்களால் ஒன்றுக்கு மேற்பட்ட விளையாட்டுகளில் தங்கப் பதக்கத்தை வெல்ல முடியாது." இது குறித்துச் சில நிமிடங்கள் ஆழமாக யோசித்துப் பாருங்கள். பெரும்பாலான ஒலிம்பிக் வீரர்கள், ஒரே ஒரு விளையாட்டில் உலகின் தலைசிறந்த நபராக ஆவதற்காகத் தங்கள் மொத்த வாழ்நாளையும் செலவழிக்கின்றனர். நாம் கடந்த அத்தியாயத்தில் பார்த்ததைப்போல, நீங்கள் உங்களுடைய மொத்தக் கவனத்தையும் ஓர் ஒற்றை இலட்சியத்தில் குவிக்கின்றபோது, உங்களுடைய பிற இலக்குகளை அடைவதற்கான சாத்தியக்கூறுகள் அதிகரிக்கின்றன.

முதலில் நீங்கள் உங்களுடைய தலையாய முன்னுரிமையோடு ஒத்துப் போகின்ற வாழ்க்கையை வாழ்ந்து கொண்டிருக்கிறீர்களா என்பதைத் தெரிந்து கொள்ள வேண்டும். அதைத் தொடர்ந்து நீங்கள் ஒரே ஒரு இலட்சியத்தில் உங்களுடைய கவனம் முழுவதையும் குவிக்க வேண்டும். சரி, இப்போது அதற்குள் குதிக்கலாம்.

உங்களுக்கு மிகவும் முக்கியமாகப் படுபவற்றிலிருந்து தொடங்குங்கள்

வாழ்க்கையில் உங்களுடைய தலையாய முன்னுரிமை எது என்பதை அறிந்து கொள்வதற்கான விரைவான வழி, மரணதேவனை நேருக்கு நேர் எதிர்கொள்வதுதான் என்று சிலர் கருதுகின்றனர். என்னுடைய முப்பத்தேழாவது வயதில் எனக்குப் புற்றுநோய் இருந்தது கண்டுபிடிக்கப்பட்டபோது, என்னுடைய முன்னுரிமைகள் (ஆம், அப்போது நான் பல முன்னுரிமைகளை வைத்திருந்தேன்) இப்படி இருந்ததாக நான் நினைத்திருந்தேன்: முதலாவது,

குடும்பம்; இரண்டாவது, உடல் ஆரோக்கியம்; மூன்றாவது, நண்பர்கள்; நான்காவது, பொருளாதாரப் பாதுகாப்பு; ஐந்தாவது, உற்பத்தித்திறன் மேம்பாடு; ஆறாவது, பொழுதுபோக்கு. ஆனால், நான் உயிர் பிழைத்திருப்பதற்கு *20* முதல் *30* சதவீதம்வரை மட்டுமே வாய்ப்பிருந்ததாக மருத்துவர்கள் பிரகடனம் செய்தபோது, நான் நிலைகுலைந்து போனேன்.

அப்போது என்னுடைய வாழ்க்கையின் தலையாய முன்னுரிமை எது என்று என்னிடம் யாரேனும் கேட்டிருந்தால், சிறிதுகூடத் தயக்கமின்றி, அது என்னுடைய குடும்பம் என்று நான் கூறியிருந்திருப்பேன். அது உண்மையும்கூட. நான் என் மனைவியையும் என் குழந்தைகளையும் அந்த அளவுக்கு நேசித்தேன். அவர்கள்தாம் என் உலகமாக இருந்தனர். என்னுடைய பிற அனைத்து முன்னுரிமைகளும் அதற்குப் பின்னால் வரிசை கட்டி நின்றன. நான் செய்து கொண்டிருந்த அனைத்தையும் நான் அவர்களுக்காகவே செய்தேன்.

சரி, இதில் என்ன பிரச்சனை என்று கேட்கிறீர்களா? நான் வரித்துக் கொண்டிருந்த முன்னுரிமைக்கும் எதார்த்தத்திற்கும் இடையே தொடர்பு விட்டுப் போயிருந்ததுதான் பிரச்சனை. நான் என்னுடைய கால அட்டவணையை அலசிய உடனேயே அது வெளிப்பட்டுவிட்டது. நான் என் நேரத்தைச் செலவழித்துக் கொண்டிருந்த விதம் வேறொரு கதையைக் கூறியது. தொழில் தொடர்பாக நான் அடிக்கடி வெளியூர்களுக்குச் சென்று கொண்டிருந்தேன், வாரத்திற்கு அறுபது மணி நேரம் உழைத்தேன். நான் வேறொரு முக்கியமான பணித்திட்டத்தில் ஈடுபட வேண்டியிருந்த காரணத்தினால், என்னுடைய வார இறுதி நாட்களைக் குடும்பத்திற்காகச் செலவழிக்காமல் இருந்தேன். என்னுடைய நடவடிக்கைகளுக்கும், நான் முன்னுரிமை கொடுப்பதாகக் கூறிக் கொண்டிருந்ததற்கும் இடையே ஒரு பெரும் இடைவெளி இருந்தது.

அது குறித்து நான் தீவிரமாகவும் ஆழமாகவும் அலசியபோது, நான் உண்மையிலேயே முன்னுரிமை கொடுத்துக் கொண்டிருந்தது

என்னுடைய உற்பத்தித்திறன் மேம்பாட்டிற்கும் சாதனைகளுக்கும்தான் என்பது வெட்ட வெளிச்சமாயிற்று. நான் என்னுடைய நேரத்தையும் ஆற்றலையும் என்னுடைய பணித்திட்டங்களுக்கே அர்ப்பணித்துக் கொண்டிருந்தேன். ஒரு திட்டம் முடிவடைந்தபோது, அடுத்தத் திட்டத்தைக் கையில் எடுத்தேன். என் குழந்தைகளுக்கு இரவில் கதை சொல்வதற்குப் பதிலாக, மறுநாள் என் தொழில் தொடர்பாக நான் செய்ய வேண்டியிருந்த வேலைகள் குறித்து நான் யோசித்துக் கொண்டிருந்தேன். என் மனைவி அன்றைய தினத்தைப் பற்றி என்னுடன் ஆவலாகப் பேசிக் கொண்டிருந்தபோது, அதைக் காது கொடுத்துக் கேட்காமல், சம்பிரதாயத்திற்குத் தலையை ஆட்டிக் கொண்டே என் அலைபேசியில் மின்னஞ்சல்களைப் பார்த்துக் கொண்டும், அவசரமானவற்றுக்கு பதிலளித்துக் கொண்டும் இருந்தேன். இப்படி நான் நடந்து கொண்டதற்கு ஒரு வலுவான காரணம் இருந்ததாக நான் கருதினேன். அல்லது, அப்படி நான் அதை நியாயப்படுத்திக் கொண்டேன். நான் பொருளாதாரச் சுதந்திரத்தை அடைந்தால் அது என் குடும்பத்திற்குப் பாதுகாப்பாக இருக்குமல்லவா? எல்லோரையும்விட நான் அதிகமாக நேசிக்கின்ற என் மனைவியும் குழந்தைகளும் வயிறார உண்டு, நன்றாக உடை உடுத்தி, சௌகரியமாக வாழ வேண்டும் என்று நான் விரும்பினேன். ஆனால், அதையும் நான் கேள்விக்கு உட்படுத்தியபோது, பொருளாதாரச் சுதந்திரம் குறித்த என்னுடைய வேட்கை, குடும்ப அக்கறையிலிருந்து உதயமாகியிருக்கவில்லை, மாறாக, என் பயத்திலிருந்து உருவாகியிருந்தது என்பதை நான் உணர்ந்து கொண்டேன். நடைமுறையில் நான் கொடுத்துக் கொண்டிருந்த முன்னுரிமை என் பயத்தின் அடிப்படையிலேயே அமைந்திருந்தது.

2008 ஆம் ஆண்டு நிகழ்ந்த பொருளாதாரச் சரிவைத் தொடர்ந்து, நான் என்னுடைய வாடிக்கையாளர்களில் பாதிப் பேரை இழந்தேன். அவர்களும் அதே பிரச்சனையால் பாதிக்கப்பட்டிருந்ததுதான் அதற்குக்

காரணம். நான் என்னுடைய வீட்டுக் கடன் தவணைகளைச் செலுத்த முடியாமல் போனதால், என் வீட்டை என்னுடைய வங்கி எடுத்துக் கொண்டது. என்னுடைய நிதி நிலைமை அதலபாதாளத்தைத் தொட்டது. என் தொழில் தொடர்பாக நான் மேற்கொண்ட எந்த முயற்சியும் பலனளிக்கவில்லை. நான் பெரும் கடனில் மூழ்கினேன். அதிலிருந்து எப்படி மேலே ஏறி வருவது என்பது தெரியாமல் நான் தவித்தேன். பின்னர், நான் அதிலிருந்து வெளியேறி என் வாழ்க்கையை மறுபடியும் தூக்கி நிறுத்திவிட்டிருந்தபோதிலும், நான் மீண்டும் அனைத்தையும் இழந்துவிடக்கூடும் என்ற பயம் எனக்குள் ஆழமாக ஊடுருவியிருந்ததைப் பின்னர் நான் தெரிந்து கொண்டேன்.

அதன் காரணமாக, என்னுடைய வாடிக்கையாளர்களிடமிருந்து வந்த ஒவ்வொரு மின்னஞ்சலும் எனக்கு மிக முக்கியமானதாகத் தோன்றியது. நான் ஆற்றிய ஒவ்வொரு சொற்பொழிவையும் என்னைக் கரை சேர்க்கின்ற ஒன்றாக நான் கருதினேன். இவற்றை நான் என் குடும்பத்திற்காகத்தான் செய்தேன் என்றாலும், அதற்குப் பின்னால், மீண்டும் நான் ஒரு நிதிச் சிக்கலில் மாட்டிக் கொள்ளக்கூடாது என்ற பரிதவிப்பே அதிகமாக இருந்தது.

அந்த பயத்தை வெல்வதற்கு, என்னை அறியாமலேயே நான் உற்பத்தித்திறனின் பக்கம் தஞ்சமடைந்தேன். அது என்னுடைய தலையாய முன்னுரிமையாக மாறிப் போனது. இதுதான் நம்மில் பெரும்பாலானோரின் கதையும்கூட. அதை நீங்கள் உற்பத்தித்திறன் மேம்பாடு, வெற்றி, சாதனை அல்லது வேலை என்று எந்தப் பெயரில் வேண்டுமானாலும் அழைத்துக் கொள்ளலாம். எல்லா கழுதைகளும் ஒன்றுதான். நாம் அவற்றுக்கு அடிமையாகிவிடுகிறோம்.

இதற்கு நாம் நம்முடைய உடல்நலனைக் காவு கொடுக்க வேண்டியிருக்கிறது. நம்முடைய ஆரோக்கியம் கெடுகின்றபோது, அது நம்முடைய வாழ்க்கையின் பிற அம்சங்களையும் கடுமையாக பாதிக்கிறது.

எனக்குப் புற்றுநோய் இருந்தது கண்டுபிடிக்கப்படுகின்றவரை, நான் என்னுடைய தலையாய முன்னுரிமையோடு இணக்கமாக வாழ்ந்து கொண்டிருக்கவில்லை என்பதோடு, அதற்கு நேர் எதிராக, பயத்தால் தூண்டப்பட்டு வாழ்ந்து கொண்டிருந்தேன் என்பதை நான் உணர்ந்திருக்கவில்லை. என் கடந்தகால அனுபவத்தைக் கணக்கில் எடுத்துக் கொண்டால் என்னுடைய நடத்தையை என்னால் நியாயப்படுத்த முடியும் என்பது உண்மைதான். ஆனால், பயத்தால் உந்தப்பட்டு வாழப்படுகின்ற ஒரு வாழ்க்கையை வாழ எவர்தான் விரும்புவர்? அதை நான் விரும்பவில்லை என்பதை நான் அறிந்திருந்தேன். அதனால், என் வாழ்க்கையில் நான் புரட்சிகரமான மாற்றங்களைச் செய்ய முடிவெடுத்தேன். உண்மையிலேயே என் குடும்பத்திற்கு முன்னுரிமை கொடுக்க நான் முடிவு செய்தேன். நான் என்னுடைய முதல் நாள் கீமோதெரபி சிகிச்சையை முடித்துக் கொண்டு வீடு திரும்பியதும் அது தொடங்கியது. நான் நேராக என்னுடைய நான்கு வயது மகனிடம் சென்று, “ஹாய்! இன்று உனக்கு என்ன பிடிக்குமோ அதைச் செய்யலாம். நாம் ஏரிக்குச் செல்லலாம். உல்லாச உலகிற்குச் சென்று, சறுக்குக் காரில் ஏறிச் சுற்றலாம். பவுலிங் செய்யலாம். உனக்குப் பிடித்ததைச் செய்யலாம்,” என்று கூறினேன்.

அதற்கு அவன்,” உண்மையாகவா? உம் . . . நாம் என் அறையில் உட்கார்ந்து பொம்மைகளுடன் விளையாடலாம்,” என்று பதிலளித்தான்.

என் மகன் நான் கூறியதைச் சரியாகப் புரிந்து கொள்ளவில்லை என்று கருதிய நான், மீண்டும் அவனிடம், “இல்லை. நீ என்ன செய்ய விரும்பினாலும் அதைச் செய்யலாம். வெளியே போகலாம். ஊர்

சுற்றலாம். அப்போது நீ என்ன செய்ய விரும்புவாய்?" என்று கேட்டேன்.

அதற்கு அவன் மீண்டும், "என் அறையில் உங்களுடன் உட்கார்ந்து விளையாட வேண்டும்," என்று கூறினான்.

அவனுடைய பதில் என் கண்களைத் திறந்தது. என் மகனின் தலையாய முன்னுரிமை என்னுடன் உட்கார்ந்து விளையாடுவதுதான் என்பதை நான் புரிந்து கொண்டேன். குடும்பம்தான் என்னுடைய தலையாய முன்னுரிமை என்று நான் கருதினால், என் மகன் தன்னுடைய முன்னுரிமை என்று கருதுகின்ற விஷயத்திற்குத்தான் நான் முக்கியத்துவம் கொடுக்க வேண்டும்.

எனக்குச் சட்டென்று ஒன்று புரிந்தது. நான் எவ்வளவு தொகையை வீட்டுக் கடனாகச் செலுத்தினேன் என்பதை என் குழந்தைகள் நினைவில் வைத்துக் கொள்ளப் போவதில்லை. என்னுடைய புத்தகங்களின் எத்தனை பிரதிகளை நான் விற்றேன் என்பது குறித்து அவர்கள் அலட்டிக் கொள்ளப் போவதில்லை. என் வாழ்வின் இறுதியில் (அது நீண்டகாலம் கழித்தே வரும் என்று நான் நம்புகிறேன்) நான்கூட அதைப் பொருட்படுத்தப் போவதில்லை. நான் என் வேலைகளையெல்லாம் முடித்துவிட்டு, மனரீதியாகவும் உடல்ரீதியாகவும் களைத்துப் போய் வீட்டுக்கு வந்து, என் குழந்தைகளுடன் ஒப்புக்கு நேரத்தைச் செலவழிப்பது என்பது என்னை நானே ஏமாற்றிக் கொள்கின்ற ஒரு காரியம்தான். அவர்களும் அந்த நேரத்தில் தூக்கக்கலக்கத்தில் இருப்பர். அதனால், உண்மையிலேயே நான் என் குடும்பத்திற்கு முன்னுரிமை கொடுக்கின்ற விதத்தில் என் கால அட்டவணையை மாற்றத் தீர்மானித்தேன்.

அதனால், அதற்குப் பிறகு, காலையில் என் மகன் பள்ளிக்குச் செல்வதற்கு முன்பாக, அவனுடன் தினமும் அரை மணி நேரம் செலவழிக்கின்ற விதத்தில் நான் என் நாளைத் திட்டமிட்டேன். இதற்காக நான் செலவிட்டது என்னுடைய நேரத்தின் ஒரு சிறு பகுதியை மட்டுமே. ஆனால், அவனுக்கு இது ஒரு மாபெரும் வித்தியாசத்தை

ஏற்படுத்தியது. அதன் விளைவாக, எங்களுக்கு இடையேயான உறவின் நெருக்கம் தினமும் அதிகரித்தது.

உங்களுடைய கால அட்டவணையை உங்களுடைய தலையாய முன்னுரிமையோடு ஒத்திசைவாக வைத்திருங்கள்

அந்த நாளிலிருந்து நான் என் குடும்பத்தின்மீது என் கவனத்தை முழுவதுமாகக் குவித்தேன். என் குழந்தைகளுக்கு ஆகச் சிறந்த அப்பாவாகவும், என் மனைவிக்கு ஆகச் சிறந்த கணவனாகவும் இருப்பதில் நான் மிகவும் குறியாக இருந்தேன். அதற்காக நான் என்னுடைய தினசரிக் கால அட்டவணையை மாற்றியமைத்தேன்.

என்னுடைய தினசரிக் கால அட்டவணை இவ்வாறாக இருந்தது: நான் அதிகாலை 4.30 மணிக்கு எழுந்து, என்னுடைய 'அதிசயங்களை நிகழ்த்தும் அதிகாலை' நூலில் நான் பரிந்துரைத்துள்ள ஆறு நடவடிக்கைகளை மேற்கொள்வேன். அதில் புத்தக வாசிப்பு என்ற ஒரு பகுதி உண்டு. அதில் இப்போது குழந்தை வளர்ப்பு, மணவாழ்க்கையில் மகிழ்ச்சியாக இருப்பது எப்படி போன்ற வகையான நூல்களின் வாசிப்பிற்கு நான் முக்கியத்துவம் கொடுக்கிறேன்.

காலை 6 மணிக்கு என் குழந்தைகளின் படுக்கையறைக்குச் செல்வேன். அவர்களை எழுப்புகின்ற வேலையை நான் என் மனைவியிடமிருந்து எடுத்துக் கொண்டேன். அவர்களை மகிழ்ச்சியுடன் எழுப்புவதற்கான பல உத்திகளை நான் பயன்படுத்துகிறேன். நேர்மறையான வார்த்தைகளை அவர்களிடம் நான் பயன்படுத்துகிறேன். அவர்கள் எழுந்து பல் தேய்த்து முடித்தப் பிறகு, நான் என் மகனுடன் சிறிது நேரம் விளையாடுகிறேன். பிறகு என் மனைவிக்கு உதவியாளனாக நான் செயல்படுகிறேன். பிறகு, எங்கள் குழந்தைகளைப் பள்ளிக்குத் தயார்படுத்துகிறேன் (முன்பு அதுவும் என் மனைவியின் வேலையாகத்தான் இருந்தது). இதை நான் ஒரு கடமையாகச் செய்யவில்லை. மாறாக,

அவர்களுடன் நெருக்கத்தை வளர்த்துக் கொள்வதற்கு எனக்குக் கிடைத்துள்ள ஒரு வாய்ப்பாக நான் கருதுகிறேன்.

பிறகு நான் அவர்களை அவர்களுடைய பள்ளியில் கொண்டு போய் விடுவேன். (இதையும் என் மனைவி . . . இப்போது என் வண்டவாளத்தை நீங்கள் அறிந்திருப்பதால் இத்துடன் நிறுத்திக் கொள்கிறேன்.) எங்களுடைய கார் பயணமும் ஆட்டம், பாட்டம், கொண்டாட்டமாக இருக்கும். வாரத்தில் மூன்று நாட்கள், குழந்தைகளைப் பள்ளியிலிருந்து அழைத்து வருவதற்காக நான் வேலையிலிருந்து மதியம் 2 மணிக்கே கிளம்பிவிடுவேன். முதலில் இது எனக்குக் கடினமாக இருந்தது. ஆனால், இப்போது அது குறித்து நான் மிகவும் மகிழ்ச்சி கொள்கிறேன்.

இரவு உணவை நாங்கள் ஐந்து மணிக்கு ஒரு குடும்பமாகச் சேர்ந்து உண்கிறோம். பின் நாங்கள் வார்த்தை விளையாட்டு ஒன்றை விளையாடுகிறோம். அதில் சாதாரணமான வார்த்தைகளுக்குப் பதிலாக, நன்றியுணர்வை வெளிப்படுத்துகின்ற வார்த்தைகள் பயன்படுத்தப்பட வேண்டும் என்ற விதியை நாங்கள் உருவாக்கியுள்ளோம். இரவில், நான் என் குழந்தைகளுக்குக் கதைகளைச் சொல்லி அவர்களைத் தூங்க வைக்கிறேன். இதன் மூலம் என் குழந்தைகள் காலையில் கண் விழிக்கும்போதும் நான் அவர்கள் கூடவே இருக்கிறேன். அவர்கள் தூங்குகின்றபோதும் நான் அவர்களுடன் இருக்கிறேன்.

வார இறுதியில் நாங்கள் பல்வேறு இடங்களுக்குச் சென்று ஒன்றாகப் பொழுதைக் கழிக்கிறோம். என் மனைவி தனியாக ஒரு நாளைக் கழிக்கவும் அது அவருக்கு உதவுகிறது. வாரத்தில் ஒரு நாள், குழந்தைகளைப் பார்த்துக் கொள்வதற்கு ஒரு நபரை ஏற்பாடு செய்துவிட்டு, நானும் என் மனைவியும் வெளியே சென்று ஒன்றாக நேரத்தைச் செலவிடுகிறோம்.

இந்த மாற்றங்கள் அனைத்தும் ஒரே நாளில் நிகழ்ந்துவிடவில்லை. அவை படிப்படியாகத்தான் நிகழ்ந்தன. அதோடு, அவை எளிதாகவும்

இருக்கவில்லை. இப்போதும் மற்றொரு பொருளாதார வீழ்ச்சி ஏற்படக்கூடும் என்ற பயம் எனக்கு இருப்பதால், உற்பத்தித்திறன்மீதான என்னுடைய மோகம் குறைந்துவிட்டதாகச் சொல்லிவிட முடியாது. ஆனால், நீங்கள் நீண்டகாலம் உங்களுடைய முன்னுரிமைக்கு அர்ப்பணிப்போடு நடந்து கொண்டால், அது எளிதானதாகவும் இயல்பானதாகவும் ஆகிவிடும்.

நீங்களும் உங்களுக்கு முக்கியமானவையாக இருக்கின்ற விஷயங்களுக்கு முன்னுரிமை கொடுக்காத ஒருவர் என்றால், அது குறித்துக் குற்றவுணர்வு கொள்ளாதீர்கள். முதலில் அதை ஏற்றுக் கொள்ளுங்கள். பிறகு, அதை மாற்ற உறுதி பூணுங்கள்.

மற்றொரு விஷயம். நீங்கள் தலையாய முன்னுரிமை அளித்துக் கொண்டிருக்கின்ற விஷயங்கள் காலப்போக்கில் மாறக்கூடும். திருமணத்திற்கு முன்பு உங்களுக்கு இருந்த முன்னுரிமை இப்போது கண்டிப்பாக மாறியிருக்கும். அது பல முறை மாறும். அதனால், இப்போது உங்களுடைய தலையாய முன்னுரிமை என்னவென்று கண்டுபிடிப்பது உங்களுக்குக் கடினமாக இருந்தால், அது குறித்து அலட்டிக் கொள்ளாதீர்கள்.

உங்களுக்கு முக்கியமாகப் படுகின்ற விஷயம் எது?

உங்கள் வாழ்க்கையில் எது உண்மையிலேயே உங்களுக்கு முக்கியமான விஷயம் என்பது குறித்தத் தெளிவு உங்களிடம் இருக்கிறது என்று உங்களால் உறுதியாகக் கூற முடியுமா? அது உங்கள் குடும்பமா? நண்பர்களா? உங்களுடைய ஆரோக்கியமா? அது உங்களுக்குத் தெரியவில்லை என்றால், அதைக் கண்டுபிடிக்கும்படி நான் உங்களைக் கேட்டுக் கொள்கிறேன். இந்த உலகிலுள்ள மாபெரும் வெற்றியாளர்கள் அனைவரும் தங்களுக்கு வாழ்க்கையில் எது முக்கியம் என்பதை அறிந்திருந்ததோடு, அதற்கு ஒத்திசைவான முறையில் தங்களுடைய அன்றாட வாழ்க்கை இருந்ததை உறுதி செய்து கொண்டனர்.

எல்லோருக்கும் அவர்களுடைய வாழ்க்கையை

உலுக்குகின்ற ஒரு நிகழ்வு நடைபெற வேண்டும் என்ற கட்டாயமில்லை. அதனால், அதைக் கண்டுபிடிப்பதற்கு நான் இந்த வழியைப் பரிந்துரைக்கிறேன். வருங்காலத்தில் நீங்கள் ஓர் அதிசய வித்தைக்காரரின் வாழ்க்கையை வாழ்ந்து கொண்டிருக்கிறீர்கள் என்று வைத்துக் கொள்வோம். உங்களைப் பார்ப்பவர்கள் எல்லோரும், 'எவ்வளவு பெரிய அதிர்ஷ்டக்காரர் இவர்!' என்று நினைக்கின்றனர். நீங்கள் உங்களைச் சுற்றி எண்ணற்ற வாய்ப்புகளைப் பார்த்தாலும், அவை எல்லாவற்றிலும் நீங்கள் இறங்குவதில்லை. உங்களுக்கு முக்கியமாகப் படுகின்ற விஷயங்களோடு ஒத்திசைவாக இருக்கின்ற காரியங்களில் மட்டுமே நீங்கள் ஈடுபடுகிறீர்கள்.

உங்களுடைய இந்த அதிசய வித்தைக்காரரின் பிம்பத்தைப் பார்க்கின்றபோது, உங்களுடைய வாழ்க்கையின் எந்த அம்சத்திற்கு நீங்கள் அதிக மதிப்பளித்தீர்கள்? அது குடும்பமா, வேலையா, ஆரோக்கியமா, பணமா, ஆன்மிகமா, சமூகப் பங்களிப்பா அல்லது உங்களுடைய சொந்த முன்னேற்றமா? அது எதுவாக இருந்தாலும், அதைத்தான் நீங்கள் முக்கியமாகக் கருதுகிறீர்கள் என்ற முடிவுக்கு நீங்கள் எப்படி வந்தீர்கள்? உங்களுடைய கால அட்டவணை அதனோடு ஒத்திசைவாக இருக்கிறதா?

இதைப் பற்றி நான் அதிகமாகத் தோண்டித் துருவுவதாக நீங்கள் நினைக்கலாம். ஆனால், நீங்கள் அதைத் தெரிந்து கொள்வது மிகவும் இன்றியமையாதது. நீங்கள் உங்களுடைய தலையாய முன்னுரிமைகளோடு ஒத்திசைவாக இருக்கின்றபோது, அதிசயங்களைத் தருவிப்பது எளிதானதாக இருக்கும். பல இலக்குகளில் நீங்கள் உங்களுடைய கவனத்தைக் குவித்திருந்தால், ஒரு குறிப்பிட்ட சமயத்தில் எதில் உங்களுடைய ஆற்றலைச் செலவழிக்க வேண்டும் என்பது குறித்தத் தடுமாற்றம் உங்களிடம் இருக்கும்.

நீங்கள் ஏற்கனவே பல இலக்குகளை வரித்திருந்தால், அதை இப்போது வெளியே எடுங்கள். நீங்கள் இதுவரை இலக்குகளை நிர்ணயித்திருக்கவில்லை என்றால், இந்தப் புத்தகத்தைக் கீழே வைத்துவிட்டு, ஒரு சில நிமிடங்கள்

செலவிட்டு, அடுத்தச் சில மாதங்களில் நீங்கள் சாதிக்க விரும்புகின்ற இலக்குகளின் பட்டியல் ஒன்றைத் தயாரியுங்கள். அதை நீங்கள் மெருகேற்றுவதற்கு நீண்ட நேரத்தைச் செலவழித்துக் கொண்டிருக்க வேண்டாம். கீழ்க்கண்ட பகுதிகளில் உங்கள் இலக்குகள் என்ன என்று எழுதிக் கொள்ளுங்கள்:

- ஆரோக்கியம்
- குடும்பம்
- நண்பர்கள்
- வேலை
- பணம்
- பொழுதுபோக்கு
- சுயமுன்னேற்றம்
- ஆன்மிகம்
- சமுதாயப் பங்களிப்பு

இவற்றில் எவற்றுக்கு முன்னுரிமை அளிப்பது என்பதைக் கண்டுபிடிப்பதற்கு இந்தக் கேள்விக்கு பதிலளியுங்கள்: “என் வாழ்க்கையில் நான் விரும்புகின்ற அனைத்தையும் அடைவதற்குத் தேவையான பண்புநலன்களை வளர்த்துக் கொள்வதற்கு இவற்றில் எந்த இலக்கு எனக்கு உதவும்?”

இது, நீங்கள் ஓர் அதிசய வித்தைக்காரராக உருவாவதற்கு உங்களை உந்தித் தள்ளும். கட்டுப்பாடு, மீண்டெழுதல், நிலைத்தன்மை போன்றவற்றை நீங்கள் உருவாக்கிக் கொள்வீர்கள். எல்லாவற்றுக்கும் மேலாக, ஆணித்தரமான நம்பிக்கையை உங்களிடம் உருவாக்கிக் கொண்டு, அசாதாரணமான முயற்சிகளை நீங்கள் மேற்கொள்ளத் துவங்குவீர்கள். இந்த இலக்கு நீங்கள் உங்களுக்கு வரித்துள்ள உயர்ந்த விழுமியங்களோடு ஒத்திசைவாக இருக்கிறதா? அப்படி இல்லை என்றால், ஒன்று, நீங்கள் இலக்கை மாற்றிக் கொள்ள வேண்டும் அல்லது விழுமியங்களை மாற்றிக் கொள்ள

வேண்டும். உங்களுடைய இலக்கு பயமுறுத்துவதாக இருக்கின்ற காரணத்தாலோ அல்லது அடைவதற்குக் கடினமாக இருக்கின்ற காரணத்தாலோ அதிலிருந்து பின்வாங்கிவிடாதீர்கள். உங்களுடைய பெரிய இலக்கு உங்களைப் பயமுறுத்துவதாக இருப்பது இயல்புதான். இன்னும் சொல்லப் போனால், அந்த இலக்கு உங்களுடைய சௌகரிய வட்டத்திற்கு வெளியேதான் இருந்தாக வேண்டும். அதுதான் உங்களுடைய புதிய அடையாளத்தை நோக்கி உங்களை உந்தித் தள்ளும்.

எந்த இலக்கு உங்களை உங்களுடைய புதிய அடையாளத்தை நோக்கி உந்தித் தள்ளுகிறது என்பதை நீங்கள் தெளிவாக அறிந்து கொண்டவுடன், அது உங்களுடைய இலட்சியமாக ஆகிவிடும். நான் இங்கு வேண்டுமென்றே இலட்சியம் என்ற வார்த்தையைப் பயன்படுத்துகிறேன். ஏனெனில், அது ஒரு தீவிரத்தன்மையையும் உயர்ந்த நோக்கத்தையும் குறிக்கிறது.

இலட்சியத்திற்கு நீங்கள் கூடுதலான அர்ப்பணிப்பை வழங்க வேண்டியிருக்கும். ஓர் ஒற்றை இலட்சியம், ஒரு நூறு இலக்குகளைவிட அதிக ஆற்றல் கொண்டதாக இருக்கும்.

> **இலக்குகள்:** *நாம் அடைய விரும்புகின்ற பல விஷயங்கள்.*
>
> **இலட்சியம்:** *அர்ப்பணிப்புடன் செயல்பட்டு எப்பாடுபட்டாவது நாம் அடைய விரும்புகின்ற ஒன்று.*

உங்களுடைய இலட்சியத்தைத் தீர்மானிப்பதற்கு, உங்களுடைய அனைத்து இலக்குகளையும் அலசிப் பார்த்து, "என் வாழ்க்கையில் நான் விரும்புகின்ற அனைத்தையும் அடைவதற்குத் தேவையான பண்புநலன்களை வளர்த்துக் கொள்வதற்கு இவற்றில் எந்த இலக்கு எனக்கு உதவும்?" என்ற கேள்விக்கான பதிலைக் கீழே எழுதிக் கொள்ளுங்கள்:

என் இலட்சியம்:

____

____

____

____

____

____

உங்களுடைய இலட்சியத்தைக் கோட்டை விட்டுவிட்டால் என்ன செய்வது?

நீங்கள் ஒரு கழைக்கூத்தாடியாக ஆவதற்குப் பயிற்சியெடுத்துக் கொண்டிருந்தால், கயிற்றின்மீது நடக்கும்போது ஒருவேளை கீழே விழுந்துவிட்டால் உங்களைப் பாதுகாப்பதற்காகக் கீழே வலை போன்ற எதாவது ஒன்றைப் போட்டிருப்பீர்கள், இல்லையா? உங்களுடைய சௌகரிய வட்டத்திற்கு வெளியே இருக்கின்ற புதிய, உங்களைப் பயமுறுத்துகின்ற ஒரு காரியத்தில் இறங்க முனைகின்றபோதும் நீங்கள் அதையேதான் செய்ய வேண்டும்.

நீங்கள் உங்களுடைய இலட்சியத்திற்குள் குதிப்பதற்கு முன்பாக, கீழ்க்கண்ட உத்திகளைப் பயன்படுத்திக் கொள்ளுங்கள். அது உங்களுடைய வெற்றி வாய்ப்பை வெகுவாக அதிகரிக்கும்.

மாதாந்திர இலட்சியங்களை நிர்ணயித்துக் கொள்ளுங்கள்

சாதனையாளர்களுக்கு, ஒவ்வொரு புத்தாண்டு தினமும் உற்சாகமூட்டும் நாளாக இருக்கும். ஏனெனில், கடந்த ஆண்டில் ஏற்பட்டிருந்த முன்னேற்றத்தை அசைபோட்டுப் பார்க்கவும், அடுத்து வரவிருக்கின்ற பன்னிரண்டு மாதங்களுக்குப் புதிய இலக்குகளை நிர்ணயித்துக் கொள்ளவும் அந்நாள் வாய்ப்பளிக்கிறது. ஆனால், ஒவ்வொரு புத்தாண்டின்போதும் இலட்சக்கணக்கானோர் இலக்குகளை நிர்ணயித்துக் கொண்டாலும், அவர்களில் பெரும்பாலானோர் வெகு சீக்கிரமே தங்களுடைய பாதையிலிருந்து தடம்

புரண்டுவிடுகின்றனர். அதற்கு என்ன காரணம்?

'த 12-வீக் இயர்' என்ற ஓர் அருமையான புத்தகத்தைப் படித்தபோதுதான், ஓராண்டு என்பது நீண்டகாலம் என்ற புரிதல் எனக்கு ஏற்பட்டது. ஜனவரி ஒன்றாம் தேதி நிர்ணயித்திருந்த இலக்குகளை பிப்ரவரி ஒன்றாம் தேதியன்று அடைந்திருக்க முடியவில்லையா? ஒன்றும் குடிமுழுகிப் போய்விடாது. இன்னும் பதினொரு மாதங்கள் இருக்கின்றன, பார்த்துக் கொள்ளலாம். ஏப்ரலில்கூட அது சாத்தியப்பட்டிருக்கவில்லையா? கவலை வேண்டாம். மே, ஜூன், ஜூலை, ஆகஸ்ட், செப்டம்பர், அக்டோபர், நவம்பர் மற்றும் டிசம்பர் மாதங்கள் இருக்கின்றனவே. அதற்குள் இறுக்கிப் பிடித்துவிடலாம். ஏராளமான நேரம் இருக்கிறது, சரிதானே?

நீண்டகால நோக்கில் இருக்கின்ற ஒரு முக்கியப் பிரச்சனை என்னவென்றால், அதற்கு நாம் ஏராளமான நேரத்தைக் கொடுத்துக் கொள்வதால், அதில் ஓர் அவசரத்தன்மை இல்லாமல் போய்விடுகிறது. விஷயங்களைத் தள்ளிப்போடுதலுடன், சாத்தியமற்ற எதிர்பார்ப்புகளும் சேர்ந்து கொள்கின்றபோது, நம்மிடம் ஏராளமான நேரம் இருக்கிறது, தள்ளிப்போடுதல் என்ற ஆடம்பரம் நமக்குக் கட்டுப்படியாகும் என்ற தவறான எண்ணம் நம்மிடம் உருவாகிவிடும். வாய்ப்புகள் கைநழுவிப் போவதற்கும், இலக்குகள் அடையப்பட முடியாமல் போவதற்கும், உங்களுடைய ஆற்றல் முழுமையாகப் பயன்படுத்தப்பட முடியாமல் போவதற்கும் இது வழிவகுத்துவிடும்.

நீங்கள் உங்களுடைய இலக்குகளை அடைவதற்கு ஓராண்டை ஒதுக்குவதற்குப் பதிலாக, ஒரு மாதத்தை மட்டும் ஒதுக்கினால் என்னவாகும்? உங்களுடைய புத்தாண்டு, ஒவ்வொரு மாதத்தின் முதல் நாளும் தொடங்கினால் எப்படி இருக்கும்? உங்களுடைய முன்னேற்றம் குறித்து அசைபோடுவதற்கும், புதிய இலக்குகளை நிர்ணயித்துக் கொள்வதற்கும், புதிதாகத் துவக்குவதற்கும் மாதாமாதம் உங்களுக்கு வாய்ப்புக் கிடைத்தால் எப்படி இருக்கும்?

உங்களுடைய இலட்சியத்திற்கு ஆதரவாக இருக்கின்ற மாதாந்திர இலட்சியம் ஒன்றை நிர்ணயித்துக் கொள்வது, நீங்கள் ஒவ்வொரு மாதமும் உங்களுடைய முன்னுரிமையில் முழுக் கவனத்தையும் குவிப்பதற்கு மிகவும் உதவும். ஓர் ஆரோக்கியமான அவசரத்தன்மையை உங்களிடம் உருவாக்கிக் கொள்ளவும் அது வழிவகுக்கும்.

உங்களுடைய சூழலை நீங்கள் வடிவமைத்துக் கொள்ளுங்கள்

பெரும்பாலான சமயங்களில், நம்மை அறியாமலேயே, நம்முடைய இலக்குகளுக்கு நம்மையே ஒரு தடைக்கல்லாக நாம் முன்னிறுத்திக் கொள்கிறோம். நாம் நம்முடைய உடல் எடையைப் பத்துக் கிலோ குறைக்க வேண்டும் என்று ஓர் இலக்கை நிர்ணயித்துக் கொண்டு, ஏகப்பட்டக் குளிர்பானங்களையும் இனிப்புத் தின்பண்டங்களையும் வாங்கி வைத்துக் கொள்கிறோம். காலையில் நாம் உடற்பயிற்சி செய்ய வேண்டும் அல்லது தியானம் செய்ய வேண்டும் என்ற ஓர் இலக்கை நிர்ணயித்துக் கொண்டு, காலையில் எழுந்தவுடன் அலைபேசியில் தலையை விட்டுக்கொண்டு மின்னஞ்சல்களுக்கு பதிலளிப்பதிலும் சமூக ஊடகங்களில் மேய்வதிலும் நம்மைத் தொலைத்துவிடுகிறோம்.

உங்களுடைய தலையாய முன்னுரிமையோடு எதுவும் முரண்படாமல் இருப்பதற்கு ஏற்ற வகையில் உங்களுடைய சுற்றுச்சூழலும் உங்களுடைய கால அட்டவணையும் இருப்பதை உறுதி செய்து கொள்ளுங்கள். முடிந்தவரை, உங்களுடைய இலட்சியம் தொடர்பான காரியங்களை நீங்கள் முதலில் செய்வதற்கு வழிவகுத்துக் கொள்ளுங்கள். உங்களுடைய ஆற்றல் உச்சத்தில் இருக்கும்போது முக்கியமான வேலைகளைச் செய்து முடித்துவிடுவது நல்லது. காலையில் உடற்பயிற்சியில் ஈடுபடுவதற்குப் பதிலாக மாலையில் உடற்பயிற்சி செய்ய நீங்கள் முடிவு செய்தால், அலுவலகத்திற்குச் செல்லும்போதே மாற்று உடைகளை எடுத்துச் சென்றுவிடுங்கள். உங்களுடைய இலக்குகள் அடையப்படுவதை எளிதாக்கிக் கொள்ளுங்கள்.

உங்களுடைய தொழில் தொடர்பாகப் புதிய நபர்களைத் தொடர்பு கொள்ள நீங்கள் விரும்பினால், அதற்கென்று ஒரு குறிப்பிட்ட நேரத்தை ஒதுக்கிக் கொள்ளுங்கள், அமைதியான ஓர் இடத்தைத் தேர்ந்தெடுத்துக் கொள்ளுங்கள். ஓர் அந்நிய மொழியைக் கற்றுக் கொள்வது உங்களுடைய இலக்காக இருந்தால், உங்களைச் சுற்றி எப்போதும் அந்த மொழிப் புத்தகங்களும் ஒலிநாடாக்களும் இருப்பதை உறுதி செய்து கொள்ளுங்கள். அந்த மொழியில் அமைந்த வானொலி நிகழ்ச்சிகளைக் கேளுங்கள், தொலைக்காட்சி நிகழ்ச்சிகளைப் பாருங்கள்.

உங்களைச் சுற்றி யார் இருக்கிறார்கள் என்பதை அவதானியுங்கள். உங்களைச் சுற்றி இருப்பவர்கள், எப்போதும் சாக்குப்போக்குகளைக் கூறிக் கொண்டிருக்கின்ற, வாழ்க்கையில் பெரிதாக முன்னேறிக் கொண்டிருக்காத நபர்களாக இருந்தால், அவர்களிடமிருந்து உங்களால் பெரிய அளவில் ஊக்கம் பெற முடியாது. நீங்கள் எதைச் செய்ய விரும்புகிறீர்களோ அதைச் சாதித்திருக்கின்ற அல்லது அதை இப்போது செய்து கொண்டிருக்கின்ற நபர்களுடன் சேர்ந்திருப்பதற்கு முயற்சி செய்யுங்கள். அது சாத்தியம் இல்லையென்றால், குறைந்தபட்சம், தங்களுடைய இலக்குகளோடு ஒத்திசைவாகச் செயல்பட்டுக் கொண்டிருக்கின்ற நபர்களாவது உங்களைச் சூழ்ந்திருக்குமாறு பார்த்துக் கொள்ளுங்கள்.

குடும்பத்திற்கு முன்னுரிமை கொடுக்கின்ற விதத்தில் நான் என்னுடைய கால அட்டவணையை வகுத்துக் கொண்டு அதை அமல்படுத்திய பிறகு, எனக்கு வந்திருந்த புற்றுநோய் மீண்டும் என்னை அண்டாமல் பார்த்துக் கொள்வதற்குத் தேவையான நடவடிக்கைகளில் நான் கவனம் செலுத்துகிறேன். அதற்கு ஏற்றவாறு என் சுற்றுச்சூழலும் உணவுப் பழக்கமும் இருப்பதை நான் உறுதி செய்து கொள்கிறேன். என் உடல் ஆரோக்கியத்திற்குத் தேவையான ஊட்டச்சத்துகள், உணவின் மூலமாகவும் மருந்து மாத்திரைகளின் மூலமாகவும் கிடைப்பதையும் நான் உறுதி செய்து கொள்கிறேன்.

பொறுப்புடைமைக்கு ஏதாவது ஓர் ஏற்பாடு செய்து கொள்ளுங்கள்

இதற்கு முன்பு நீங்கள் ஒருபோதும் செய்திராத ஒரு விஷயத்திற்குள் நீங்கள் குதிக்கின்றபோது, அது ஏற்படுத்தும் மன அழுத்தம் காரணமாக, அதைவிட்டு ஒதுங்கிவிடலாம் என்ற எண்ணம் தோன்றுவது இயல்பானதுதான். இதை முறியடிப்பதற்கு, ஒத்தக் கருத்துடையவர்கள் சூழ இருப்பது ஒரு நல்ல வழியாகும். ஒரு குழுவை அமைத்து அதற்குத் தலைமை ஏற்பது என்பது பொறுப்புடைமை, ஊக்குவிப்பு, சீரிய கண்ணோட்டம் ஆகியவற்றை உருவாக்கிக் கொள்ள உதவும். இவை அனைத்தும் நீங்கள் உங்களுடைய இலட்சியத்தை அடையத் துணை புரியும்.

அப்படிப்பட்ட நபர்கள் புடைசூழ இருக்கின்றபோது, நீங்கள் என்ன செய்யப் போவதாகக் கூறுகிறீர்களோ அதை நீங்கள் உண்மையிலேயே செய்கிறீர்களா என்பதை அவர்கள் அவதானித்துக் கொண்டிருப்பர். அவர்களுக்கு நீங்கள் பதில் சொல்ல நேரிடும். சொல்வதைச் செய்வது என்பது ஒரு முக்கியமான பண்புநலன். இந்தப் பண்புநலனை நீங்கள் உங்கள் வாழ்க்கையின் ஓர் அம்சமாக ஆக்கிக் கொள்கின்றபோது, உங்களுடைய வெற்றி வாய்ப்பு கணிசமாக அதிகரிக்கிறது.

ஆனால், நடைமுறையில், சொல்லியபடி செயல்படுவது என்பது அவ்வளவு எளிதல்ல. குறிப்பாக, கிடைக்கும்போதெல்லாம் சாக்குப்போக்குகளின் பின்னால் ஒளிந்து கொள்வதுதான் மனிதர்களின் இயல்பாக இருக்கின்றபோது, இதைக் கடைபிடிப்பது கடினமாகத்தான் இருக்கும். இது பொறுப்பைத் தட்டிக்கழிக்கின்ற செயல். இப்படி நீங்கள் நடந்து கொண்டிருந்தால், அது குறித்துக் குற்றவுணர்வு கொள்ளாதீர்கள். பெரும்பாலானோர் இதைத்தான் செய்கின்றனர். உங்களைப்போலவே அர்ப்பணிப்புடன் செயல்பட்டுக் கொண்டிருக்கின்ற நபர்களை உங்களைச் சுற்றி வைத்துக் கொள்ள வேண்டும் என்று நான் குறிப்பிட்டது இதற்காகத்தான். நீங்கள் சொல்லியபடி

நடந்து கொள்ளாமல் இருக்கின்றபோது, அவர்கள் அது குறித்து உங்களைக் கேள்வி கேட்பர்.

அதோடு, அவர்கள் உங்களை ஊக்குவிக்கவும் செய்வர். எந்தவோர் இலக்கையும் அடைவதற்கான பாதையும் மலர்கள் தூவப்பட்டிருப்பதில்லை. சில நாட்கள் நன்றாக இருக்கும், சில நாட்கள் மோசமாக இருக்கும். நாம் சோர்ந்து போகின்ற நாட்களில், நாம் இப்படிப்பட்ட நபர்கள் சூழ இருக்கின்றபோது, அவர்கள் நமக்கு ஆறுதலாக இருப்பர். ஒன்றுக்கு மேற்பட்டத் தனிப்பட்ட ஆலோசகர்களை வைத்திருப்பதைப் போன்றது இது. அதேபோல, பிறருக்கு இதுபோல உதவுவதும் உங்களிடமுள்ள சிறந்தவற்றை வெளிக் கொண்டுவரும். பிறர் தங்கள் வாக்கைக் காப்பாற்றுகிறார்களா என்பதை நீங்கள் உன்னிப்பாகக் கவனிக்கின்றபோது, இயல்பாகவே நீங்களும் பொறுப்புடன் நடந்து கொள்ளத் தொடங்குவீர்கள்.

அந்தக் குழுவினர், உங்களுக்குத் தொய்வு ஏற்பட்டிருக்கும்போது புதிய உத்திகளை உங்களுக்குச் சொல்லிக் கொடுப்பர், புதிய அணுகுமுறைகளை அறிமுகப்படுத்துவர். நீங்கள் ஒரு பெரிய இலக்கைக் கொண்டிருக்கும்போது, நீங்கள் தனியாக இல்லை என்ற உணர்வே உங்களைப் பயத்திலிருந்து விடுவிக்கும். அதோடு, மற்றவர்களுக்கு எவை வேலை செய்தன, எவை வேலை செய்யாமல் போயின என்பதிலிருந்து உங்களால் நிறையக் கற்றுக் கொள்ள முடியும்.

உங்களால் அப்படிப்பட்டதொரு குழுவைக் கண்டுபிடிக்க முடியவில்லை என்றாலோ அல்லது அப்படி ஒரு குழுவாக இணைந்து செயல்பட நீங்கள் விரும்பாமல் இருந்தாலோ, ஒரே ஒரு நபரை உங்களுடைய பொறுப்புடைமைப் பங்காளியாக வைத்துக் கொள்ளலாம். ஒரு குழுவில் இருப்பவர்களால் என்னென்ன செய்ய முடியுமோ அதை இந்த நபராலும் செய்ய முடியும். அந்த நபர் உங்களுடைய வாழ்க்கைத்துணைவராகவோ அல்லது நெருங்கிய உறவினராகவோ இல்லாமலிருப்பது நல்லது. ஏனெனில், நீங்கள் சறுக்குகின்றபோது, அவர்கள் உங்களிடம் சற்றுத்

தாராளமாக நடந்து கொள்ளக்கூடும். இதற்கென்று இப்போது சில செயலிகளும் வந்துள்ளன. அவற்றையும் நீங்கள் முயன்று பார்க்கலாம்.

வழிகாட்டிகளைத் தேடிக் கண்டுபிடியுங்கள்

குறைந்தபட்சம் நமக்கு ஒரு வழிகாட்டியாவது இருத்தல் நல்லது. இல்லையெனில், நாம் ஒற்றைக் கண்ணோட்டத்தை மட்டுமே கொண்டிருப்போம். அவர் உங்களுடைய பொறுப்புடைமைப் பங்காளியாக இருப்பதற்கு நீங்கள் தேர்ந்தெடுத்துள்ள ஒரு நபராகக்கூட இருக்கலாம். அந்த வழிகாட்டியால் பலதரப்பட்டச் சாத்தியக்கூறுகளை உங்கள் கண்களில் காட்ட முடியும். அவர் உங்களுக்கு அறிவுரைகளையும் ஆலோசனைகளையும் வழங்குவார். இலக்குகளை அடைவது குறித்தத் தன்னுடைய சொந்த அனுபவங்களையும் அவரால் உங்களுடன் பகிர்ந்து கொள்ள முடியும். பல நேரங்களில் உங்களால் பார்க்க முடியாத சில பாதைகளை அந்த வழிகாட்டியால் உங்களுக்குக் காட்ட முடியும். அல்லது, நீங்கள் அடியெடுத்து வைக்கத் தயங்குகின்ற பாதையில் செல்வதற்கு அவரால் உங்களுக்கு ஊக்கமளிக்க முடியும்.

என் வாழ்க்கையில் அப்படிப்பட்ட ஒரு வழிகாட்டியாக விளங்கியவர் ஜான் பெர்காஃப் (அவரைப் பற்றி நான் வேறோர் அத்தியாயத்தில் குறிப்பிட்டிருக்கிறேன்). கடந்த இருபது ஆண்டுகளாக அவர் என் வாழ்க்கையில் ஒரு நேர்மறையான தாக்கம் ஏற்படுத்தி வந்துள்ளார். ஆனால், அவரை நான் முதன்முதலில் சந்தித்தபோது, அவர் பின்னர் ஒரு காலத்தில் என்னுடைய வழிகாட்டியாக ஆவார் என்று நான் நினைத்திருக்கவேயில்லை.

அதற்குக் காரணம், அவர் என்னைவிட இளையவர். இரண்டாவது, தொடக்கத்தில் நாங்கள் இருவரும் கடுமையான போட்டியாளர்களாகவே எங்களுடைய உறவைத் தொடங்கினோம். அவர் கட்கோ நிறுவனத்தில் எனக்குப் பின்னால் ஒன்றரை ஆண்டுகள் கழித்துத்தான்

சேர்ந்தார். அந்த நிறுவனத்தில் நான் ஏற்படுத்தியிருந்த அனைத்துச் சாதனைகளையும் ஒன்றன் பின் ஒன்றாக அவர் முறியடித்தார். அதனால், முதலில் அசௌகரியமாகத் தொடங்கிய எங்களுடைய உறவு அடுத்த ஆண்டில் சீரானது. நாங்கள் ஒருவரையொருவர் நன்றாகப் புரிந்து கொண்டு நெருங்கிய நண்பர்களாக ஆனோம். அவர் ஓர் அசாதாரணமான விற்பனையாளர். எங்களுடைய நிறுவனத்தில், அவர் என்னுடைய விற்பனைச் சாதனைகளை மட்டுமல்லாமல், அந்த நிறுவனத்திலிருந்த பல்வேறு பழைய சாதனைகளையும் முறியடித்தார்.

2001-ல், நான் கட்கோவில் வேலை பார்த்துக் கொண்டிருந்தபோதே, மற்றொரு நிறுவனத்திடமிருந்து ஒரு பகுதிநேர விற்பனையாளராக வேலை செய்வதற்கான அழைப்பு ஒன்று எனக்கு வந்தது. என் வருமானத்தைப் பெருக்கிக் கொள்வதற்கான ஒரு வாய்ப்பாக அதை நான் கருதினேன். என்னுடன் அவரும் அந்த நிறுவனத்தில் சேர்ந்து கொள்ள விரும்புகிறாரா என்பதைக் கேட்பதற்காக நான் அவரைத் தொலைபேசியில் அழைத்தபோது, அவருடைய பதில் நான் சிறிதும் எதிர்பாராத ஒன்றாக இருந்ததோடு, அது என் வாழ்க்கையின் திசையையே மாற்றிவிட்டது.

அவர் இவ்வாறு கூறினார்: "ஹால், நீங்கள் ஏன் இப்படி யோசிக்கிறீர்கள்? நீங்கள் கிட்டத்தட்டச் செத்துப் பிழைத்திருந்தீர்கள். மீண்டும் நடக்க முடியாது என்ற மருத்துவர்களின் கூற்றைப் பொய்யாக்கினீர்கள். அதை நீங்கள் ஒரு பெரிய விஷயமாகக் கருதவில்லை என்பதை நான் அறிவேன். ஆனால், அது எல்லோரும் இயல்பாகச் செய்கின்ற ஒன்றல்ல. நான் உங்கள் நிலையில் இருந்தால், வேறு ஒரு வேலையைத் தேடுவதற்குப் பதிலாக, என் அனுபவத்தை ஒரு புத்தகமாக எழுதி வெளியிடுவதற்கு நான் என்னுடைய ஒவ்வொரு நிமிடத்தையும் செலவழிப்பேன்." அவர் கூறியதை நான் அசை போட்டுப் பார்த்தபோது, அவர் கூறியது சரிதான் என்பதை நான் உணர்ந்து கொண்டேன். நான் ஒரு நூலாசிரியராகவும் ஒரு பேச்சாளராகவும் ஆவதற்கு

அந்த உரையாடல்தான் தூண்டுகோலாக அமைந்தது.

நான் சற்று முன் குறிப்பிட்டதைப்போல, நான் ஜானுடன் முதலில் பழகியபோது, பின்னாளில் அவர் என்னுடைய வழிகாட்டியாகத் திகழ்வார் என்று நான் ஒருபோதும் நினைத்திருக்கவில்லை. அதனால்தான், எப்போதும் காதைத் தீட்டி வைத்துக் கொள்ள வேண்டும் என்று நான் மக்களிடம் கூறுகிறேன். நல்ல அறிவுரை உங்களுக்கு எங்கிருந்து கிடைக்கும் என்பது தெரியாது. வெவ்வேறு விதமான நபர்களிடமிருந்து கற்றுக் கொள்ள நீங்கள் எந்த அளவுக்குத் தயாராக இருக்கிறீர்களோ, எந்த அளவுக்கு அவர்களுடைய பின்னூட்டக்கருத்துகளை நீங்கள் வரவேற்கிறீர்களோ, புதிய வழிகாட்டிகளைக் கண்டுபிடிப்பதற்கான வாய்ப்பு அந்த அளவுக்கு அதிகரிக்கும்.

உங்களுடைய இலட்சியத்தைப் பொதுவெளியில் அறிவியுங்கள்

உங்களுடைய இலட்சியத்தைப் பொதுவெளியில் அறிவிப்பது, அதன்மீதான உங்களுடைய பொறுப்புடைமையை அதிகரித்துக் கொள்வதற்கு வெகுவாக உதவும். உங்களுக்கு நெருக்கமானவர்களிடம் உங்களுடைய இலட்சியங்களைப் பகிர்ந்து கொள்ளுங்கள். உங்களுடைய இலக்குகளை, அவை நனவாகும்வரை ஒருபோதும் வேறு எவரிடமும் வெளிப்படுத்தக்கூடாது என்ற ஒரு கருத்தைச் சிலர் முன்வைக்கின்றனர் என்பதை நான் அறிவேன். ஆனால், உங்களுடைய இலக்குகளைப் பொதுவெளியில் அறிவிப்பது ஒரு பெரும் வித்தியாசத்தை ஏற்படுத்தும் என்று நான் நம்புகிறேன். பின்வாங்குவதற்கான வழியை இங்கு நீங்கள் அடைத்துவிடுவீர்கள் என்பதால், உங்களுடைய அர்ப்பணிப்பு மேலும் வலுப்படும்.

நான் கட்கோவில் இருந்தபோது, போட்டிக் காலத்தில் என் விற்பனையை நான் இரண்டு மடங்கு அதிகரிக்கவிருந்ததாக நான் எல்லோருக்கும் அறிவித்தபோது, அதே இலக்கை மேற்கொள்ள என் சகாக்கள் பலர் விரும்பினர். நாங்கள் அனைவரும் எப்படி

ஒருவருக்கொருவர் ஆதரவாக இருந்து அனைவருமே எங்களுடைய மாபெரும் இலக்குகளை அடைந்தோம் என்பதைப் பற்றி நான் முன்பே ஓர் அத்தியாயத்தில் கூறியிருந்தது உங்களுக்கு நினைவிருக்கலாம். தொண்டு நிறுவனங்களுக்கு நிதி சேகரிப்பதற்காக நடத்தப்பட்ட அல்ட்ரா மராத்தான் போட்டி ஒன்றில் (52 மைல்கள்) கலந்து கொள்வதென்று நான் முடிவு செய்தபோதும் நான் அதைப் பொதுவெளியில் அறிவித்தேன். எனக்குப் பொதுவாக ஓடப் பிடிக்காது. ஆனால், இது போன்றதொரு போட்டியில் கலந்து கொண்டு அதற்கான அசாதாரணமான முயற்சியில் ஈடுபடுவதன் மூலம் நான் எத்தகையவனாக ஆவேன் என்பதைக் கண்டுபிடிக்க நான் ஆவலாக இருந்தேன். அது என் ஆற்றலையும் கட்டுப்பாட்டையும் கடுமையாக உயர்த்தும் என்று நான் எண்ணினேன்.

அதனால், அதில் கலந்து கொள்வது என்ற என் முடிவை ஃபேஸ்புக் மூலமாக உலகிற்கு நான் அறிவித்தேன். அடுத்து, அதற்காக எப்படிப் பயிற்சியெடுத்துக் கொள்ள வேண்டும் என்பதை விளக்கிய ஒரு புத்தகத்தை நான் வாங்கினேன். அதிர்ஷ்டவசமாக, என்னுடைய நண்பர்கள் மூவர் என்னுடன் அதில் கலந்து கொள்ள ஆர்வமாக இருந்தனர். இறுதியில் நாங்கள் அனைவருமே அந்த ஓட்டத்தை வெற்றிகரமாக ஓடி முடித்தோம். அது என்மீது ஒரு மாபெரும் தாக்கம் ஏற்படுத்தியது.

உங்கள் இலட்சியம் பல இலக்குகளுக்கு இட்டுச் செல்லக்கூடும் – ஓர் எடுத்துக்காட்டு

என் நண்பரும் முன்னாள் கட்கோ ஊழியருமான ஜான் இஸ்ரேல், ஒரு இலட்சியத்தைக் கொண்டிருத்தல் எப்படிப் பல இலக்குகளுக்கு இட்டுச் செல்லும் என்பதற்கான ஓர் எடுத்துக்காட்டாகத் திகழ்ந்தார். அவரை நாங்கள் 'திருவாளர் நன்றி' என்றே அழைத்தோம். அந்த அளவுக்கு அவர் மிகுந்த நன்றியுணர்வு கொண்டிருந்தார். அதன் ஒரு பகுதியாக, ஓராண்டு முழுவதும் தினமும் ஐந்து பேருக்குத்

தன் கைப்பட ஒரு நன்றிக்குறிப்பை எழுதி அனுப்புவது என்ற இலட்சியத்தை அவர் கொண்டிருந்தார். ஓராண்டில் ஒரு நபருக்கு மூன்று முறைக்கு மேல் நன்றிக்குறிப்பு அனுப்பக்கூடாது என்ற கொள்கையையும் அவர் தனக்குத் தானே வகுத்துக் கொண்டிருந்தார்.

அவருடைய இந்த இலட்சியம் நிறைவேறியது. அந்த ஆண்டில் அவர் 1,825 நன்றிக்குறிப்புகளை அனுப்பி வைத்திருந்தார். அதோடு, கட்கோ நிறுவனத்தில் 4,45,000 டாலர்கள் பெறுமானம் கொண்ட விற்பனையையும் அவர் செய்திருந்தார். அந்த ஆண்டு, நாட்டின் மறுகோடிக்கு அவர் மாற்றலாகிச் சென்றார். அங்கும் அவர் அதே நன்றியுணர்வுடன் செயல்பட்டுத் தன்னுடைய புதிய சமூகத்தில் ஒரு குறிப்பிடத்தக்க நபராக உருவெடுத்தார். அவர் இந்த உலகிற்கு நன்றியுணர்வை அளித்ததன் மூலம், மேலும் நன்றியுடன் இருப்பதற்கு உகந்த பல விஷயங்களைப் பெற்றார்.

உங்களுடைய பிற இலக்குகளை மறந்துவிடாதீர்கள்

நீங்கள் ஒற்றை இலக்கிற்கு முன்னுரிமை அளிக்க வேண்டும் என்று நான் குறிப்பிட்டிருந்தேன் என்பது எனக்கு நினைவிருக்கிறது. அதற்காக, நீங்கள் உங்களுடைய வாழ்க்கையின் பிற அம்சங்களை அப்படியே அனாதரவாக விட்டுவிட வேண்டும் என்ற அவசியமில்லை. நீங்கள் உங்களுடைய இலட்சியத்திற்கு முன்னுரிமை கொடுக்க வேண்டும், அவ்வளவுதான்.

நான் என்னுடைய விற்பனையில் உச்சபட்சத்தை எட்டியிருந்த அதே ஆண்டில்தான் வேறு பல முக்கியமான இலக்குகளையும் அடைந்திருந்தேன் என்பதைப் பற்றி நான் ஏற்கனவே குறிப்பிட்டிருந்தது உங்களுக்கு நினைவிருக்கலாம். நீங்கள் ஒரு இலட்சியத்தை வரித்துக் கொண்டு அதற்காகக் கடினமாக உழைக்கின்றபோது, நீங்கள் ஒரு கட்டுக்கோப்புள்ள நபராகவும் உருவாவீர்கள். உங்களுடைய செயல்திறனும் ஆற்றலும் அதிகரிக்கும். அது உங்களுடைய பிற இலக்குகளை நீங்கள் அடைவதற்கு உதவும்.

இலக்குகளின் உண்மையான நோக்கத்தைப்

பற்றியும், இலட்சியத்தை எப்படி உருவாக்கிக் கொள்வது என்பதைப் பற்றியும் நாம் பார்த்துவிட்டதால், அடுத்து, ஓர் அதிசய வித்தைக்காரராக ஆவதற்குத் தேவையான இரண்டு முக்கியமான தீர்மானங்களைப் பற்றி அடுத்த அத்தியாயத்தில் நாம் பார்க்கலாம்.

7

உங்களுடைய முதல் தீர்மானம்: ஆணித்தரமான நம்பிக்கை

நீங்கள் நம்பியே ஆக வேண்டும், அது ...

நம்பிக்கையின்மைதான் சவால்களை
எதிர்கொள்ள மக்களை அஞ்ச
வைக்கிறது. நான் என்மீது
நம்பிக்கை கொண்டேன்.

முகம்மது அலி

உங்களுக்கு ஒரு விஷயம் தெரியுமா? உலகப் புகழ்பெற்றக் குழந்தைகள் நூலாசிரியரான டாக்டர் சூஸின் முதல் நூலை இருபத்தேழு பதிப்பாளர்கள் நிராகரித்தனர். பின்னர் அவர் அறுபதுக்கும் மேற்பட்ட நூல்களை எழுதினார். அவை உலகெங்கும் 60 கோடிப் பிரதிகள் விற்பனையாகிச் சாதனை படைத்தன.

வின்சென்ட் வான்கா தன் வாழ்நாளில் தன்னுடைய ஓவியங்களில் ஒன்றே ஒன்றை மட்டுமே விற்றார் - அதுவும் தன் நண்பரிடம்! ஆனாலும் அவர் தொடர்ந்து வரைந்து கொண்டே இருந்தார். அவர் இறந்தபோது, அவர் எண்ணூற்றுக்கும் அதிகமான ஓவியங்களை வரைந்திருந்தார். இன்று அவை ஒவ்வொன்றின் விலையும் பல கோடி டாலர்கள் ஆகும்.

வால்ட் டிஸ்னியிடம் ‘போதுமான நல்ல யோசனைகள்’ இல்லை கூறி, அவர் வேலை பார்த்தச் செய்தித்தாள் நிறுவனம் அவரை வேலையிலிருந்து நீக்கியது. பின்னர் அவர் அடைந்த மாபெரும் வெற்றி உலகமறிந்த கதை.

எல்விஸ் பிரெஸ்லி, ஒரு குரல் ஒலிப்பதிவுச் சோதனைக்குச் சென்றபோது, அவருடைய குரல் சரியில்லை என்றும், அவர் தன்னுடைய லாரி ஓட்டுநர் வேலைக்குத் திரும்பிச் சென்றுவிடுமாறும் அவரிடம் கூறப்பட்டது. அவர் அந்த அறிவுரையை ஒதுக்கித் தள்ளிவிட்டுத் தொடர்ந்து முயற்சித்து இசை உலகின் ஒளிவிளக்காக மாறினார்.

மைக்கேல் ஜோர்டன், பள்ளியில் படித்துக்

கொண்டிருந்தபோது, கூடைப்பந்தாட்ட அணியிலிருந்து வெளியேற்றப்பட்டார். பின்னர் கூடைப்பந்து என்றாலே மைக்கேல் ஜோர்டன்தான் என்ற ஒரு நிலைக்கு அவர் உயர்ந்தார்.

இவற்றில் சில கதைகளை நான் முன்பே அறிந்திருந்தேன். சில கதைகளை இப்புத்தகத்திற்காக ஆய்வுகளை மேற்கொண்டபோது நான் தெரிந்து கொண்டேன். இந்தக் கதைகள் அனைத்தும் படுசுவாரசியமாக இருந்தன. டாக்டர் சூஸ் தொடர்ந்து எழுதிக் கொண்டிருந்தார். வான்கா தொடர்ந்து வரைந்து கொண்டிருந்தார். வால்ட் டிஸ்னி தொடர்ந்து கற்பனை செய்து கொண்டிருந்தார். எல்விஸ் பிரெஸ்லி தொடர்ந்து பாடிக் கொண்டிருந்தார். மைக்கேல் ஜோர்டன் தொடர்ந்து கூடைக்குள் பந்துகளை எறிந்து கொண்டிருந்தார். இவர்களுக்கு வெற்றி வெகுகாலம் கழித்தே வந்தது. ஆனாலும் அவர்கள் ஏன் தொடர்ந்து முயன்று கொண்டேயிருந்தனர்? அவர்களில் பலர் இடையில் மிகக் கடுமையான நிதி நெருக்கடிக்கு ஆளாயினர். நாம் எதிர்கொள்கின்ற அதே சுய சந்தேகங்களை அவர்கள் ஒவ்வொருவரும் எதிர்கொண்டிருந்தனர். அவர்கள் மீண்டும் மீண்டும் தோல்வியைத் தழுவியபோதிலும் அவர்களால் எப்படித் தாக்குப்பிடிக்க முடிந்தது?

அவர்கள் அனைவரும் ஆணித்தரமான நம்பிக்கை கொண்டிருந்தனர். அதனால்தான் அவர்களால் தாக்குப்பிடிக்க முடிந்தது.

அதிசயங்களைச் சாத்தியமாக்கும் சூத்திரம், ஆணித்தரமான நம்பிக்கை மற்றும் அசாதாரணமான முயற்சிகள் ஆகிய இரண்டு தீர்மானங்களையும் உள்ளடக்கியது என்பதை நாம் ஏற்கனவே பார்த்தோம். அவற்றை நீங்கள் பயன்படுத்துகின்றபோது, அவை உங்கள் வெற்றி வாய்ப்பை அதிகரிக்கின்றன. அவை வெற்றிக்கு எந்தவிதமான உத்தரவாதங்களையும் வழங்குவதில்லை. மாயாஜால ஆற்றல்கள் எதையும் தோற்றுவித்து, நீங்கள் விரும்புகின்ற விளைவை உங்களை நோக்கிக் கவர்ந்திழுப்பதில்லை. அவை உறுதியான ஒரு

செயல்முறையாகும்.

மேலேயுள்ள அதிசய வித்தைக்காரர்களின் எடுத்துக்காட்டுகள் எடுத்துரைப்பதுபோல, நீங்கள் ஓர் ஆணித்தரமான நம்பிக்கையைக் கொண்டிருந்து அதைத் தொடர்ந்து கடைபிடித்து வரும்போது, தீவிரமான நடவடிக்கைகளை எடுக்கும்படி நீங்கள் உந்தித் தள்ளப்படுகிறீர்கள். நீங்கள் எவ்வளவு அதிகமான நடவடிக்கைகளை எடுக்கிறீர்களோ, உங்களுடைய வெற்றி வாய்ப்பு அவ்வளவு அதிகரிக்கிறது. அந்தப் பாதையில் நீங்கள் பயணிக்கின்றபோது, உங்களுடைய ஆற்றலும் செயல்திறனும் அதிகரிக்கின்றன. இறுதியில் நீங்கள் அதிசயங்களை நிகழ்த்துகிறீர்கள்.

வெற்றி ஒருபோதும் உங்கள் மடியில் வந்து விழாது, வெற்றிக்கு ஒருபோதும் குறுக்குவழிகள் கிடையாது என்பதைத்தான் நான் மேலே குறிப்பிட்டிருந்தவர்களின் கதைகளிலிருந்து நான் கற்றுக் கொண்டேன். நீங்களும் அதைக் கற்றுக் கொள்ள வேண்டும் என்று நான் ஆசைப்படுகிறேன். இலக்கை நோக்கிய பாதையில் நீங்கள் தொடர்ந்து பயணிப்பதற்கு உங்களுக்கு ஆணித்தரமான நம்பிக்கை தேவை. நாம் பார்த்திருந்த நபர்கள் தங்களுடைய நம்பிக்கை தள்ளாடுவதற்கு அனுமதித்திருந்தால், அவர்கள் குறி வைத்திருந்த சிகரங்களை அவர்கள் ஒருபோதும் அடைந்திருக்க மாட்டார்கள். அவர்களுடைய ஆணித்தரமான நம்பிக்கைதான் அவர்களை உந்தித் தள்ளியது. அதை எப்படி உருவாக்கிக் கொள்வது என்பதை நாம் இந்த அத்தியாயத்தில் பார்க்கலாம்.

ஆணித்தரமான நம்பிக்கைக்குள் குதித்தல்

நம்பிக்கை என்பது பிடிபடாமல் நழுவக்கூடிய ஒன்று. அதை உருவாக்கிக் கொள்வது கடினமானது. ஏனெனில், அதற்கு நிரூபணம் கிடையாது. அது கண்ணால் பார்க்கப்பட முடியாததாகவும் தொடப்பட முடியாததாகவும் இருப்பதால், அது நம்பத் தகுந்த ஒன்றாக இல்லாதிருக்கிறது. பெரும்பாலான நேரங்களில், நம்பிக்கை

வைத்தல் என்பதை மோசமான நிகழ்வுடன் மக்கள் தொடர்புபடுத்துகின்றனர். எடுத்துக்காட்டாக, "இந்த மோசமான காரியம் ஏதோ ஒரு காரணத்திற்காகத்தான் நடந்துள்ளது என்று நம்புங்கள்," என்ற கூற்றை நீங்கள் கேள்விப்பட்டிருக்கலாம். இதுபோன்ற நம்பிக்கைகள் சிறிது நேரத்திற்கு நல்லவிதமான உணர்வை உங்களுக்குக் கொடுக்கும், அவ்வளவுதான்.

ஆனால், நான் குறிப்பிடுவது இப்படிப்பட்ட நம்பிக்கைகளைப் பற்றி அல்ல. நீங்கள் எதிர்கொள்கின்ற அனைத்துத் தடைகளையும் கடந்து அதிசயங்களை நிகழ்த்துகின்ற ஒரு நம்பிக்கையைப் பற்றித்தான் நான் பேசுகிறேன். இதுவும் இயல்பானதல்ல. எவரும் இந்த நம்பிக்கையோடு பிறப்பதில்லை. பரம்பரையாக நாம் சுவீகரித்துக் கொள்கின்ற ஒன்றும் அல்ல இது. இது ஓர் உணர்வு அல்ல. மாறாக, இது ஒரு தீர்மானம். தொடர்ந்து வளர்க்கப்பட்டு, நீண்ட நாட்களாகக் கடைபிடித்து வரப்படுகின்ற ஒன்று அது.

இது வெற்றியாளர்களின் மனப்போக்காக மாறிவிடுகிறது. அசாதாரணமான சுய நம்பிக்கை, உச்சபட்சத் தன்னம்பிக்கை, எதனாலும் தகர்க்கப்பட முடியாத உறுதிப்பாடு போன்ற பல பெயர்களாலும் இது அழைக்கப்படுகிறது. இதை நீங்கள் எந்தப் பெயரில் வேண்டுமானாலும் அழைத்துக் கொள்ளுங்கள். ஆனால், வெற்றியாளர்கள் அனைவரிடமும் இது காணப்படுகிறது.

நான் மீண்டும் ஒரு முறை கிட்டத்தட்ட இறந்து போன ஓர் ஆண்டு

நான் ஏன் மீண்டும் மீண்டும் சோதிக்கப்பட்டேன் என்பது எனக்குத் தெரியாது. நம்முடைய உலகம் நம்மைச் சுற்றி நொறுங்கி விழுந்து கொண்டிருந்தாலும், உண்மையான மகிழ்ச்சி, நன்றியுணர்வு, நன்னம்பிக்கை போன்றவற்றை நம்மால் எப்போதும் தேர்ந்தெடுக்க முடியும் என்பதை நான் அந்த அனுபவங்களின் ஊடாகக் கற்றுக் கொண்டிருக்கிறேன். அப்படித் தேர்ந்தெடுப்பதன் மூலம், நம்முடைய மனம் பேதலித்துப் போகாமல் பார்த்துக்

கொண்டு, மீண்டும் நம்முடைய வாழ்க்கையை நம்மால் தூக்கி நிறுத்த முடியும்.

அதிசயங்களைச் சாத்தியமாக்கும் சூத்திரத்தை நான் மிகச் சமீபத்தில் பயன்படுத்தியது என்னுடைய வாழ்க்கையின் மிகவும் கடினமானதொரு காலகட்டத்தில்தான். அது என் உயிரை உண்மையிலேயே காப்பாற்றியது. 2016-ம் ஆண்டு அக்டோபர் மாதம் ஒரு நாள், பாதி இரவில் எனக்குத் திடீரென்று மூச்சுத்திணறல் ஏற்பட்டது. நான் மூச்சுவிடுவதற்குச் சிரமப்பட்டச் சத்தம் கேட்டுக் கண்விழித்த என் மனைவி, என்னவென்று என்னிடம் கேட்டபோது, நான் மூச்சுவிடச் சிரமப்பட்டுக் கொண்டிருந்ததாக அவரிடம் கூறினேன்.

உடனே அவர், கட்டிலில் சில தலையணைகளைச் சாய்த்து வைத்து என்னை நிமிர்ந்து உட்கார வைத்தார். அது எனக்குச் சிறிதளவு ஆசுவாசத்தைக் கொடுத்தது. அதனால், அந்த நிலையில் நான் தூங்க முயற்சித்தேன். காலையில் முதல் வேலையாக, அருகிலிருந்த மருத்துவமனைக்குச் செல்லலாம் என்று நாங்கள் முடிவு செய்தோம். நானும் அப்படியே தூங்கிப் போனேன். மறுநாள் காலையில் நான் அந்த மருத்துவமனைக்குச் சென்றேன். அங்கு என்னைப் பரிசோதித்த மருத்துவர், நான் குளிர் காய்ச்சலால் பாதிக்கப்பட்டிருந்ததாகக் கூறி எனக்குச் சில ஆன்டிபயாட்டிக் மாத்திரைகளைக் கொடுத்தார். அதிலேயே என் உடல்நிலை சரியாகிவிடும் என்று அவர் கூறினார். ஆனால், என் உடல்நிலை சரியாகவில்லை.

அடுத்தச் சில வாரங்களில் என் நிலைமை மிகவும் மோசமாயிற்று. ஒரு நாள் விட்டு ஒரு நாள், நான் மருத்துவமனையின் அவசர சிகிச்சைப் பிரிவுக்குச் சென்று, என் நுரையீரலில் சேர்ந்திருந்த திரவத்தை ஊசி மூலம் அகற்றிக் கொண்டிருந்தேன். ஆனாலும் நான் இரவு தூங்க முடியாமல் அவதிப்பட்டேன். என் நோய்க்கு என்ன காரணம் என்பதை அறிந்து கொள்வதற்காக, ஒவ்வொரு வல்லுநரிடமாக நான் பந்தாடப்பட்டேன். ஆனாலும் எவராலும் எனக்கு என்ன பிரச்சனை

என்பதைக் கண்டுபிடிக்க முடியவில்லை. இறுதியில், பெர்க்கிலி என்ற மருத்துவர் என் நோய்க்கான காரணத்தைக் கண்டுபிடித்தார்.

அவர் எனக்குப் பல மருத்துவப் பரிசோதனைகளைப் பரிந்துரைத்தார். அவற்றின் முடிவுகள் வந்தவுடன் மறுநாள் அவர் என்னைச் சந்தித்தார். எனக்கு என்ன வியாதி என்பதை அவர்கள் ஒருவழியாகக் கண்டுபிடித்துவிடுவார்கள் என்ற நிம்மதி எனக்கு ஏற்பட்டது. என் பரிசோதனை அறிக்கைகளைப் பார்த்துவிட்டு, அவர் என்னிடம், "ஹால், உங்களுக்குப் புற்றுநோய் இருப்பதுபோலத் தெரிகிறது," என்று கூறினார்.

"எனக்கா? புற்றுநோயா?" நான் அதிர்ச்சியில் உறைந்து போனேன்.

பல ஆண்டுகளுக்கு முன்பு, புற்றுநோய் தொடர்பான ஓர் ஆவணப்படத்தை நான் பார்த்தேன். அதைத் தொடர்ந்து, ஊட்டச்சத்து தொடர்பான பல பிரபலமான நூல்களை நான் படித்தேன். அந்த ஊட்டச்சத்துகளில் பல, உடலை எப்படி உணவின் மூலமாக நோய்கள் அண்டவிடாமல் செய்யும் என்பதை அந்த நூல்கள் ஆதாரங்களுடன் விளக்கியிருந்தன. அவற்றிலிருந்து நான் பெற்றிருந்த அறிவின் காரணமாக, நான் என்னுடைய வாழ்க்கைமுறையை வெகுவாக மாற்றிக் கொண்டிருந்தேன். அப்போது எனக்கு முப்பத்தேழு வயது. நான் ஆறு ஆண்டுகளுக்கும் மேலாக, இயற்கை முறையில் விளைவிக்கப்பட்டக் காய்கறிகள் மற்றும் பழங்களை உண்டேன்; ஹார்மோன்கள் எதுவும் கொடுக்கப்படாத, புல்வெளிகளில் மேயவிடப்பட்ட விலங்குகளின் இறைச்சியை மட்டுமே உண்டேன்; ஒழுங்காக உடற்பயிற்சி செய்தேன்; தினமும் தியானம் செய்தேன்; நான் உண்மையிலேயே மகிழ்ச்சியாக இருந்தேன். குறைவான மன அழுத்தத்தோடு நான் வாழ்ந்து வந்தேன். அத்தி பூத்தாற்போல பீர் குடித்தேன். மற்றபடி நான் மது அருந்தவில்லை. என் மனைவி, எங்கள் வீட்டிலிருந்த அனைத்து வேதிப்பொருட்களையும் நீக்கிவிட்டிருந்தார். ஷாம்புவிலிருந்து குளியலறையைச்

சுத்தம் செய்கின்ற பொருட்கள்வரை அனைத்திலும் வேதிப்பொருட்கள் இல்லாதிருக்கும்படி நாங்கள் பார்த்துக் கொண்டோம்.

அதனால், மருத்துவர்களின் கண்டுபிடிப்பை உறுதி செய்து கொள்வதற்காக நான் இரண்டாவது மருத்துவர் ஒருவரின் அபிப்பிராயத்தை நாடினேன். அவரும் அதையேதான் சொன்னார். பின் நான் மூன்றாவதாக, ஹூஸ்டன் நகரிலுள்ள ஒரு புற்றுநோய் மருத்துவமனையை அணுகினேன். அவர்கள் என்னைப் பரிசோதித்துவிட்டு என் புற்றுநோயை உறுதி செய்தனர். அதோடு, அவர்கள் மேலும் அதிர்ச்சிகரமான சில விஷயங்களையும் கண்டுபிடித்தனர். என்னுடைய ஒரு நுரையீரலும் இரண்டு சிறுநீரகங்களும் பாதிக்கப்பட்டிருந்தன. என் இதயம் கிட்டத்தட்டச் செயலிழக்கும் நிலையில் இருந்தது. எனக்குப் புற்றுநோய் இருந்ததா என்பதை உறுதி செய்து கொள்ளச் சென்ற என்னை, அவர்கள் உடனடியாக அவசர சிகிச்சைப் பிரிவில் அனுமதித்து, என் இதயத்திற்கு மிகவும் அருகே சேர்ந்திருந்த திரவத்தை வெளியேற்றினர். அந்தத் திரவம் இன்னும் சிறிதளவு கூடுதலாகச் சேர்ந்திருந்தால்கூட என் இதயம் தன் இயக்கத்தை நிறுத்தியிருந்திருக்கும் என்றும் அவர்கள் என்னிடம் தெரிவித்தனர்.

என்னால் எதையும் நம்ப முடியவில்லை. நான் மிகவும் பயந்து போயிருந்தேன். ஆனால், நிலமை இன்னும் மோசமடைந்தது.

என் இதயத்திற்கு அருகே இருந்த திரவத்தை எடுக்கும்போது தப்பித் தவறி அந்த ஊசி என் இதயத்தைக் குத்திவிட்டால் எனக்கு மாரடைப்பு ஏற்பட வாய்ப்பிருந்ததாகக் கூறிய அம்மருத்துவர்கள், அப்படி நேரும் பட்சத்தில் நான் இழப்பீடு கேட்டு அவர்கள்மீது வழக்குத் தொடுக்க மாட்டேன் என்று என்னிடம் எழுதி வாங்கிக் கொண்ட பிறகுதான் அந்தச் சிகிச்சையில் இறங்கினர். நல்லவேளையாக அப்படி எதுவும் நிகழவில்லை. பதினைந்து நிமிடங்களில் அவர்கள் அத்திரவத்தை வெற்றிகரமாக வெளியேற்றிவிட்டனர்.

பின்னர், எனக்கு ஏற்பட்டது ஓர் அரிய வகை

இரத்தப் புற்றுநோய் என்பதை அவர்கள் கண்டறிந்தனர். ஆனால், அது முரட்டுத்தனமாகப் பரவக்கூடிய ஒன்று என்பதையும் அவர்கள் சுட்டிக்காட்டினர். அது வேகமாகப் பரவுகின்ற ஒரு நோயாக இருந்ததால், பெரும்பாலானவர்களுக்கு அந்த நோய் இருப்பதைக் கண்டறிவதற்குள் அது முற்றிவிடுகிறது. இந்த நோயிலிருந்து தப்பிப் பிழைப்பதற்கு 20 முதல் 30 சதவீத வாய்ப்பே இருந்தது. என் மனைவியையும் குழந்தைகளையும் தவிக்கவிட்டுவிட்டு நான் இறந்துவிடுவேனோ என்ற பயம் என்னை வாட்டியது.

எனக்கு வந்திருந்த இரத்தப் புற்றுநோய் இன்னும் அரிய வகையான ஒரு கிளைப் புற்றுநோய் என்று தெரிவித்த மருத்துவர்கள், நான் உயிர்பிழைப்பதற்கான வாய்ப்பை வெறும் 10 சதவீதமாகக் குறைத்தனர். நான் கூகுளில் அதைப் பற்றித் தேடியபோது, அந்நோய் மிக மிக அரிதாக இருந்ததால், அதைப் பற்றிய விபரங்கள் கிட்டத்தட்ட இருக்கவில்லை. அந்நோயை வெற்றிகரமாக எந்த மருத்துவரும் குணப்படுத்தியிருந்ததாக எந்தத் தகவலும் எனக்குக் கிட்டவில்லை.

அதுதான் நான் அதுவரை என் வாழ்க்கையில் சந்தித்திருந்த மிக மோசமான பின்னடைவு. அதைக் குணப்படுத்துவதற்கான வழி எதுவும் கண்களில் படாதிருந்த நேரத்தில், என்ன செய்வதென்று எனக்குத் தெரியவில்லை.

அதனால், நான் இப்படி ஒரு முடிவுக்கு வந்தேன். முதலில், எனக்குப் புற்றுநோய் வந்திருந்தது என்பதை நான் ஏற்றுக் கொள்வது. அப்படியில்லை என்பதுபோல என்னை ஏமாற்றிக் கொள்வது என் உணர்ச்சிகளை மேலும் கொதிக்கத்தான் வைக்கும். அதனால், அதை நான் எந்தவிதமான நிபந்தனைகளும் இன்றி ஏற்றுக் கொண்டேன். புற்றுநோய் என்னுடைய இரண்டாவது சக்கரநாற்காலி ஆகிவிட்டிருந்தது என்று கூறலாம். அப்போது நான் எப்படி மகிழ்ச்சியாக இருந்தேனோ, அப்படியே இப்போதும் இருப்பது என்று நான் தீர்மானித்தேன்.

பயத்தை நம்பிக்கையால் இட்டு நிரப்பினேன்

அதனால், நான் உயிர் பிழைத்திருப்பதற்கு எத்தனை சதவீத வாய்ப்பு இருந்தது என்ற புள்ளிவிபரக் கணக்குகளுக்குள் போகாதிருப்பது என்று நான் முடிவு செய்தேன். ஏனெனில், அது என் மனஅழுத்தத்தை அதிகரிப்பதற்கு மட்டுமே உதவும், என்னைக் குணப்படுத்த உதவாது. எனக்குப் புற்றுநோய் வந்திருந்தது குறித்து நான் மகிழ்ச்சியடையவில்லை என்றாலும், அந்த நோயோடு சேர்ந்து பயமும் என்னைக் கொன்றுவிட நான் அனுமதிக்கப் போவதில்லை என்ற முடிவுக்கு நான் வந்தேன்.

அதனால், நான் இந்நோயிலிருந்து விடுபட்டு முழுமையாக குணமடைவதற்கு ஆணித்தரமான நம்பிக்கையைப் பயன்படுத்தத் தீர்மானித்தேன். அதோடு, இதிலிருந்து மீள்வதற்குத் தேவையான அசாதாரணமான முயற்சிகளை மேற்கொள்ளவும் நான் தயாரானேன். இதிலிருந்து மீள்வதோடு மட்டுமல்லாமல், நூறு ஆண்டுகள்வரை உயிரோடு இருக்கவும் நான் விரும்பினேன். என் குடும்பத்துடன் நான் என்னுடைய நூறாவது பிறந்தநாளைக் கொண்டாடுவதுபோல நான் மனக்காட்சிப்படுத்தினேன். அப்போது என் மகளுக்கு எழுபது வயதும், என் மகனுக்கு அறுபத்தேழு வயதும் இருக்கும் என்று நான் எண்ணிப் பார்த்தேன். ஆனால், அதை எப்படி அடைவது என்பதைக் கண்டுபிடிப்பது நேரடியானதாக இருக்கவில்லை.

அப்போது நான் ஒரு சிக்கலான தீர்மானம் எடுக்க வேண்டியிருந்தது. என் புற்றுநோய் என்னைக் கொல்வதற்கு முன்பாக என் உடலில் இருந்த புற்றுநோய் அணுக்களைக்

கொல்வதற்கு ஒரு நவீன கீமோதெரபி சிகிச்சையை என் மருத்துவர்கள் எனக்குப் பரிந்துரைத்தனர். என் உடலுக்குள் நச்சான வேதிப்பொருட்களைச் செலுத்த அனுமதிப்பது என்பது, அதுவரை உடல் ஆரோக்கியம் குறித்து நான் கொண்டிருந்த அனைத்துக் கருத்துகளுக்கும் முரணானதாக இருந்தது.

வழக்கமாக அளிக்கப்படுகின்ற கீமோதெரபி சிகிச்சையைப் பெறுவதற்குச் செல்கின்ற நோயாளிகள், மாதத்திற்கு ஒரு முறை அல்லது இரண்டு முறை அதற்குச் செல்ல வேண்டியிருக்கும். அதன் பக்கவிளைவுகளையே அவர்களால் தாங்கிக் கொள்ள முடியாது. ஆனால், எனக்கு அளிப்பதற்குப் பரிந்துரைக்கப்பட்டிருந்த சிறப்புக் கீமோதெரபி சிகிச்சையின் பக்கவிளைவுகள் மிகவும் தீவிரமாக இருக்கும் என்பதால், நான் மருத்துவமனையில் தங்கியிருந்து அந்தச் சிகிச்சையைப் பெற வேண்டும். பெரும்பாலான மக்களை அந்த நோய்க்கு முன்பாக இந்தச் சிகிச்சையே கொன்றுவிடுகிறது.

அது குறித்தத் தீர்மானத்திற்கு வருவது என்பது மனரீதியாக எனக்கு எவ்வளவு சவாலான காரியமாக இருந்திருக்கும் என்பதை உங்களால் கற்பனை செய்து பார்ப்பது இயலாத காரியம். இந்த மொத்தப் பரிந்துரையுமே என் நம்பிக்கைகளுக்கு முற்றிலும் முரணாக இருந்தது. “இதைவிட மேம்பட்ட வழி ஒன்று இருந்தாக வேண்டும்,” என்று நான் யோசித்தேன்.

அந்த மருத்துவமனையில் எனக்குச் சிகிச்சையளித்துக் கொண்டிருந்த சிறப்புப் புற்றுநோய் மருத்துவரிடம், நான் இயற்கை முறையில் இதற்குச் சிகிச்சை எடுத்துக் கொள்வது குறித்துக் கேட்டபோது, அவர் என்னிடம், இது மற்றப் புற்றுநோய்கள்போல மெதுவாகப் பரவுகின்ற ஒன்று அல்ல என்றும், அவர் பரிந்துரைத்தக் கீமோதெரபி சிகிச்சையை நான் எடுத்துக் கொள்ளாவிட்டால் ஒரு வாரத்தில்கூட எனக்கு மரணம் ஏற்படலாம் என்றும் கூறிவிட்டார். நான் இது குறித்து யோசிப்பதற்கு எனக்கு இருபத்து நான்கு மணி நேரம் தேவை என்று நான் கூறியபோது, அவர் அதைத் தயக்கத்துடன் ஏற்றுக் கொண்டார்.

அன்று இரவு நானும் என் மனைவியும் என் நோயைப் பற்றி மேலும் தெளிவு பெறுவதற்காக கூகுளில் தேடிக் கொண்டிருந்தோம். அதை இயற்கை முறையில் குணப்படுத்துவதற்கு ஏதாவது வழி இருக்குமா என்ற நப்பாசை எனக்கு இருந்தது. அப்படி எதுவும் இருக்கவில்லை. இன்னும் சொல்லப் போனால், அந்த மருத்துவர் கூறியதையே கூகுளில் இடம்பெற்றிருந்த தகவல்கள் உறுதிப்படுத்தின. நான் கீமோதெரபி சிகிச்சையைத் தாமதிக்கத் தாமதிக்க நான் உயிர் பிழைத்திருப்பதற்கான வாய்ப்பின் சதவீதம் கணிசமாகக் குறையும் என்பதைத்தான் அத்தகவல்கள் வலியுறுத்தின.

மறுநாள் காலையில், ஒரு கடைசிக் கட்ட முயற்சியாக, நான் இயற்கை முறையில் புற்றுநோய்களைக் குணப்படுத்துவதில் உலகிலேயே சிறந்த மருத்துவமனையைத் தேடினேன். அப்படிப்பட்ட மருத்துவமனை ஒன்று ஹூஸ்டன் நகரிலேயே இருந்தது. நான் உடனே அந்த மருத்துவமனையைத் தொடர்பு கொண்டு, எனக்கு வந்திருந்த புற்றுநோயைப் பற்றிக் குறிப்பிட்டு, அதை அவர்களால் குணப்படுத்த முடியுமா என்று கேட்டேன். என் தொலைபேசி அழைப்பை ஏற்றிருந்த பெண், என்னைச் சிறிது நேரம் காத்திருக்கும்படி கூறிவிட்டு, நான் கூறிய தகவல்களை ஒரு மருத்துவரிடம் தெரிவித்தார். மீண்டும் என்னிடம் பேசிய அந்தப் பெண், எனக்கு வந்திருந்த குறிப்பிட்டப் புற்றுநோய்க்கு அவர்கள் இதுவரை சிகிச்சை அளித்திருக்கவில்லை என்றும், அதனால் எனக்கு அவர்களால் உதவ முடியாது என்றும் தெரிவித்துவிட்டார்.

என் நிலைமை எப்படி இருந்திருக்கும் என்று யோசித்துப் பாருங்கள்! அதனால், நான் வேறு வழியில்லாமல் அந்தச் சிறப்புக் கீமோதெரபிக்கு ஒத்துக் கொண்டேன். அடுத்த ஒரு மணி நேரத்தில் நான் மருத்துவமனையில் இருந்தேன். எனக்குச் சிகிச்சையளிப்பதற்கு ஏற்பாடானது.

அதைத் தொடர்ந்து நான் எண்ணற்றப் பிரார்த்தனைகளை மேற்கொண்டேன் என்றாலும், அப்போது உடனே என் மனத்தில் தோன்றியது

உண்மையான ஆர்வக் குறுகுறுப்புதான். "கடவுளே! நான் ஏற்கனவே ஒரு முறை செத்துப் பிழைத்திருந்தேன். இது ஏன் மீண்டும் எனக்கு நிகழ்கிறது? இந்த மாபெரும் சோதனையிலிருந்து நான் என்ன கற்றுக் கொள்ளப் போகிறேன்?" அதிலிருந்து நான் கற்றுக் கொள்ள வேண்டிய விஷயங்கள் ஏராளமாக இருந்ததைப் பின்னர் நான் புரிந்து கொண்டேன்.

ஆணித்தரமான நம்பிக்கையானது அசாதாரணமான முயற்சிக்கு உத்வேகமளிக்கிறது

அதற்கு அடுத்தப் பன்னிரண்டு மாதங்கள் நான் மூன்று இடங்களில் என் நேரத்தைச் செலவிட்டேன். ஒன்று, மருத்துவமனை. இரண்டாவது, அந்த மருத்துவமனையை ஒட்டியிருந்த ஒரு வீடு. நான் அதை வாடகைக்கு எடுத்திருந்தேன். பின் எப்போதாவது நான் வீட்டிற்குச் சென்று வந்தேன். என் குடும்பம்தான் என்னை முழுமையாக கவனித்துக் கொண்டது. ஓர் உயர் நிறுவனத்தில் ஒரு நிர்வாகியாக இருந்த என் அப்பா, தன் வேலையை அப்படியே போட்டுவிட்டு என்னுடன் இருப்பதற்காக வந்துவிட்டார். அவர் என்னுடன் அந்த வாடகை வீட்டில் தங்கி என்னைப் பார்த்துக் கொண்டார். அவர்தான் என்னை மருத்துவமனைக்கு அழைத்துச் சென்றார். என் அம்மாவும் என் சகோதரியும், நாட்டின் மறுகோடியிலிருந்து பல முறை வந்து எனக்கு உதவியாக இருந்தனர். என் மனைவி என்னைப் பார்க்க வந்த நேரங்களில், அவர்கள் என் குழந்தைகளைப் பார்த்துக் கொண்டு வீட்டில் இருந்தனர். எல்லோரையும்விட மிகவும் கஷ்டப்பட்டவர் என் மனைவிதான். அவர் எங்கள் வீட்டையும் குழந்தைகளையும் பார்த்துக் கொண்டார். அடிக்கடி வந்து என்னையும் பார்த்துக் கொண்டார். என் குடும்பத்தாருக்கு நன்றி தெரிவிக்க எனக்கு வார்த்தைகளே இல்லை, குறிப்பாக என் மனைவிக்கு.

இந்தக் காலகட்டத்தில் நான் பெரிதாக நிலைகுலைந்து போகாமல் இருந்ததற்குக் காரணம்

நான் வைத்திருந்த ஆணித்தரமான நம்பிக்கை. என் நிலையில் யார் இருந்திருந்தாலும், முதலில் தூக்கி வீசப்படும் அம்சம் அந்த நம்பிக்கையாகத்தான் இருந்திருக்கும். பெரும்பாலான மக்கள் நினைத்துக் கொண்டிருப்பதுபோல, நம்பிக்கை என்பது பிறருடைய போதனைகளைக் கண்மூடித்தனமாகப் பின்பற்றுவது அல்ல. அது நீங்கள் உங்கள்மீது வைத்திருக்கின்ற அசைக்கப்பட முடியாத நம்பிக்கை மற்றும் அதற்கு வலு சேர்க்கின்ற அசாதாரணமான முயற்சி.

ஒரு புறம் நான் மருத்துவர்களின் பரிந்துரையின்படி கீமோதெரபி எடுத்துக் கொண்டாலும், மறுபுறம் இயற்கையான முறையில் என் உடலின் ஆரோக்கியத்தை மேம்படுத்திக் கொள்வதற்கான வழிமுறைகளை நான் ஆராய்ந்து கொண்டிருந்தேன். நான் என் உடலின் எதிர்ப்புசக்தியை மேம்படுத்திக் கொள்ள விரும்பினேன். நான் பெரும்பாலும் தாவர உணவை உட்கொண்டேன். புதிதாகத் தருவிக்கப்பட்ட, இயற்கை முறையில் விளைவிக்கப்பட்டக் காய்கறிகளின் சாறுகளைக் குடித்தேன். ஏகப்பட்ட இயற்கையான வைட்டமின்கள் மற்றும் பிற ஊட்டச்சத்துகள் அடங்கிய எழுபதுக்கும் மேற்பட்ட மருந்து மாத்திரைகளை உட்கொண்டேன். வாராந்திர அக்குபஞ்சர் சிகிச்சைக்கு என்னை ஆட்படுத்திக் கொண்டேன். இன்னும் பல நவீன முறைகளை நான் கடைபிடித்தேன். நான் தியானத்தில் ஈடுபட்டேன், பிரார்த்தனை செய்தேன், உடற்பயிற்சி செய்தேன், புற்றுநோயிலிருந்து விடுபடுவதற்காக வடிவமைக்கப்பட்ட சுயபிரகடனங்களைக் கூறினேன். இவற்றை நான் மேற்கொண்டிருந்த அசாதாரணமான முயற்சிகள் என்று வர்ணிக்கலாம்.

ஆணித்தரமான நம்பிக்கை – ஓர் எடுத்துக்காட்டு

இந்தப் புத்தகம் குறித்த யோசனையை நான் என் மனத்தில் அசைபோட்டுக் கொண்டிருந்தபோது, நான் ஃபேஸ்புக்கில் உருவாக்கி வைத்திருந்த குழுவில் ஒரு

பதிவை வெளியிட்டிருந்தேன். அதில், அதிசயங்களைச் சாத்தியமாக்கும் சூத்திரத்தைப் பயன்படுத்தித் தங்களுடைய வாழ்க்கையில் சாதித்திருந்த விஷயங்களைப் பற்றிப் பகிர்ந்து கொள்ளுமாறு அக்குழுவின் உறுப்பினர்களுக்கு நான் ஓர் அழைப்பு விடுத்திருந்தேன். பலர் அதில் தங்களுடைய அதிசய உண்மைக் கதைகளைப் பகிர்ந்து கொண்டிருந்தனர். நான் புற்றுநோயிலிருந்து மீண்டு வந்திருந்த சம்பவத்தோடு ஒத்திருந்த ஒரு கதை என்னை மிகவும் ஈர்த்தது. அதிசயங்களைச் சாத்தியமாக்கும் சூத்திரம் எனக்கு மட்டுமல்லாமல் அனைவருக்கும் வேலை செய்தது என்பதை இக்கதைகள் நிரூபித்தன.

ரேச்சல் ஹாரிஸ் என்ற பெண்மணி, தனக்குப் புற்றுநோய் வந்திருந்த செய்தியைத் தெரிந்து கொண்டபோதுதான், அதிசயங்களைச் சாத்தியமாக்கும் சூத்திரத்தைப் பற்றியும் தெரிந்து கொண்டிருந்தார். முப்பத்தெட்டு வயதில் அவரைத் தாக்கிய குடல் புற்றுநோய் அவருடைய கல்லீரலுக்கும் நிணநீர்க் கணுக்களுக்கும் பரவியது. அறுவை சிகிச்சை மூலம் அகற்றுகின்ற நிலையை அவருடைய புற்றுநோய் கடந்துவிட்டிருந்தது என்று மருத்துவர்கள் அவரிடம் கூறினர். அவருக்கு வலி தெரியாமல் இருப்பதற்கு மட்டுமே மருந்து மாத்திரைகள் கொடுக்கப்பட்டன. அவருக்குக் கீமோதெரபி பரிந்துரைக்கப்பட்டது. இரண்டு இளம் குழந்தைகளுக்குத் தாயாக இருந்த ரேச்சல், மருத்துவர்களின் இந்த மரணத் தீர்ப்பை ஏற்றுக் கொள்ள மறுத்து, அதிசயங்களைச் சாத்தியமாக்கும் சூத்திரத்தை முயன்று பார்க்க முடிவு செய்தார்.

அவருடைய கதையில் அதிசயம் இப்படி நிகழ்ந்தது: தான் முழுமையாகக் குணமாகிவிடுவோம் என்ற ஆணித்தரமான நம்பிக்கையை ரேச்சல் கொண்டிருந்தார். அவருக்கு ஒரே ஒரு கீமோதெரபி கொடுக்கப்பட்டவுடன், மாயாஜாலம்போல, அவருடைய புற்றுநோய், அறுவை சிகிச்சையின் மூலம் நீக்குகின்ற அளவுக்குச் சுருங்கியது. அவருக்கு அறுவை சிகிச்சை மேற்கொள்ளப்பட்டது. அவர் உயிர் பிழைத்துக் கொண்டார். அவர் தன் பங்குக்கு என்னைப்போலவே தன்னுடைய வாழ்க்கைமுறையில் பெரும் மாற்றங்களை மேற்கொண்டார். ஊட்டச்சத்து மாத்திரைகளை உட்கொண்டார், ஆரோக்கிய உணவுகளுக்கு மாறினார், தினந்தோறும் காலையில் தியானத்திலும் உடற்பயிற்சியிலும் ஈடுபட்டார்.

தன்னைக் குணப்படுத்திக் கொள்வது எப்படி என்ற ஆய்வுகளில் அவர் ஈடுபட்டார். "என்னுடைய புற்றுநோய் குணமாக்கல் பயணத்தை, அதிசயங்களைச் சாத்தியமாக்கும் சூத்திரம்தான் தொடங்கி வைத்தது. நான் என் வாழ்க்கையில் அதை ஒருபோதும் கைவிட மாட்டேன். அது என் உயிரைக் காப்பாற்றியது," என்று அவர் தெரிவித்திருந்தார்.

என் வாழ்க்கையின் மிகக் கடினமான காலகட்டத்தைக் கடந்து வந்த பிறகு, சமீபத்தில், என் உடலில் புற்றுநோயின் சுவடே இல்லை என்ற சான்றிதழை என்னுடைய மருத்துவர்கள் கொடுத்தனர் என்பதை நான் நன்றியுடன் கூறிக் கொள்ள விரும்புகிறேன். நான் எடுத்துக் கொண்டிருந்த சிகிச்சையால் எனக்கு ஏகப்பட்டப் பக்கவிளைவுகள் ஏற்பட்டிருந்தன என்பது உண்மைதான். என் மனைவியையும் குழந்தைகளையும் தனியாக விட்டுவிட்டு நான் இறந்துவிடுவேன் என்று நான் பயந்தேன் என்பது உண்மைதான். பல நாட்கள் சந்தேகப் பிசாசு என்னை ஆட்கொண்டிருந்தது என்பதை மறுப்பதற்கில்லை. ஆனால், அனைத்தையும் தாங்கிக் கொள்வதற்கு என்னுடைய ஆணித்தரமான நம்பிக்கை எனக்கு உறுதுணையாக இருந்தது. நான் தீவிரமான சிகிச்சை எடுத்துக் கொண்டிருந்த கட்டத்தில்கூட நான் மிகவும் நேர்மறையாக இருந்ததைக் கண்டு எனக்குச் சிகிச்சை அளித்து வந்த மருத்துவர்களே வியந்து போயினர்.

எல்லாவற்றையும்விட முக்கியமாக, இப்போது நான் என் நோயிலிருந்து பரிபூரணமாக குணமாகிவிட்டேன். என் குடும்பத்துடன் ஆரோக்கியமாக நீண்ட நாட்கள் வாழ்வதற்கான என் அர்ப்பணிப்பை மீண்டும் நான் உறுதிப்படுத்திக் கொண்டுள்ளேன்.

உங்களுடைய ஆணித்தரமான நம்பிக்கையை எங்கிருந்து பெறுவது

எனக்கு ஏற்கனவே அதிசயங்களைச் சாத்தியமாக்கும் சூத்திரத்தைப் பயன்படுத்திப் பழக்கம் இருந்ததாலும்,

பலருக்கு நான் இதைக் கற்றுக் கொடுத்திருந்து அவர்களுடைய வாழ்க்கையிலும் இது வெற்றிகரமாகப் பலனளித்ததை நான் பார்த்திருந்த காரணத்தாலும், புற்றுநோயிலிருந்து மீண்டு வருவதற்கு ஆணித்தரமான நம்பிக்கையையும் அசாதாரணமான முயற்சிகளையும் பயன்படுத்துவது எளிதாக இருந்தது. உங்களுக்கு இதுவரை இவற்றைப் பயன்படுத்தியுள்ள அனுபவம் இல்லையென்றால், கவலைப்படாதீர்கள். அதை நீங்கள் பல இடங்களிலிருந்து கற்றுக் கொள்ளலாம்.

'த மிரக்கிள் மார்னிங்' என்ற என்னுடைய புத்தகத்தை அடிப்படையாகக் கொண்டு, அதே பெயரில் உருவாக்கப்பட்ட ஆவணப்படத்தில், கென்யா நாட்டைச் சேர்ந்த ரிஸ்டர் ராட்டேமோ என்ற பெண்ணின் கதை இடம் பெற்றிருக்கும். அவருக்கு பதினான்கு வயதாக இருந்தபோது, அவர் தன் கண் பார்வையை இழந்தார். ஆனால், அவர் கடவுளின்மீது ஆணித்தரமான நம்பிக்கை வைத்திருந்தார். கடவுள் கண்டிப்பாகத் தன் பார்வையை மீட்டுக் கொடுத்துவிடுவார் என்று அவர் உறுதியாக நம்பினார். பின் அவர் அதற்காக அசாதாரணமான முயற்சிகளை மேற்கொண்டார். அதன் ஒரு பகுதியாக, அவர் அமெரிக்காவிற்கு, அரைகுறைப் பார்வையுடன் தனியாக ஆறு முறை வந்தார். அவருக்கு ஆறு முறை கண் அறுவை சிகிச்சைகள் நடைபெற்றன. அவர்களுடைய இன வழக்கத்தின்படி, வேறொருவரின் உடலின் பகுதியைத் தன் உடலில் பொருத்திக் கொள்வது சம்பிரதாயத்திற்கு எதிராக இருந்ததால், எவரும் அவருடன் அமெரிக்காவிற்கு வர மறுத்துவிட்டனர். ரிஸ்டர் கடவுள்மீது ஆணித்தரமான நம்பிக்கை வைத்திருந்தார். உங்களுக்கு மதத்தின்மீதோ அல்லது ஆன்மிகத்தின்மீதோ அசைக்க முடியாத விசுவாசம் இருந்தால், அதை நீங்கள் ஆணித்தரமான நம்பிக்கையை நிலைநிறுத்துவதற்குப் பயன்படுத்திக் கொள்ளலாம்.

மதம் மற்றும் ஆன்மிகம் போக, வேறு சில புறக் காரணிகளையும் நீங்கள் ஆணித்தரமான நம்பிக்கையை வளர்த்துக் கொள்வதற்குப் பயன்படுத்திக் கொள்ளலாம். ஒரு பயிற்றுவிப்பாளர் அல்லது வழிகாட்டி இதற்கு

உதவக்கூடும். இதற்கு நான் உலகப் புகழ்பெற்றத் திரைப்படமான ‘த மேட்ரிக்ஸ்’ என்ற படத்தை எடுத்துக்காட்டாகக் குறிப்பிட விரும்புகிறேன். அதில் லாரன்ஸ் ஃபிஷ்பர்ன் நடித்துள்ள கதாபாத்திரம், கானு ரீவ்ஸ் நடித்துள்ள கதாபாத்திரமான நியோவிடம், “நீதான் சர்வ வல்லமை படைத்த அந்த ‘நபர்’ ” என்று மீண்டும் மீண்டும் கூறும். அதை நம்புகின்றபோதுதான், நியோ தன்னிடம் மறைந்து கிடக்கின்ற முழு ஆற்றலையும் புரிந்து கொள்வார். அதுபோலவே, நீங்களும் சர்வ வல்லமை பெற்ற ஒரு நபர் என்று நம்புகின்றபோதுதான், உங்களுக்குள் புதைந்து கிடக்கின்ற ஆற்றலை உங்களால் புரிந்து கொள்ள முடியும், அதைப் பயன்படுத்திக் கொள்ள முடியும்.

கட்கோ நிறுவனத்தில் எனக்கு ஐந்து நிமிட விதியைக் கற்றுக் கொடுத்திருந்த என்னுடைய மேலாளரான ஜெஸ்ஸி லீவைன், நான் என்மீது நம்பிக்கை கொள்வதற்கு முன்பாகவே என்மீது ஆணித்தரமான நம்பிக்கை வைத்திருந்தார். நாங்கள் சந்தித்த முதல் நாளிலிருந்தே, அந்த நிறுவனத்தின் பல சாதனைகளை முறியடிக்கக்கூடிய ஆற்றல் என்னிடம் இருந்ததாக அவர் நம்பினார்.

அப்படி அவர் என்மீது அசாத்தியமான நம்பிக்கை வைத்திருந்தது முதலில் எனக்கு நல்லவிதமான உணர்வைக் கொடுத்தது. ஆனால், அதுவரை என்னுள் ஆழமாக ஊறிப் போயிருந்த பாதுகாப்பின்மை உணர்வு அவருடைய இந்தக் கண்ணோட்டத்தைக் கேள்வி கேட்க வைத்தது. “எடுத்தக் காரியத்தில் நான் தோற்றுவிடக்கூடும் என்ற பயம் என்னிடம் இருப்பது ஜெஸ்ஸிக்குத் தெரியாது என்பதால்தான் அவர் இவ்வாறு பேசுகிறார்,” என்று நான் நினைத்துக் கொண்டேன். ஆனால், அவர் அதை மீண்டும் மீண்டும் கூறியதைக் கேட்ட நான், ஒரு கட்டத்தில் அதை நம்பத் தொடங்கினேன். “ஒருவேளை நான் விரும்புகின்ற அனைத்தையும் சாதிக்கின்ற ஆற்றல் என்னிடம் இருக்கிறதுபோலும்!” என்று நான் யோசிக்கத் தொடங்கினேன். இறுதியில், ஜெஸ்ஸி என்மீது வைத்திருந்த நம்பிக்கை, நான் என்மீது வைக்கின்ற

நம்பிக்கையாக உருமாறியது. என்னிடம் புதைந்து கிடந்த ஆற்றலைப் பயன்படுத்தி ஓர் அசாதாரணமான வாழ்க்கையை நான் உருவாக்கிக் கொண்டேன். சில நேரங்களில், ஆணித்தரமான நம்பிக்கையை நீங்கள் உங்களிடம் வளர்த்துக் கொள்கின்றவரை, பிறர் உங்கள்மீது வைத்திருக்கின்ற நம்பிக்கையை நீங்கள் கடன் வாங்கிக் கொள்ள வேண்டியிருக்கும்.

உங்களுக்கு ஒரு வழிகாட்டி அமைந்திருக்கவில்லையென்றால், அதற்காக நீங்கள் கவலைப்பட வேண்டியதில்லை. முற்றிலும் அந்நியர் ஒருவரிடமிருந்து ஆணித்தரமான நம்பிக்கையை நீங்கள் கடன் வாங்கிக் கொள்ளலாம். நீங்கள் தூரத்திலிருந்து அவதானித்துக் கொண்டிருக்கின்ற அல்லது வியந்து பார்க்கின்ற ஒரு நபராக அவர் இருக்கலாம். எடுத்துக்காட்டாக, அவர் ஒலிம்பிக் சாதனைகளை நிகழ்த்தியுள்ள மைக்கேல் பெல்ப்ஸாக இருக்கலாம். அல்லது, நீங்கள் அடைய நினைக்கின்ற இலட்சியத்தை ஏற்கனவே அடைந்துள்ள ஒரு பெருநிறுவனத் தலைவராகவோ அல்லது சுயமாக முன்னேறி ஒரு கோடீஸ்வரராக ஆன ஒருவராகவோ இருக்கலாம். இப்படிப்பட்ட நபர்கள் எழுதியுள்ள நூல்களைப் படிக்கலாம் அல்லது அவர்களுடைய முன்னேற்றத்தைத் தொடர்ந்து அவதானிக்கலாம். அவர்கள் கொடுக்கின்ற பேட்டிகளை உன்னிப்பாகக் கவனித்து, அவர்களுடைய மனநிலையையும் அவர்கள் சிந்திக்கின்ற முறையையும் அறிந்து கொள்ளலாம்:

“நான் இக்கணத்தைக் கணக்கிலடங்கா முறை என் மனத்தில் காட்சியாகப் பார்த்துள்ளேன்.”

“நான் கண்டிப்பாக வெல்வேன் என்பதில் என் மனத்தில் துளிகூடச் சந்தேகம் இருக்கவில்லை.”

“நான் தலைசிறந்த ஒருவனாகத் தலையெடுப்பதற்காக மிகக் கடினமாக உழைத்துள்ளேன்.”

இவற்றை அவதானிக்கின்றபோது, இந்த நபர்கள் தங்களிடம் ஆணித்தரமான நம்பிக்கையை வளர்த்துக் கொண்டிருந்தனர் என்பதை உங்களால் புரிந்து கொள்ள முடியும். அவர்களுடைய மனப்போக்குதான்

அவர்களைச் சாம்பியன்களாக ஆக்கியிருந்தது. அவர்களுடைய குறி தப்பியபோது, அவர்கள் மனந்தளராமல், அடுத்தப் பாய்ச்சலுக்குத் தங்களைத் தயார்படுத்திக் கொண்டனர். அது தங்களுடைய ஆணித்தரமான நம்பிக்கையை அசைத்துப் பார்க்க அவர்கள் ஒருபோதும் அனுமதிக்கவில்லை. அவர்கள் வாய்ப்புகளைக் கண்டு அஞ்சவில்லை, மாறாக, அவர்கள் அவற்றை நோக்கி ஆர்வத்துடன் ஓடினர்.

நூலாசிரியர்களிடமிருந்தும் நீங்கள் இந்த ஆணித்தரமான நம்பிக்கையைக் கடன் வாங்கிக் கொள்ளலாம். நான் படிக்கின்ற ஒவ்வொரு நூலின் ஆசிரியரையும் நான் என்னுடைய வழிகாட்டியாக வரித்துக் கொள்வேன். அவர்கள் என் முன் இல்லாவிட்டால்கூட, நான் அவர்களிடமிருந்து நிறையவே கற்றுக் கொள்கிறேன்.

நீங்கள் சாதிக்க விரும்புகின்ற ஒன்றைச் சாதித்துள்ள வேறு ஒருவரைப் பற்றி நீங்கள் கேள்விப்பட்டால், உங்களாலும் அதைச் சாதிக்க முடியும் என்பதற்கான நிரூபணமாக அதை எடுத்துக் கொள்ளுங்கள். அதே ஆணித்தரமான நம்பிக்கையை உங்களிடம் வளர்த்துக் கொள்கின்ற முயற்சியை இன்றே துவக்குங்கள்.

ஆணித்தரமான நம்பிக்கையை நிலைநிறுத்திக் கொள்வதற்கான ஓர் உத்தி

ஆணித்தரமான நம்பிக்கையை உருவாக்கிக் கொள்வதைவிட, அதைத் தொடர்ந்து தக்கவைத்துக் கொள்வது இன்னும் கடினமானது. சிறிய தடைகள்கூட உங்களைத் தடம் புரள வைத்துவிடக்கூடும். சந்தேகப் பிசாசு எவரையும் விட்டு வைக்காது. நான் ஒவ்வொரு முறை கீமோதெரபி சிகிச்சை எடுத்துக் கொண்ட பிறகும் என் உடல் கடுமையாக பாதிக்கப்படும். அப்போது என் மனம் கடுமையான சஞ்சலத்திற்கு ஆளாகும்.

ஆணித்தரமான நம்பிக்கையை நிலைநிறுத்துவதற்கு, அதிசய சுயபிரகடனம் என்று நான் அழைக்கின்ற ஒன்றைப் பயன்படுத்துமாறு நான் உங்களைக்

கேட்டுக் கொள்கிறேன். இப்புத்தகத்தின் இரண்டாவது அத்தியாயத்தில், "இந்தப் போட்டிக் காலத்திற்குள் 20,000 டாலர்கள் என்ற விற்பனை இலக்கை நான் கண்டிப்பாக எட்டுவேன் என்ற ஆணித்தரமான நம்பிக்கையை நான் எனக்குள் உருவாக்கிக் கொண்டு, அதை நான் அடையும்வரை நான் அசாதாரணமான முயற்சிகளைத் தொடர்ந்து மேற்கொள்வேன்," என்று நான் மீண்டும் மீண்டும் கூறி வந்திருந்ததைப் பற்றி நான் குறிப்பிட்டிருந்ததை நினைவுபடுத்திக் கொள்ளுங்கள். நான் சோர்ந்து போன நேரங்களில், என் முயற்சிகளைக் கைவிட்டுவிடலாம் என்று தோன்றியபோதெல்லாம் அந்த சுயபிரகடனம் எனக்கு வெகுவாகக் கை கொடுத்தது. அதைப் போன்ற ஒன்றை நீங்களும் உருவாக்கிக் கொள்ளலாம். உங்களுடைய இலட்சியத்தை வலியுறுத்துகின்ற ஓர் ஒற்றை வாக்கியமாக அது இருக்கட்டும்.

நான் புற்றுநோய்க்காகச் சிகிச்சை எடுத்துக் கொண்டிருந்தபோது, என்னுடைய அதிசய சுயபிரகடனம் இவ்வாறாக இருந்தது: "இந்தப் புற்றுநோயை முறியடித்து, நான் என் குடும்பத்துடன் நீண்டகாலம் ஆரோக்கியத்துடன் வாழ்வேன் என்ற ஆணித்தரமான நம்பிக்கையை நான் எனக்குள் உருவாக்கிக் கொண்டு, அதை நான் அடையும்வரை, அசாதாரணமான முயற்சிகளை நான் தொடர்ந்து மேற்கொள்வேன்." இதை மீண்டும் மீண்டும் கூறி வந்தது, புற்றுநோயை எதிர்த்துப் போராட வேண்டும் என்ற உள்ளார்ந்த மனஉறுதியை எனக்குத் தந்தது. நான் தளர்ந்து போயிருந்த சமயங்களில், அசாதாரணமான முயற்சிகளை மேற்கொள்வதற்கு அது எனக்கு உத்வேகமளித்தது.

உங்களுடைய சொந்தப் பிரகடனங்களை உருவாக்கிக் கொள்வதற்கு நீங்கள் இந்த வாக்கியத்தைப் பயன்படுத்திக் கொள்ளலாம்: "..................... (உங்களுடைய இலட்சியத்தை இங்கே எழுதிக் கொள்ளுங்கள்) என்ற ஆணித்தரமான நம்பிக்கையை நான் எனக்குள் உருவாக்கிக் கொண்டு, அதை அடையும்வரை, அசாதாரணமான முயற்சிகளை

நான் தொடர்ந்து மேற்கொள்வேன்."

கீழே உங்களுடைய சொந்தப் பிரகடன வாசகத்தை எழுதிக் கொள்ளுங்கள்:

____

____

____

____

இந்தப் பிரகடனம் உங்களுக்கு வழிகாட்டுகின்ற திசைமானியாகவும், உங்களுடைய துருவ நட்சத்திரமாகவும், உங்களுடைய நினைவூட்டியாகவும் செயல்படும். உங்களுக்கு ஏற்படக்கூடிய சுய சந்தேகங்களைக் களைந்து, உங்களுடைய பாதையில் நீங்கள் முன்னே செல்வதற்கு இது உங்களுக்கு உதவும்.

அடுத்த அத்தியாயத்தில், இரண்டாவது தீர்மானமான அசாதாரணமான முயற்சிகள் குறித்து நாம் விரிவாகப் பார்க்கலாம்.

8

உங்களுடைய இரண்டாவது தீர்மானம்: அசாதாரணமான முயற்சி

இது நீங்கள் நினைக்கின்ற அளவுக்கு அசாதாரணமானதல்ல

மனித விவகாரங்களில் முயற்சிகள்,
விளைவுகள் ஆகிய இரண்டு
அம்சங்கள் இருக்கின்றன.
முயற்சியின் வலிமையே
விளைவின் அளவீடாகும்.

ஜேம்ஸ் ஆலன்

நான் என்னை எப்போதுமே ஒரு சோம்பேறியாகத்தான் கருதி வந்திருந்தேன். நான் சிறுவனாக இருந்தபோது, கடின உழைப்பு என்னைப் பெரிதாகக் கவரவில்லை என்பதால், கடின உழைப்பு தேவைப்பட்ட அனைத்தையும் நான் தவிர்த்து வந்தேன். பள்ளி வேலையாகட்டும், வீட்டு வேலையாகட்டும், எதிர்மறையான விளைவுகள் ஏற்படாமல் இருப்பதற்கு எவ்வளவு முயற்சி தேவைப்பட்டதோ, அதை மட்டுமே நான் செய்து வந்தேன். சோம்பேறித்தனம் என் அடையாளமாக ஆகிப் போனது.

வயதான பிறகு, கடின உழைப்பைத் தவிர்க்க முடியாத இடங்களில் நான் அவற்றைச் சமாளிப்பதற்குக் குறுக்குவழிகளைப் பயன்படுத்தினேன். சில வேலைகளைப் பிறரிடம் ஒப்படைத்தேன். சில வேலைகளின் தீவிரத்தைக் குறைப்பதற்காக நான் பல்பணியாக்கத்தில் ஈடுபட்டேன். சில சமயங்களில், பெரிய, தீவிரமான பணிகளில் நான் ஈடுபட்டாக வேண்டிய கட்டாயம் ஏற்பட்டது. அப்போது, நான் ஒரு குறுகியகாலத்திற்கு அதைப் பல்லைக் கடித்துக் கொண்டு பொறுத்துக் கொண்டேன். ஆனால், நீண்டகால நோக்கில் என்னால் அப்படிச் செயல்பட முடியவில்லை.

என்னுடைய பத்தொன்பதாவது வயதில் விற்பனைச் சாதனைகளை முறியடிப்பதற்காக நான் வாரத்திற்கு அறுபது மணி நேரம் வேலை செய்தபோதும் சரி, என்னுடைய இருபத்தெட்டாவது வயதில் ‘அதிசயங்களை

நிகழ்த்தும் அதிகாலை' நூலை எழுதுவதற்காக தினமும் அதிகாலை மூன்றரை மணிக்கே எழுந்தபோதும் சரி, என்னுடைய முப்பதாவது வயதில் அல்ட்ரா மராத்தான் போட்டியில் கலந்து கொள்வதற்காக தினமும் இருபது மைல்கள் ஓடியபோதும் சரி, என்னை நான் ஒரு சோம்பேறியாகவே கருதி வந்தேன். இந்த நிகழ்வுகள் அனைத்தும் குறுகியகாலத்தியவை, வெகுசீக்கிரம் முடிந்துவிடும் என்று என்னை நானே நம்ப வைத்துக் கொள்கின்ற தந்திரத்தை நான் கடைபிடித்தேன். நான் எதைச் செய்தாலும், என் வாழ்க்கை முழுவதும் நான் என்னை ஒரு சோம்பேறியாகவே கருதி வந்தேன். குறுகியகாலத் துடிப்பு அடங்கியவுடன், ஒரு விஷயத்திற்கு எந்த அளவுக்குக் குறைவான உழைப்பு தேவைப்படுமோ அதை மட்டுமே நான் அளித்தேன்.

ஆனால், நான் அடிக்கடி இப்படிக் குறுகியகாலத்திற்குத் துடிப்புடன் இயங்கிக் கொண்டிருந்தது, காலப்போக்கில் என்னுள் ஒரு மாற்றத்தை ஏற்படுத்தியது. என்னை ஒரு சோம்பேறியாகக் கருதிக் கொண்டிருந்த நான், படிப்படியாக, கட்டுப்பாட்டுடன் செயல்படுகின்ற ஒருவனாக என்னைக் கருதத் தொடங்கினேன். இது எப்படிச் சாத்தியமானது? அதை இப்போது பார்க்கலாம்.

அசாதாரணமான முயற்சியைச் சாதாரணமான ஒன்றாக ஆக்குதல்

ஒரு காரியத்தை உங்களால் சாதிக்க முடியும் என்ற நம்பிக்கை உங்களிடம் ஆழமாகப் பதிந்த பிறகு, உங்களுடைய வெற்றியை உறுதி செய்து கொள்வதற்கான நடவடிக்கைகளை நீங்கள் எடுத்தாக வேண்டும். அதிசயங்களை நிகழ்த்துவதற்கு, துடிப்பான ஈடுபாடும் தொடர்ச்சியான முயற்சிகளும் தேவை. அர்த்தமுள்ள விளைவுகளை உருவாக்குவதற்குத் தேவையான நேரத்தையும் முயற்சிகளையும் முதலீடு செய்வதற்கு நீங்கள் தயாராக இருக்க வேண்டும். அசாதாரணமான முயற்சி என்றவுடன், உழைத்து ஓடாய்த் தேய

வேண்டியிருக்கும் என்று நீங்கள் நினைத்துக் கொள்ளத் தேவையில்லை. இன்னும் சொல்லப் போனால், இது அதற்கு நேர்மாறானது. அசாதாரணமான முயற்சி கீழ்க்காணும் மூன்று அம்சங்களை உள்ளடக்கியுள்ளது:

- ✓ நீங்கள் எதிர்பார்க்கின்ற விளைவுகளுக்கு அருகே உங்களை அழைத்துச் செல்கின்ற செயல்நடவடிக்கைகள்
- ✓ உங்களை உங்களுடைய சௌகரிய வட்டத்திலிருந்து வெளியே இழுக்க முயல்கின்ற நடவடிக்கைகள்
- ✓ நீண்டகாலத்திற்குத் தொடர்ச்சியாக மேற்கொள்ளப்படுகின்ற முயற்சிகள்

இவை பயமுறுத்துவதுபோலவா இருக்கின்றன? அடுத்து இவை ஒவ்வொன்றையும் பற்றித் தனித்தனியாகப் பார்க்கலாம்.

நீங்கள் எதிர்பார்க்கின்ற விளைவுகளுக்கு அருகே உங்களை அழைத்துச் செல்கின்ற செயல்நடவடிக்கைகள்: குறைவான தாக்கத்தையோ அல்லது குறுகியகால விளைவுகளையோ ஏற்படுத்துகின்ற நடவடிக்கைகளில் உங்களுடைய நேரம் வீணாகாமல் இருப்பதை இது உறுதி செய்கிறது. இதற்கு நீங்கள் தீவிரக் கவனக்குவிப்புடன் இருக்க வேண்டும், உங்களுடைய செயல்நடவடிக்கைகள் உருப்படியானவையாக இருக்க வேண்டும். இந்த நடவடிக்கைகள் உங்களுக்குக் களைப்பு ஏற்படுத்தக்கூடாது, உங்களுக்கு உற்சாகத்தையும் புத்துணர்ச்சியையும் அளிப்பவையாக இருக்க வேண்டும். அவை அளவிடப்படக்கூடியவையாகவும் அர்த்தமுள்ளவையாகவும் இருக்க வேண்டும்.

உங்களை உங்களுடைய சௌகரிய வட்டத்திலிருந்து வெளியே இழுக்க முயல்கின்ற நடவடிக்கைகள்: இந்த நடவடிக்கைகளில்தான் உங்களுடைய வளர்ச்சி அடங்கியிருக்கிறது. நீங்கள் எப்போதும் செய்து கொண்டிருக்கின்ற நடவடிக்கைகளைத் தொடர்ந்து

செய்து கொண்டிருப்பதன் மூலம், உங்களால் ஓர் அதிசய வித்தைக்காரராக ஆக முடியாது. உங்களுடைய சௌகரிய வட்டத்திலிருந்து வெளியே வருவது என்பது முதலில் உங்களுக்குப் பதற்றம் ஏற்படுத்தக்கூடும். ஆனால், காலப்போக்கில் அது உங்களுக்குப் பழகிவிடும், உங்களுடைய புதிய தரங்களின் ஒரு பகுதியாக மாறிவிடும்.

நீண்டகாலத்திற்குத் தொடர்ச்சியாக மேற்கொள்ளப்படுகின்ற முயற்சிகள்: அனைத்தையும் இணைக்கின்ற ஒரு பசை இது. ஒரு சில அடிகளை மட்டும் எடுத்து வைத்துவிட்டுப் பிறகு விலகிக் கொள்வதன் மூலம் உங்களால் எந்தவோர் இடத்தையும் சென்றடைய முடியாது. நீண்டகாலத்திற்கு அதே பாதையில் நடைபோடுவதற்கு நீங்கள் உங்களை அர்ப்பணித்துக் கொள்ள வேண்டும். தொடர்ச்சியாக ஒரு விஷயத்தைச் செய்து வருகின்றபோது, அது எளிதாகவிடும். நீங்கள் உங்களுடைய சௌகரிய வட்டத்திலிருந்து வெளியே வருகின்ற செயல்களில் ஈடுபடுகின்றபோது, ஒரு சில வாரங்களில், அவை இனியும் உங்களுக்கு அசௌகரியமானவையாகத் தோன்றாது. நீங்கள் உங்களுடைய சௌகரிய வட்டத்தை விரிவுபடுத்திக் கொள்கின்றபோது, சாதனை வீச்சின் அளவும் அதே விகிதத்தில் அதிகரிக்கும்.

பெரும் செல்வந்தரும் நூலாசிரியருமான டேவிட் ஆஸ்போர்ன், செல்வந்தராக ஆவது என்பது வெறும் தேர்ந்தெடுப்பு என்று கூறுகிறார். நீங்கள் செல்வந்தர்களின் வாழ்க்கையைப் பற்றிப் படித்தறியவும், அவர்களுடைய மனப்போக்கைத் தத்தெடுத்துக் கொண்டு அவர்களுடைய நடத்தைகளைப் பிரதிபலிக்கவும் முடிவு செய்தால்,

உங்களாலும் அவர்களைப்போலப் பெரும் செல்வத்தை ஈட்ட முடியும். இங்கு நீங்கள் செல்வத்திற்குப் பதிலாக, மகிழ்ச்சியாக இருத்தல், ஒரு சிறந்த பெற்றோராக இருத்தல் போன்ற, உங்களுக்கு முக்கியமான எதுவொன்றைத் தேர்ந்தெடுத்து கொண்டாலும், உங்களால் அதில் ஆகச் சிறந்தவராக ஆக முடியும்.

ஆனாலும், ஏன் பெரும்பாலானவர்களால் செல்வந்தர்களாக ஆக முடியவில்லை? ஏனெனில், அசாதாரணமான செல்வத்தைக் குவிப்பதற்கு அசாதாரணமான முயற்சி தேவை. புதிதாக ஒன்றைச் செய்வதற்குப் பதிலாக, ஏற்கனவே செய்து கொண்டிருப்பவற்றையே தொடர்ந்து செய்து கொண்டிருப்பது சுலபமானது. பெரும்பாலான மக்கள், தாங்கள் விரும்புகின்ற விளைவுகளைப் பெறுவதற்கு, எவ்வளவு குறைவாக முடியுமோ அவ்வளவு குறைவான முயற்சிகளைப் போடவே விரும்புகின்றனர். எத்தகைய முயற்சிகள் நீங்கள் எதிர்பார்க்கின்ற விளைவுகளை ஏற்படுத்தும் என்பதை நீங்கள் அறிந்திருக்கின்றவரை, அந்தக் கண்ணோட்டத்தில் எந்தப் பிரச்சனையும் இல்லை.

எத்தகைய முயற்சிகள் நீங்கள் எதிர்பார்க்கின்ற விளைவுகளை ஏற்படுத்தும் என்பதை எப்படிக் கண்டுபிடிப்பது என்பதை அடுத்துப் பார்க்கலாம்.

1. செயல்முறையை முதலிலேயே தீர்மானித்துக் கொள்ளுங்கள்

நாம் அடைய விரும்புகின்ற ஓர் இலக்கை நாம் தீர்மானித்தவுடன், அதை அடைவதற்கான ஒரு செயல்முறையை நாம் உருவாக்கிக் கொள்ள வேண்டும். நீங்கள் தினமும் எந்தக் காரியத்தை முதலில் செய்வீர்கள்? அது குறித்து உங்களுக்குத் தெளிவு இல்லை என்றால், நீங்கள் அடைய விரும்புகின்ற இலக்குகள் குறித்தப் புத்தகங்களைப் படியுங்கள்; உங்களுடைய வழிகாட்டியிடம் கேளுங்கள்; கூகுளில் தேடுங்கள்.

நான் கட்கோவில் வேலை பார்த்துக் கொண்டிருந்தபோது, *2,00,000* டாலர்கள்

விற்பனை இலக்கை அடையத் தீர்மானித்தவுடன், எங்கள் நிறுவனத்தில் ஏற்கனவே அந்த இலக்கை அடைந்திருந்தவர்களை நான் தொடர்பு கொண்டேன். அவர்களிடம் நான் கேட்கத் தீர்மானித்திருந்த கேள்விகளை எழுதி வைத்துக் கொண்டேன். அந்த இலக்கை அடைவதற்கு அவர்கள் தினந்தோறும், வாரந்தோறும் என்னென்ன நடவடிக்கைகளை மேற்கொண்டனர் என்று நான் அவர்களிடம் கேட்டறிந்து கொண்டேன். அவர்கள் தங்களுடைய இலக்கைச் சாதிப்பதற்கு வகுத்திருந்த செயல்முறையைத் தெரிந்து கொள்ள நான் முயன்றேன்.

நான் அவர்கள் அனைவரையும் தொடர்பு கொண்டு கேட்டறிந்த பிறகு, அவர்கள் அனைவருக்கும் பொதுவாக இருந்த ஓர் அம்சத்தை நான் கண்டறிந்தேன். தொடர் முயற்சிதான் அது. நான் மேற்கொண்டிருந்த செயல்நடவடிக்கைகளிலிருந்து அவர்கள் வித்தியாசமாக எதையும் செய்து கொண்டிருக்கவில்லை. அவர்களிடம் தனித்துவமான விற்பனைத் திறன் எதுவும் இருக்கவில்லை. அவர்கள் எந்தவிதமான அசாதாரணமான உத்திகளையும் கடைபிடித்திருக்கவில்லை. அவர்கள் தங்களுடைய விற்பனை இலக்கை அடைவதற்கு எத்தனை பேரைத் தொடர்பு கொள்ள வேண்டும், எத்தனை பேரை நேரில் சந்தித்து விளக்கவுரை நிகழ்த்த வேண்டும் என்பதைக் கணித்து அவற்றைத் தொடர்ச்சியாகச் செய்து கொண்டிருந்தனர். மற்றவர்களும் இதையே செய்து கொண்டிருந்தாலும், உயர் சாதனையாளர்கள் அதைத் தொடர்ச்சியாகச் செய்து கொண்டிருந்தனர். அதில் அவர்கள் எந்தவிதமான சமரசங்களும் செய்து கொள்ளவில்லை. என்னைப் போன்றவர்கள் ஒரு நல்ல இலக்கை எட்டியவுடன் சில நாட்கள் ஆசுவாசமாக அதை அனுபவித்துக் கொண்டிருந்தோம். ஆனால், அவர்கள் அப்படிச் செய்யவில்லை.

இதைத் தெரிந்து கொண்ட பிறகு, நான் என்னுடைய செயல்முறையை வகுத்துக் கொண்டேன். வாரத்திற்கு 4,000 டாலர்கள் பெறுமானமுள்ள பொருட்களை விற்பனை செய்ய வேண்டுமென்றால், நான் தினந்தோறும்

40 தொலைபேசி அழைப்புகள் விடுக்க வேண்டும் என்பது போன்றவை அதில் அடங்கும்.

தினமும் 40 அழைப்புகளை மேற்கொள்வது எனக்கு ஒரு பெரிய காரியமாகத் தோன்றவில்லை. நான் அடிக்கடி அதைச் செய்துள்ளேன். ஆனால், தொடர்ச்சியாக ஒவ்வொரு நாளும் அப்படி ஒருபோதும் நான் செய்திருக்கவில்லை. அதற்கு முன்பு, நான் இரண்டு முறை ஆண்டுக்கு 1,00,000 டாலர்கள் இலக்கைத் தொட்டிருந்தேன். அந்த ஆண்டுகளில் நான் சராசரியாக தினமும் 20 அழைப்புகளை மேற்கொண்டிருந்தேன். தினமும் 40 அழைப்புகளை விடுப்பதற்கு எனக்கு இரண்டு மணி நேரம் மட்டுமே போதுமானதாக இருந்தது. வாடிக்கையாளர்களாக ஆக வாய்ப்பு இருந்தவர்களைச் சந்திப்பதற்கு ஏற்பாடு செய்து கொள்வது, அவர்களைச் சந்திப்பது போன்றவற்றுக்கு எனக்கு நிறையவே நேரம் இருந்தது. அந்தச் செயல்முறையை நான் வகுத்துக் கொண்ட பிறகு, 2,00,000 டாலர்கள் என்ற இலக்கு என்னை இனியும் பயமுறுத்துவதாக இருக்கவில்லை. செயல்முறையை வகுத்துக் கொள்வதிலுள்ள சௌகரியம் இதுதான். பெரும்பாலும் நம்முடைய இலக்குகள் பெரிய அளவிலும் பயமுறுத்துபவையாகவும் இருக்கலாம். ஆனால், செயல்முறைகள் அப்படி இருப்பதில்லை. அவற்றுக்கான ஒரு சில எடுத்துக்காட்டுகள் கீழே கொடுக்கப்பட்டுள்ளன.

> *உடல் எடையைக் குறைப்பது உங்களுடைய இலக்கு என்றால், அதைச் சாதிப்பதற்கு இட்டுச் செல்கின்ற செயல்முறை, எப்போதும் உடற்பயிற்சிகளையும் உணவுக் கட்டுப்பாடுகளையும் உள்ளடக்கியதாக இருக்கும்.*

> *பொருளாதாரச் சுதந்திரத்தைப் பெறுவது உங்களுடைய இலக்கு என்றால், அதைச் சாதிப்பதற்கு இட்டுச் செல்கின்ற செயல்முறை, எப்போதும் வருமானத்தைப் பெருக்கிக் கொள்வதையும் சேமிப்பை அதிகரிப்பதையும் உள்ளடக்கியதாக இருக்கும்.*

> ஒரு மராத்தான் போட்டியில் கலந்து கொள்வது உங்களுடைய இலக்கு என்றால், அதைச் சாதிப்பதற்கு இட்டுச் செல்கின்ற செயல்முறை, எப்போதும் தினந்தோறும் ஒரு குறிப்பிட்ட மைல் தூரம் ஓடிப் பயிற்சி செய்வதை உள்ளடக்கியதாக இருக்கும்.
>
> ஒரு புத்தகத்தை எழுதிப் பிரசுரிப்பது உங்களுடைய இலக்கு என்றால், அதைச் சாதிப்பதற்கு இட்டுச் செல்கின்ற செயல்முறை, எப்போதும் தினந்தோறும் ஒரு குறிப்பிட்ட எண்ணிக்கையிலான பக்கங்களை எழுதுவதை உள்ளடக்கியதாக இருக்கும்.

மேலே பார்த்துள்ளவற்றை வைத்து, உங்களுடைய திட்டம் சிக்கலான ஒன்றாக இருக்க வேண்டிய அவசியமில்லை என்பது உங்களுக்குப் புரிந்திருக்கும். இன்னும் சொல்லப் போனால், அது எந்த அளவுக்கு எளிமையானதாக இருக்கிறதோ, அந்த அளவுக்கு நல்லது. உங்களுடைய இலட்சியத்தை அடைவதற்கு எந்தச் செயல்முறை பொருத்தமாக இருக்கும் என்பதை நீங்கள் அடையாளம் கண்டு அதை சுவீகரித்துக் கொண்டு, அதை உங்களுடைய கால அட்டவணைக்குள் பொருத்திக் கொள்ள வேண்டும், அவ்வளவுதான்.

நீங்கள் உங்களுடைய செயல்முறையைத் தீர்மானிப்பதற்கு இந்தக் கேள்வியை உங்களிடம் கேட்டுக் கொள்ளுங்கள்: எந்தச் செயல்நடவடிக்கைகளை நான் தொடர்ச்சியாக மேற்கொண்டால் என்னுடைய வெற்றி நிச்சயமாகும்?

2. உங்களுடைய விளைவுகளிலிருந்து உணர்ச்சிரீதியான பிணைப்பை விடுவித்துவிடுங்கள்

செயல்முறையை நீங்கள் அமலாக்குகின்றபோது, சில மோசமான நாட்களை நீங்கள் எதிர்கொள்ள வேண்டியிருக்கும். சில நேரங்களில் சில மோசமான வாரங்களைக்கூட நீங்கள் சந்திக்க நேரலாம். அப்படி இருக்கக்கூடும் என்பதைத் தெரிந்திருக்கின்ற காரணத்தாலேயே அதை

உங்களால் சீரணித்துக் கொள்ள முடியும் என்று அர்த்தமில்லை. மனிதர்கள் உணர்ச்சிபூர்வமான விலங்குகள் என்ற உண்மையை மறுக்க முடியாது. அதனால், நாம் நம்முடைய விளைவுகளுடன் உணர்ச்சிரீதியாகப் பிணைக்கப்பட்டுள்ளோம். ஆனால், அந்த உணர்ச்சிரீதியான பிணைப்பு, நாம் அந்தச் செயல்முறையைச் செம்மையாக நடைமுறைப்படுத்துவதற்கு இடைஞ்சலாக இருக்கும். தாங்கள் விரும்பியதை அடைய முடியாமல் போவது பெரும்பாலான மக்களுக்கு விரக்தி ஏற்படுத்தும், அவர்களை ஊக்கமிழக்கச் செய்யும். ஆனால், அப்படி இருக்க வேண்டிய தேவையில்லை. நீங்கள் உங்களுடைய செயல்முறையை அர்ப்பணிப்போடு செயல்படுத்துங்கள். அதிலிருந்து உங்களுடைய உணர்ச்சிகளைப் பிரித்துக் கொள்ளுங்கள். நீண்டகால நோக்கில் அது தன் பாட்டுக்குச் சிறப்பாகச் செயல்பட்டுக் கொண்டிருக்கும்.

நடைமுறையில் அது எப்படிச் செயல்படுகிறது என்பதற்கான ஒரு சில எடுத்துக்காட்டுகள் இதோ:

என் நண்பர் ஒருவர் தன் உடல் எடையைக் குறைக்க விரும்பினார். அவர் அதற்காக ஒரு செயல்முறையை உருவாக்கினார். அதன்படி, அவர் பெரும்பாலும் தாவர உணவை உண்டார். தன் கலோரி அளவைக் குறைத்துக் கொண்டார். உடற்பயிற்சி செய்வதை வழக்கமாக்கிக் கொண்டார். ஒரு நாள் அவர் என்னை அழைத்து, "ஹால், நீ கூறியபடி நான் ஒரு செயல்முறையை உருவாக்கினேன். கடந்த மூன்று வாரங்களாக, வாரத்திற்கு நான்கு நாட்கள், தினமும் அரை மணி நேரம் உடற்பயிற்சிகளை மேற்கொண்டு வருகிறேன். ஆனால், எடை சிறிதளவுகூடக் குறையவில்லை. இது எனக்குக் கடுமையான விரக்தி ஏற்படுத்தியுள்ளது," என்று புலம்பினார். நான் அவரிடம், "நீ உன்னுடைய உடல் கொழுப்பு சதவீதத்தை அளவிடு. கொழுப்பு குறைந்து தசை கூடினால், குறைகின்ற எடையை அது ஈடு செய்துவிடும்," என்று தெரிவித்தேன். அவர் சோதித்துப் பார்த்தபோது, நான் கூறியது உண்மைதான் என்பதை அவர் கண்டறிந்தார். அதற்குப் பிறகு, அவர்

தன் செயல்முறையை விடாப்பிடியாகத் தொடர்ந்தார். இறுதியில் அவர் தன் இலக்கை எட்டினார். உணர்ச்சி வேகத்தில் அவர் தன் முயற்சியைக் கைவிட்டிருந்தால், அவர் தன் இலக்கை அடைந்திருக்க மாட்டார்.

ஒரு முறை, என்னிடம் ஆலோசனை பெற்று வந்த ஒரு நபர், அமெரிக்காவிலுள்ள ஒரு பெரிய நிறுவனத்தின் விற்பனை மேலதிகாரியாக இருந்தார். அவர் தன் குழுவினருக்கு அந்த ஆண்டுக்கு 13 இலட்சம் டாலர்கள் விற்பனை இலக்கை நிர்ணயித்திருந்தார். அவர் அதற்கான செயல்திட்டத்தை முறையாக வகுத்திருந்தார். எல்லாவற்றையும் சரியாகச் செய்து வந்தபோதிலும் அவருடைய விற்பனை கடுமையாகக் குறைந்தது. அதற்கான காரணத்தை அவரால் புரிந்து கொள்ள முடியவில்லை. அவர் அது குறித்து என்னிடம் கேட்டபோது, அவரின் கீழ் பணிபுரிந்து வந்த விற்பனைப் பிரதிநிதிகளின் அன்றாட விற்பனை அளவுகள் உணர்ச்சிரீதியாக அவரைப் பாதிக்க அவர் அனுமதித்துக் கொண்டிருந்ததுதான் அதற்குக் காரணம் என்று நான் அவரிடம் கூறினேன். அவர்களின்மீது அவரால் தாக்கம் ஏற்படுத்த முடிந்தது என்றாலும், அவர்களுடைய அன்றாடச் செயல்நடவடிக்கைகளின்மீது அவருக்கு எந்தக் கட்டுப்பாடும் இருக்கவில்லை என்பதை நான் அவரிடம் சுட்டிக்காட்டினேன். அதைப் புரிந்து கொண்ட அவர், தினமும் தன் குழுவினர் எவ்வளவு விற்பனை செய்தனர் என்பது குறித்து அலட்டிக் கொள்வதை நிறுத்திக் கொண்டார். தான் வகுத்து வைத்திருந்த செயல்முறையின் மூலம் தன்னால் தன்னுடைய இலக்கை அடைந்துவிட முடியும் என்ற நம்பிக்கை அவருக்கு இருந்தது. அவருடைய விற்பனைப் பிரதிநிதிகள் தினமும் ஒரு குறிப்பிட்ட எண்ணிக்கையில் தொலைபேசி அழைப்புகளை மேற்கொண்டார்களா என்பதில் மட்டுமே அவர் கவனம் செலுத்தினார். அது அவருடைய மன அழுத்தத்தை வெகுவாகக் குறைத்தது. இறுதியில் அவர் தன் இலக்கை அடையவும் செய்தார்.

என்னுடைய 'அதிசயங்களை நிகழ்த்தும் அதிகாலை' நூல் வெளியானபோது, என் புத்தகத்தை எப்படிப்

பிரபலப்படுத்த வேண்டும் என்பது குறித்து நான் எதையும் அறிந்திருக்கவில்லை. நான் அது குறித்துப் பல நூலாசிரியர்களுடன் பேசினேன், ஆய்வுகளில் இறங்கினேன். இறுதியில், வலையொலிப்பதிவுத் தளங்களில் என் பேட்டிகள் இடம்பெறச் செய்வது என்ற உத்தியை நான் தேர்ந்தெடுத்தேன். அதுபோன்ற வலையொலிப்பதிவுகளைக் கேட்டுக் கொண்டிருப்பவர்கள், தங்களை மேம்படுத்திக் கொள்வதில் ஆர்வமாக இருப்பர் என்ற அனுமானத்தை நான் கொண்டிருந்தேன். இது செலவுமிக்க ஒன்றும் அல்ல. இதில் உங்களுடைய முதலீடு, உங்களுடைய நேரம் மட்டும்தான். நான் முந்நூறு பேட்டிகள் எடுத்திருந்தேன். நானே இருநூறு வலையொலிப்பதிவுகளைத் தயாரித்து வெளியிட்டேன். என் விற்பனை படிப்படியாக அதிகரித்தது. கீழேயுள்ள வரைபடம் அதை விளக்கும். நீங்கள் தொடர்ந்து விடாப்பிடியாக ஒரு விஷயத்தில் ஈடுபட்டால், நீண்டகால நோக்கில் உங்களால் பிரமாதமான அறுவடையை மேற்கொள்ள முடியும். இறுதியில் அந்நூல் அமெரிக்காவில் ஐந்து இலட்சம் பிரதிகளும், உலகிலுள்ள நூறு நாடுகளில் மேலும் ஐந்து இலட்சம் பிரதிகளும் விற்பனையாகிச் சாதனை படைத்தது.

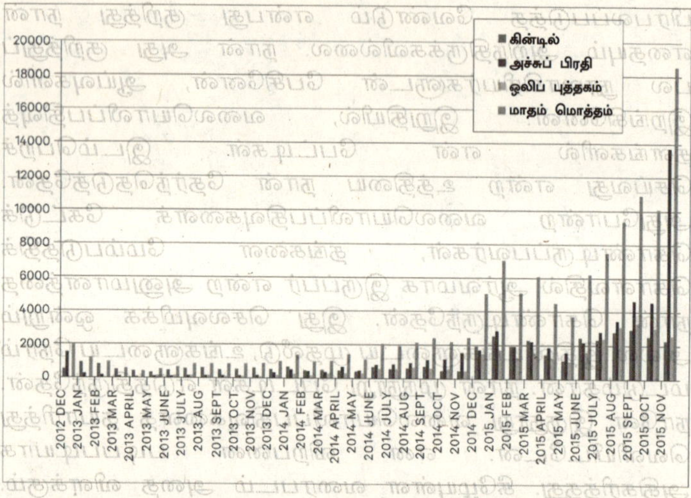

3. உங்களுடைய செயல்முறையை அட்டவணைப்படுத்துங்கள்

உடற்பயிற்சி செய்கின்றபோது அணிவதற்கான ஆடைகள் அல்லது நமக்குப் பிடித்தமான ஒரு சில புத்தகங்களை வாங்கிவிட்டு, அவை பயன்படுத்தப்படாமல் அறையின் ஒரு மூலையில் இருப்பதைப் பார்த்த அனுபவம் நம்மில் பலருக்கும் கண்டிப்பாக ஏற்பட்டிருக்கும். நாம் வேறு ஏதோ ஒன்றில் மும்முரமாகிவிடுகிறோம். நம்முடைய குழந்தைகள் நோய்வாய்ப்படுகின்றனர். தொழில் தொடர்பான வேலைகள் அதிகரித்துவிடுகின்றன. இவையெல்லாம் சகஜமாக நடக்கின்ற விஷயங்கள்தாம்.

செயல்முறையைக் கால அட்டவணைப்படுத்துவது இதை முறியடிப்பதற்கான ஒரு நல்ல வழியாகும். உங்களுடைய நாளை நீங்கள் எப்படிச் செலவிடப் போகிறீர்கள் என்பது குறித்து நீங்கள் முன்கூட்டியே தீர்மானித்துவிடுவது நல்லது. அந்த அட்டவணையை நீங்கள் ஒரு நாட்காட்டியின் வடிவில் அல்லது டிஜிட்டல் வடிவில் உங்களுடைய சௌகரியத்திற்கு ஏற்றாற்போல வைத்துக் கொள்ளலாம். நீங்கள் உங்களுடைய குழந்தைகளுடன் நேரத்தைச் செலவிட

விரும்புகிறீர்களா? அதைக் குறித்துக் கொள்ளுங்கள். நீங்கள் உங்களுக்காக நேரத்தை ஒதுக்கிக் கொள்ள விரும்புகிறீர்களா? அதையும் குறித்துக் கொள்ளுங்கள். அந்த நேரத்தில் வேறு எதுவும் குறுக்கிடாமல் இருப்பதை உறுதி செய்து கொள்ளுங்கள்.

நீங்கள் உங்களுடைய கால அட்டவணையைப் பார்த்து எந்த இடங்களில் நீங்கள் அதிகச் செயல்திறனுடன் இயங்க முடியும் என்று அவதானியுங்கள். சில வேலைகளை நீங்கள் வேறு யாரிடமேனும் ஒப்படைத்துவிடலாம். இப்போது இதற்கென்றே பல செயலிகள் வந்துள்ளன. அவற்றைப் பயன்படுத்தி நீங்கள் உணவை ஆர்டர் செய்து கொள்ளலாம். அல்லது நீங்கள் தொலைக்காட்சி பார்க்கின்ற நேரத்தைக் குறைத்துக் கொண்டு, உங்களுடைய குழந்தைகளுடன் விளையாடுகின்ற விதத்தில் உங்களுடைய கால அட்டவணையை மாற்றி அமைத்துக் கொள்ளலாம். மொத்தத்தில், எழுதி வைத்துக் கொள்வது உங்களுக்கு மிகவும் பயனுள்ளதாக இருக்கும்.

4. உங்களுடைய வெற்றியைப் பொறுப்புடைமையைக் கொண்டு பாதுகாத்துக் கொள்ளுங்கள்

உங்களுடைய செயல்முறையை நீங்கள் ஒழுங்காகக் கடைபிடிப்பதற்கு உங்களுக்கு என்ன தேவை என்று யோசியுங்கள். நீங்கள் சுயசார்பு உடையவரா அல்லது பிறர் உங்களைக் கண்காணிக்கின்றபோது சிறப்பாகச் செயல்படுபவரா? நீங்கள் சுயசார்புடன் இருப்பவர் என்றால், அதிசயங்களைச் சாத்தியமாக்கும் சூத்திரத்தை நீங்களே அமல்படுத்திக் கொள்ளலாம். சிலர் தொடக்கத்தில் இதில் உற்சாகமாகக் குதித்தாலும், சில நாட்களுக்குப் பிறகு அதைத் தொடர்ந்து செய்வதற்குத் திணறுகின்றனர்.

எதையும் நீண்ட நாட்களுக்கு அர்ப்பணிப்புடன் தொடர்ந்து செய்து கொண்டிருப்பது அவ்வளவு எளிதல்ல. அதோடு, சுய கட்டுப்பாடு அந்த அளவுக்குப் பரவலாகக் காணப்படுகின்ற ஒன்றல்ல. அப்படிப்பட்டவர்கள்

தங்களுடைய செயல்கள் குறித்துக் கேள்வி கேட்பதற்குப் பிறருக்கு அதிகாரமளிக்க வேண்டும்.

சிலர் காலக்கெடு நெருங்குகின்றபோது சிறப்பாகச் செயல்படுவர். சிலர் எதிர்மறையான பின்விளைவுகளைத் தவிர்க்க விரும்புவர். வேறு சிலருக்கு வெகுமதிகள் உத்வேகத்தைக் கொடுக்கும். உங்களுக்கு எது ஊக்கமளிக்கிறது என்பதைக் கண்டறிந்து அதன்படி நீங்கள் செயல்பட வேண்டும்.

உங்களுடைய இலக்கை அடைவதற்குப் பிறரிடம் உதவி கோருவது என்பது பலவீனத்தின் ஓர் அடையாளமல்ல. எண்ணற்ற முதன்மை நிர்வாக அதிகாரிகள் தயக்கமின்றி இதைச் செய்கின்றனர். தேவையெனில், நீங்கள் ஓர் ஆலோசகரை நியமித்துக் கொள்ளலாம்.

5. உங்களுடைய விளைவுகளை மதிப்பிட்டு அதற்கேற்ப உங்களுடைய செயல்முறையை மாற்றி அமைத்துக் கொள்ளுங்கள்

நீங்கள் உங்களுடைய செயல்முறையைக் கண்காணித்துக் கொண்டிருக்கின்றபோது, உங்களுடைய விளைவுகள் எப்படி நிகழ்ந்து கொண்டிருக்கின்றன என்பதில் நீங்கள் அக்கறை செலுத்த வேண்டும். எடுத்துக்காட்டாக, இரண்டு மாதங்கள் உணவுக் கட்டுப்பாட்டுடன் சேர்த்துக் கடுமையாக உடற்பயிற்சி செய்தும் உங்களுடைய எடை குறையவில்லை என்றால், நீங்கள் உங்களுடைய உணவுமுறையையும் உடற்பயிற்சியையும் மறுபரிசீலனை செய்ய வேண்டும். நீங்கள் உங்களுடைய விற்பனை இலக்கை எட்டவில்லை என்றால், உங்களுடைய தொலைபேசி அழைப்புகளை அதிகரிக்க வேண்டும். உங்களுடைய புத்தகத்திற்காக நீங்கள் எதையும் எழுதியிருக்கவில்லை என்றால், உங்களுடைய கால அட்டவணைக்கு மீண்டும் சென்று, எழுதுவதற்குக் கூடுதல் நேரம் ஒதுக்க வேண்டும்.

உங்களுடைய விளைவுகள் எப்படி இருக்கின்றன என்பதைக் கண்டறிந்து அதன் அடிப்படையில்

உங்களுடைய செயல்முறையை மாற்றியமைக்க வேண்டியிருக்குமா என்பதை அறிந்து கொள்வதற்கு வாரத்திற்கு ஒரு முறை அல்லது மாதத்திற்கு ஒரு முறை திட்டமிட்டுக் கொள்ளுங்கள். உங்களுடைய செயல்முறை எப்போதும் எளியதாகவும் தெளிவானதாகவும் இருக்கும்படி பார்த்துக் கொள்ளுங்கள். அப்போதுதான் அதை அலசி ஆராய்ந்து, தேவைப்படும் மாற்றங்களைச் செய்வது சுலபமாக இருக்கும்.

நீங்கள் உங்களுடைய அதிசயத்தை அடைந்துவிட்டீர்கள். அடுத்து என்ன?

அதிசயங்களைச் சாத்தியமாக்கும் சூத்திரம் என்பது ஒரே ஓர் இலக்கை அடைவதற்குப் பயன்படுத்திக் கொள்ளப்பட வேண்டிய ஓர் உத்தி அல்ல. அந்த இலக்கை அடைந்தவுடன் நீங்கள் மீண்டும் உங்களுடைய பழைய வழமையான வாழ்க்கைக்குத் திரும்பிவிட முடியாது. மீண்டும் மீண்டும், உங்களுடைய வாழ்க்கையின் அனைத்துப் பகுதிகளிலும் அதிசயங்களை நிகழ்த்துவதன் மூலமாகத்தான் உங்களால் ஓர் அதிசய வித்தைக்காரராக ஆக முடியும்.

உங்களுடைய சாதனையை அடைய நீங்கள் மேற்கொண்டிருந்த பயணத்தின் ஊடாக நீங்கள் கற்றுக் கொண்ட படிப்பினைகளைக் கிரகித்துக் கொண்டு, அடுத்த இலக்கை நோக்கி உங்களை உந்தித் தள்ள அவற்றைப் பயன்படுத்திக் கொள்ளுங்கள். நான் என் குடும்பத்திற்கு முன்னுரிமை கொடுக்கின்ற ஒரு இலட்சியத்தை உருவாக்கிக் கொண்டேன். அதன் செயல்முறையை, தன்னிச்சையாக இயங்குகின்ற நிலைக்குக் கொண்டு வந்தேன். பின்னர் என்னுடைய புற்றுநோயை எதிர்த்துப் போராடி, அதிலிருந்து மீள்வதையும் ஆரோக்கியமாக இருப்பதையும் நான் என்னுடைய அடுத்த முன்னுரிமையாக ஆக்கிக் கொண்டேன். அதில் நான் வெற்றி பெற்றப் பிறகு, இந்த நூலை எழுதுவதை என்னுடைய முன்னுரிமையாக ஆக்கிக் கொண்டேன். இப்படி ஒவ்வொரு வெற்றியாக நீங்கள்

கடந்து செல்கின்றபோது, ஓர் அதிசய வித்தைக்காரராக ஆவதற்குத் தேவையான பண்புநலன்கள் உங்களிடம் உருவாகிவிடுகின்றன.

செயல்முறை உருவாக்கம் – ஓர் எடுத்துக்காட்டு

இந்த உலகிலேயே எனக்கு மிகவும் பிடித்தமான இசைக் கலைஞர் ஜெர்மி ரெய்சிக். புரோத்தா ஜேம்ஸ் என்ற பெயரில் அவர் பிரபலமாக அறியப்படுகிறார். அவர் ஓர் அசாதாரணமான திறமையுள்ள இசைக் கலைஞர். அவர் தன் பாட்டுகளின் மூலம் நேர்மறைத்தன்மையை இந்த உலகிற்குள் கொண்டுவருகிறார். அவருடைய இசை உங்களை நல்லவிதமாக உணரச் செய்கின்ற விதத்தில் வடிவமைக்கப்பட்டுள்ளது. எனக்குத் தெரிந்தவரை, நேர்மறைப் பிரகடனங்களையும் உற்சாகமூட்டுகின்ற இசையையும் கலந்து அளிக்கின்ற ஒரே பாடகர் அவர்தான். அவருடைய இசையால், மகிழ்ச்சியையும் வெற்றியையும் உங்களுடைய ஆழ்மனத்தில் பதிய வைத்துவிட முடியும்.

அவர் முதலில் ஓர் இசைக்குழுவுடன் சேர்ந்து பயணித்துக் கொண்டிருந்தார். அவருக்குப் பல இசைக் கருவிகளை இசைக்கத் தெரியும். அதோடு, அவர் 'ராப்' பாடல்களையும் பாடுவார். ஆனால், முன்னணி இசைக் கலைஞர்களில் ஒருவராக ஆக வேண்டும் என்ற தணியாத ஆசை அவருக்கு இருந்தது. அவருடைய குரல் நன்றாக இல்லை என்று கூறி அவருடைய குழுவினர் அவரைத் தொடர்ந்து ஒதுக்கி வைத்துக் கொண்டிருந்தனர்.

அந்தக் குழுவில் நான்கு ஆண்டுகள் இருந்த பிறகு, 2013-ல், ஜெர்மி, முறைப்படி பாடக் கற்றுக் கொள்ள முடிவெடுத்தார். அத்துடன், பாடல்களை எழுதவும் அவர் விரும்பினார். அவர் ஒரு குழுவின் முதன்மைப் பாடகராக ஆக விரும்பினார். அவர் சில இசைக் கலைஞர்களைத் தொடர்பு கொண்டபோது, அவர்களும் அவருக்குப் போதுமான குரல் வளம் இல்லை என்று கூறி ஒதுங்கிக் கொண்டனர்.

ஆனால், மனம் தளராத ஜெர்மி, இரண்டு ஆசான்களிடம் இசை கற்றுக் கொண்டார். தினமும் பதினைந்து நிமிடங்களிலிருந்து அரை மணிநேரம்

வரை பயிற்சி செய்ய அவர் முடிவெடுத்தார். ஆனால், தன்னால் ஒரு நாள் ஒரு பிரபலமான பாடகராக ஆக முடியும் என்று அவர் ஆணித்தரமாக நம்பினார். அதற்காக அவர் அசாதாரணமான முயற்சிகளை மேற்கொண்டார். தினமும் அரைமணி நேரத்திற்கு மிகாமல் பயிற்சி எடுத்துக் கொண்டது உங்களுக்கு அசாதாரணமான முயற்சியாகத் தோன்றாமல் போகலாம். ஆனால், அவர் அதைத் தொடர்ந்து செய்து வந்ததன் மூலம் அதை அசாதாரணமான ஒன்றாக அவர் மாற்றினார். 2014-ம் ஆண்டு மார்ச் மாதம், முதன்முறையாக மேடையில் தனியாகப் பாடும் வாய்ப்பு அவருக்குக் கிடைத்தது. ஆனால், அவர் தன் பயிற்சியை நிறுத்தாமல் தொடர்ந்து கொண்டிருந்தார். 2015-ம் ஆண்டின் மத்தியில், முதன்முறையாக, மேடையில் பாடுவதற்கு அவர் ஒரு பெரும் தொகையைப் பெற்றார்.

இன்று அவர் அமெரிக்கா முழுவதும் பயணித்து, உத்வேகமூட்டும் தன் பாட்டுகளைப் பாடிக் கொண்டிருக்கிறார். இன்றும், வாரத்தில் ஐந்து நாட்கள் அவர் தன் பயிற்சியைத் தொடர்ந்து கொண்டிருக்கிறார். அவர் தொடர்ந்து பல்வேறு இசைகளைக் கற்றுக் கொண்டும் இருக்கிறார். "சின்னச் சின்ன விஷயங்களை நீங்கள் மீண்டும் மீண்டும் தொடர்ந்து செய்வதன் மூலம் மாபெரும் விஷயங்கள் நிகழ்த்தப்படுகின்றன," என்று அவர் கூறுகிறார். அவருடைய குரலும் நாளுக்கு நாள் மெருகேறிக் கொண்டே இருக்கிறது. செயல்முறைக்கு நீங்கள் உங்களை அர்ப்பணித்துக் கொண்டால் எப்படி வெற்றி தவிர்க்கப்பட முடியாத ஒன்றாகிவிடும் என்பதற்கான தலைசிறந்த ஓர் எடுத்துக்காட்டாக ஜெர்மி திகழ்கிறார்.

நீங்கள் எவற்றை அத்தியாவசியமாகச் செய்து கொண்டிருக்க வேண்டுமோ அவற்றை எப்படி அடையாளம் காண்பது

"நான் எவற்றை அத்தியாவசியமாகச் செய்து கொண்டிருக்க வேண்டுமோ அவற்றைச் செய்வதற்கு என்னை நான் எப்படி ஊக்குவித்துக் கொள்வது?" என்ற கேள்வியை என்னுடைய வாசகர்கள் மற்றும் வாடிக்கையாளர்கள் என்னிடம் அடிக்கடிக்

கேட்கின்றனர்.

நாம் குழந்தைகளாக இருந்த சமயத்திலிருந்தே, நாம் எவற்றை அவசியமாகச் செய்ய வேண்டுமோ, அவை நமக்கு ஒருபோதும் சுலபமாக வருவதில்லை. அதிக அளவில் காய்கறிகளைச் சாப்பிடுவது நம்முடைய ஆரோக்கியத்திற்கு நல்லது என்பதையும், வருமானத்திற்குக் குறைவாகச் செலவு செய்வது புத்திசாலித்தனமானது என்பதையும், வேலைகளின் எண்ணிக்கையையும் வேகத்தையும் குறைத்துக் கொள்வது மன அழுத்தத்தைக் குறைத்துக் கொள்ள உதவும் என்பதையும் நாம் அறிவோம் என்றாலும், அவற்றை நாம் பின்பற்றாமல் அலட்சியமாக ஒதுக்கிவிடுகிறோம். அர்த்தமுள்ள இலக்குகளை அடைகின்ற விஷயத்திலும்கூட, காரியங்களைத் தள்ளிப் போடுவதற்கு நம்முள் எழுகின்ற சபலத்தை அடக்கிக் கொள்வதற்கு நாம் வழிகளைத் தேடிக் கொள்ள வேண்டும். இல்லையெனில், இலக்குகளை அடைவது சாத்தியப்படாமல் போய்விடும்.

விஷயங்களைத் தள்ளிப்போடுதல் நம்மில் பலருக்கு ஒரு வாழ்க்கைமுறையாகவே ஆகிவிடுகிறது. நமக்கு அசௌகரியமாக இருக்கின்ற விஷயங்களையும், நமக்குத் தெரியாமல் இருக்கின்ற விஷயங்களையும் நாம் தள்ளிப்போடவே விரும்புகிறோம். அதனால், நமக்குப் பிடிக்காமல் இருக்கின்ற சமயங்களில்கூட, நாம் செய்தே ஆக வேண்டும் என்று நாம் அறிந்திருக்கின்ற வேலைகளைச் செய்ய நம்மை நாமே எப்படி ஊக்குவித்துக் கொள்வது? தள்ளிப்போடுதலுக்குப் பின்னால் இருக்கின்ற அடிப்படைக் காரணத்தை அறிந்து கொண்டு, அதை மீறுவதற்கான நடவடிக்கைகளை எடுப்பதன் மூலம் அதைச் சாத்தியமாக்கலாம். தள்ளிப்போடுவதற்கு நீங்கள் பல காரணங்களைக் கற்பிக்கலாம். ஆனால், அடிப்படையான காரணம், நீங்கள் தள்ளிப்போடுகின்ற வேலையோடு, ஏதோ ஓர் அசௌகரியத்தையோ, பயத்தையோ, அல்லது வலியையோ நீங்கள் முடிச்சுப் போட்டு வைத்திருக்கிறீர்கள் என்பதுதான்.

ஆனால், அந்த அசௌகரியம், பயம், அல்லது வலி

உண்மையில் உங்களுடைய கற்பனையில் உருவானவையே என்பதைப் புரிந்து கொள்வதன் மூலம், தள்ளிப்போடுதல் பிரச்சனையை உங்களால் மீற முடியும். நீங்கள் உண்மையில் அந்த விஷயங்களைச் செய்கின்றபோது, அது உங்களை பயத்திலிருந்து விடுவிக்கிறது. நீங்கள் கற்பனை செய்து வைத்துள்ளதைப்போல அது கடினமானது அல்ல என்பதை நீங்கள் உணர்ந்து கொள்வீர்கள்.

அதற்கு நீங்கள் முதலடியை எடுத்து வைக்க வேண்டும். அது உங்களுக்குத் தேவையான ஊக்குவிப்பை அளிக்கும். எடுத்துக்காட்டாக, நீங்கள் உடற்பயிற்சிக்கூடத்திற்குச் செல்ல வேண்டும் என்று நினைக்கிறீர்கள் என்று வைத்துக் கொள்வோம். உடனே, கிளம்பிவிடுங்கள். யோசிக்காதீர்கள். ஏனெனில், கிளம்பிய பிறகு நீங்கள் உங்களுடைய மனத்தை மாற்றிக் கொள்வதற்கான வாய்ப்புகள் குறைவு. அங்குச் சென்றது குறித்து நீங்கள் பெருமை கொள்வீர்கள். தள்ளிப்போடுதல் என்பதும் ஒரு தேர்ந்தெடுப்பு என்பதை நீங்கள் உணர்வீர்கள்.

நான் ஏற்கனவே கூறியுள்ளதுபோல, அசாதாரணமான முயற்சி என்பது அந்த அளவுக்கு அசாதாரணமானது அல்ல. அசாதாரண முயற்சி இவற்றை உள்ளடக்கியுள்ளது: நீங்கள் மீண்டும் மீண்டும் செய்யத்தக்க ஓர் எளிய செயல்முறையை வடிவமைத்துக் கொண்டு, அதை உங்களுடைய கால அட்டவணையோடு பிணைத்துக் கொள்ள வேண்டும்; ஜெஸ்ஸி தினமும் அரை மணி நேரம் மட்டுமே இசைப் பயிற்சி மேற்கொண்டார் என்பதையும், நான் என்னுடைய சாதனை விற்பனை அளவை எட்டுவதற்கு தினமும் இரண்டு மணி நேரம் செலவழித்து நாற்பது தொலைபேசி அழைப்புகளை மட்டுமே விடுத்தேன் என்பதையும் இங்கு நான்

உங்களுக்கு நினைவுபடுத்த விரும்புகிறேன்.

அதன் விளைவுகள் குறித்து உணர்ச்சிரீதியான பிணைப்பு எதையும் நீங்கள் ஏற்படுத்தக்கூடாது; உங்களுடைய செயல்களைக் கேள்வி கேட்கின்ற ஒருவரை நீங்கள் ஏற்பாடு செய்து கொள்ள வேண்டும்; அப்போது, விரைவில் அந்தச் செயல்முறை உங்களுக்குப் பழக்கமாகிவிடும்.

இந்தச் செயல்முறையை உங்களுடைய வாழ்வின் அனைத்து அம்சங்களுக்கும் எப்படிப் பயன்படுத்துவது என்பதை அடுத்த அத்தியாயத்தில் நாம் பார்க்கலாம்.

9

அதிசயங்களைத் தக்கவைத்துக் கொள்ளுதல்

அசாதாரணமான விளைவுகளை மீண்டும் மீண்டும் உருவாக்கிக் கொள்ளுதல்

அதிசயங்கள்மீது நீங்கள் நம்பிக்கை வைத்தால் மட்டுமே அதிசயங்கள் நிகழும்.

பாலோ கொயலோ

கண்கூடாகப் பார்க்கத்தக்க அதிசயங்களை நிகழ்த்துவது குறித்து யார்தான் பரவசமடைய மாட்டார்கள்? தங்களுடைய கனவு வாழ்க்கையை அடைவதற்கான திறவுகோல் கொடுக்கப்பட்டால், யார்தான் உற்சாகமடைய மாட்டார்கள்? ஒருவேளை, உங்களுடைய கனவு, நீங்கள் பொருளாதாரப் பாதுகாப்பைப் பெறுவதாக இருக்கலாம். அல்லது, உங்களுடைய கனவுநாயகனையோ அல்லது கனவுநாயகியையோ கரம் பிடிப்பதாக இருக்கலாம். அல்லது, விரிசல் விழுந்துள்ள ஓர் உறவைச் சீர் செய்வதாக இருக்கலாம். அல்லது, அர்த்தமுள்ள ஒரு காரியத்திற்கு உங்களை அர்ப்பணித்துக் கொள்வதாக இருக்கலாம். அல்லது, ஆரோக்கியமாக வாழ விரும்புவதாக இருக்கலாம். அல்லது, வெறுமனே மகிழ்ச்சியாக வாழ்வதாக இருக்கலாம். ஆனால், இவற்றைச் சாதிப்பது என்பது வேறு கதை.

நினைத்த மாத்திரத்தில் அதிசயங்களை நிகழ்த்துகின்ற ஆற்றலைக் கொண்ட அதிசய வித்தைக்காரர்களின் பண்புநலன்களை வளர்த்துக் கொள்வது உங்களுடைய உச்சகட்ட இலக்காக இருந்தால், நீங்கள் ஓர் அதிசய வித்தைக்காரரைப்போலச் சிந்திக்கவும் நடந்து கொள்ளவும் வேண்டும். பயத்தின் அடிப்படையிலான சிந்தனையை அகற்றிவிட்டு, நம்பிக்கையின் அடிப்படையிலான சிந்தனையைக் கொலுவேற்ற வேண்டும். நீங்கள் அதற்குத் தகுதியானவர்தாம் என்று நீங்கள் நம்ப வேண்டும்.

"நாம் எப்படிச் சிந்திக்கிறோமோ, அதுதான்

நாம். நம்முடைய எண்ணங்களிலிருந்துதான் நாம் உதயமாகிறோம். நம்முடைய எண்ணங்களிலிருந்துதான் நாம் இந்த உலகைப் படைக்கிறோம்," என்று புத்தர் கூறியுள்ளார். இந்த மனப்போக்குதான் நம்முடைய அடையாளத்தையும் நம்முடைய எதார்த்தத்தையும் உருவாக்குகிறது. இந்த மனப்போக்கை உருவாக்கிக் கொள்வதற்கு நீங்கள் எவ்வளவு நேரம் செலவழிக்க வேண்டியிருக்கும்? அதைச் சாதிப்பதற்கு ஒரு சிறந்த செயல்முறை இருக்கிறது. அதை நாம் இப்போது பார்க்கலாம்.

அதிசயங்களைச் சாத்தியமாக்குகின்ற சூத்திரத்தைச் செயல்படுத்துவதற்கான சிறந்த செயல்முறை

'அதிசயங்களை நிகழ்த்தும் அதிகாலை' நூலில், உங்களுடைய முழு ஆற்றலையும் பயன்படுத்துவதற்கு உத்தரவாதமளிக்கும் ஆறு நடவடிக்கைகளை நான் அறிமுகப்படுத்தியிருந்தேன். மௌனம், சுயபிரகடனம், மனக்காட்சிப்படைப்பு, உடற்பயிற்சி, புத்தக வாசிப்பு, நாட்குறிப்பு எழுதுதல் ஆகியவையே அந்த ஆறு நடவடிக்கைகள். அவற்றைத் தினமும், முடிந்தவரை அதிகாலையில் மேற்கொள்ளுமாறு நான் அதில் பரிந்துரைத்திருந்தேன்.

அந்த ஆறு நடவடிக்கைகளில் எனக்கு மிகவும் பிடித்தமானது எது என்ற கேள்வி அடிக்கடி என்னிடம் கேட்கப்படுகிறது. அதற்கான பதில், சுயபிரகடனம். சமீப காலமாக, சுயபிரகடனங்கள் ஒருவிதமான அவப்பெயரைப் பெற்றுள்ளன. நான் இளைஞனாக இருந்தபோது, அவற்றின்மீது எனக்கு நம்பிக்கை இருக்கவில்லை. அதிகபட்சம் அவற்றால் உங்களுக்கு ஒரு நல்ல உணர்வைக் கொடுக்க முடியலாம், ஆனால் அவற்றால் எதையும் உருவாக்க முடியாது என்று நான் நினைத்தேன்.

"நான் ஒரு கோடீஸ்வரன்," என்று மீண்டும் மீண்டும் கூறுவதால் ஒருவரால் ஒரு கோடீஸ்வரராக ஆக முடியாது என்று நான் கருதினேன். இது பிற சுயபிரகடனங்களுக்கும்

பொருந்தும். பின்னர்தான் எனக்குப் பொறி தட்டியது. பிரச்சனை சுயபிரகடனத்தில் இல்லை என்பது எனக்குப் புரிந்தது. அது தவறாகப் புரிந்து கொள்ளப்பட்டிருந்தது, தவறாகக் கற்றுக் கொடுக்கப்பட்டிருந்தது, தவறாகப் பயன்படுத்தப்பட்டுக் கொண்டிருந்தது. உடனே நான் சுயபிரகடனம் குறித்த என்னுடைய அணுகுமுறையை மாற்றிக் கொண்டேன். சுயபிரகடனங்களை நான் வேறொரு விதத்தில் வடிவமைத்தேன். அவை நடைமுறைக்கு உகந்தவையாகவும், நடவடிக்கை எடுக்கத்தக்க விதத்திலும் இருந்ததோடு, தொடர்ச்சியாகச் சிறப்பான விளைவுகளையும் உருவாக்கிக் கொடுத்தன.

அடுத்தச் சில பக்கங்களில், அதிசயங்களைச் சாத்தியமாக்கும் சூத்திரச் சுயபிரகடனங்களைப் படிப்படியாக எப்படி உருவாக்குவது என்பதைப் பார்க்கலாம். அதற்கு முன்பாக, சுயபிரகடனங்களில் இருக்கின்ற இரண்டு முக்கியக் குறைபாடுகளை நான் உங்களுக்குச் சுட்டிக்காட்ட விரும்புகிறேன்.

1. உண்மைக்குப் புறம்பான வாக்கியங்கள் நீங்கள் ஒரு போலி என்ற உணர்வை உங்களுக்குக் கொடுக்கும்

நாம் அனைவருமே, நம்முடைய ஒட்டுமொத்த வாழ்க்கையையோ அல்லது நம்முடைய வாழ்க்கையின் சில குறிப்பிட்ட அம்சங்களையோ மேம்படுத்த விரும்புகிறோம். நாம் அனைவரும் பணத்தையும் ஆரோக்கியத்தையும் அன்பையும் பெற விரும்புகிறோம். இவை அனைத்தையும், ஆணித்தரமான நம்பிக்கை மற்றும் அசாதாரணமான முயற்சிகளின் மூலமாக நம்மால் அடைந்துவிட முடியும். ஆனால், நமக்கு நாமே பொய் கூறிக் கொள்வதன் மூலம் அவற்றை நம்மால் ஒருக்காலும் அடைய முடியாது. ஆனால், சுய முன்னேற்ற முன்னோடிகள் பரிந்துரைத்திருந்த சுயபிரகடனங்கள் இதைத்தான் தூக்கிப் பிடித்தன.

கீழே குறிப்பிடப்பட்டுள்ளவற்றை மீண்டும் மீண்டும் கூறும்படி நம்மிடம் கூறப்பட்டது:

நான் ஒரு வெற்றியாளன்.

நான் பணத்தைக் கவர்ந்திழுப்பவன்.

நான் ஒரு கட்டுக்கோப்பான உடலைக் கொண்டிருக்கிறேன்.

நான் ஒரு சிறப்பான உறவில் இருக்கிறேன்.

இந்த வாக்கியங்கள் உண்மையாக இல்லாத பட்சத்தில், அவை உண்மையல்ல என்பதை நீங்கள் அறிந்திருப்பீர்கள். அவற்றை மீண்டும் மீண்டும் உங்களிடம் கூறுவதன் மூலம் உங்களிடம் நீங்கள் பொய் கூறுகிறீர்கள். உங்களுடைய ஆழ்மனம் இந்தப் பொய்களை எதிர்க்கும். அது உங்களுக்குள் மேலும் கூடுதலான முரண்பாடுகளைத் தோற்றுவிக்கும், உங்களை மேலும் மோசமாக உணர வைக்கும். குறைவான சுயமதிப்பைக் கொண்டிருப்பவர்கள், 'நான் பிறரால் நேசிக்கப்படுகின்ற ஒருவன்' என்ற சுயபிரகடனத்தை மீண்டும் மீண்டும் கூறுகின்றபோது, அவர்கள் மேலும் மோசமாக உணர்வதாக, 2009-ல் 'சைக்கலாஜிக்கல் சயன்ஸ்' இதழில் வெளியான ஓர் ஆய்வு தெரிவிக்கிறது. உண்மையோ அல்லது பொய்யோ, நீங்கள் பிறரால் நேசிக்கப்படுவதில்லை என்ற மனப்போக்கைக் கொண்டிருக்கின்ற ஒரு நபராக நீங்கள் இருந்தால், 'நான் பிறரால் நேசிக்கப்படுகிறேன்' என்ற பொய்யை நீங்கள் மீண்டும் மீண்டும் கூறும்போது, உங்களைப் பற்றி நீங்கள் கொண்டுள்ள எதிர்மறையான பிம்பம் இன்னும் வலுப் பெறவே செய்யும்.

இது போன்ற சுயபிரகடனங்கள், நீங்கள் உங்கள்மீது வைத்திருக்கின்ற நம்பிக்கையை மேலும் காலி செய்துவிடும். ஓர் அதிசய வித்தைக்காரராக ஆக நீங்கள் மேற்கொண்டிருக்கின்ற முயற்சிகளுக்கு அது ஒரு பெரும் முட்டுக்கட்டையாக விளங்கும். இப்படிப்பட்ட வெற்று முழக்கங்கள், உங்களுடைய மன அழுத்தத்தையும் பதற்றத்தையும் உடனடியாக அதிகரிக்கும். அதோடு, நீங்கள் எதைச் சாதிக்க விரும்புகிறீர்களோ, அதை நீங்கள் அடைய முடியாதபடி அது உங்களை இழுத்துப்

பிடிக்கும். உண்மையே எப்போதும் வெல்லும்.

2. செயப்பாட்டு வினை வாக்கியங்கள் நீங்கள் செயல்நடவடிக்கைகளில் இறங்குவதைத் தடுக்கும்

மக்கள் தங்களுடைய வாழ்க்கையை மேம்படுத்திக் கொள்ள முனைகின்றபோது, “அடுத்து நான் என்ன செய்ய வேண்டும்?” என்ற கேள்வி முளைத்து அவர்களை வெகுவாக பயமுறுத்துகிறது. அவர்கள் உறைந்து போய் அப்படியே நின்றுவிடுகின்றனர். சில காலம் கழித்து அவர்கள் தங்கள் முயற்சிகளைக் கைவிட்டுவிடுகின்றனர். பெரும்பாலான சுயபிரகடனங்கள் செயப்பாட்டு வினை வாக்கியங்களைப் பரிந்துரைக்கின்றன. “பணம் உங்களை நோக்கிப் பாய்ந்தோடி வரும்,” “உங்களுடைய கனவுக்கன்னி எந்நேரமும் உங்களுடைய வாசற்கதவைத் தட்டக்கூடும்,” போன்றவை அவற்றுக்கான எடுத்துக்காட்டுகள். ஆனால், எதார்த்த வாழ்க்கையில் இப்படி நிகழப் போவதில்லை. நீங்கள் உங்களுடைய இலக்கை அடைவதற்கு ஒரு செயல்முறை தேவைப்படும். அந்தச் செயல்முறையை வடிவமைத்து அதை நீங்கள் அமல்படுத்த வேண்டும். அதை வலியுறுத்துகின்ற சுயபிரகடனங்களைக் கூறுவதில் அர்த்தம் இருக்கிறது.

பயனளிக்கின்ற சுயபிரகடனங்களை உருவாக்குகின்ற முறையைப் பார்ப்பதற்கு முன்பாக, சுயபிரகடனங்கள் குறித்தச் சில மேற்கோள்களைப் பார்க்கலாம்.

> *“சுயபிரகடனங்களை மீண்டும் மீண்டும் கூறுவது நம்பிக்கைக்கு இட்டுச் செல்கிறது. அந்த நம்பிக்கை அசைக்கப்பட முடியாத ஒன்றாக மாறுகின்றபோது, காரியங்கள் நிகழத் தொடங்குகின்றன.”*
>
> **– முகம்மது அலி**

> *“அடிக்கடியும் உறுதியோடும் உங்களுடைய ஆழ்மனத்திற்கு எடுத்துச் செல்லப்படுகின்ற எண்ணங்கள், இறுதியில் ஆழ்மனத்தால் ஏற்றுக் கொள்ளப்படுகின்றன.”*
>
> **– ராபர்ட் கோல்லியர்**

“சுயபிரகடனங்கள், இக்கணத்தில் நீங்கள் பயன்படுத்துகின்ற வார்த்தைகளின் மூலம், நிகழ்கால எதார்த்தத்தைத் தாண்டி, வருங்காலத்தை உருவாக்குகின்ற வாக்கியங்களாகும்.”

– லூயிஸ் ஹே

“வாழ்க்கையை வென்றெடுப்பதற்கு முன்னால் நீங்கள் உங்களுடைய மனத்தை வென்றெடுக்க வேண்டும்.”

– ஜான் அடிசன்

அதிசயங்களைச் சாத்தியமாக்கும் சூத்திரச் சுயபிரகடனங்களை உருவாக்குவதற்கான ஐந்து கட்ட வழிமுறை

உங்களுடைய சுயபிரகடனங்கள் உண்மையில் ஊறியிருக்க வேண்டும், நீங்கள் உருவாக்கத் துடித்துக் கொண்டிருக்கும் அதிசயங்களை அடைவதற்குத் தேவையான குறிப்பிட்டச் செயல்நடவடிக்கைகளைத் தெளிவாக வெளிப்படுத்துகின்ற விதத்தில் இருக்க வேண்டும்.

சுயபிரகடனங்கள் – ஓர் எடுத்துக்காட்டு

சுயபிரகடனங்களால் எப்படி ஒருவருடைய வாழ்க்கையை மாற்ற முடியும் என்பதற்கான நல்லதோர் எடுத்துக்காட்டாகத் திகழ்பவர், என்னுடைய ஃபேஸ்புக் குழுவிலுள்ள மிரான்டா மார்ட்.

சுமார் மூன்று ஆண்டுகளுக்கு முன்புதான், என்னுடைய ‘அதிசயங்களை நிகழ்த்தும் அதிகாலை’ நூல் மிரான்டாவுக்கு அறிமுகமானது. அப்போதுதான் அவருக்கு விவாகரத்து ஆகியிருந்தது. அவர் தன்னுடைய இரண்டு சிறு குழந்தைகளுடன் தனியாக வசித்து வந்தார். கமிஷன் அடிப்படையில் ஒரு புதிய வேலையில் அப்போதுதான் அவர் சேர்ந்திருந்தார். அவர் தனக்கு முன்பின்

அறிமுகமில்லாத ஒரு துறையில் ஒரு ஏஜென்சியைத் துவக்க விரும்பினார். அவருக்கு 1,50,000 டாலர்கள் கடன் இருந்தது. அதனால், அவர் கடும் மனச்சோர்வுக்கு ஆளாகியிருந்தார். அதிலிருந்து எப்படி மீள்வது என்பது தெரியாமல் அவர் திகைத்துப் போயிருந்தார்.

'அதிசயங்களை நிகழ்த்தும் அதிகாலை' நூலில் நான் குறிப்பிட்டிருந்த நடவடிக்கைகளை அவர் தன் வாழ்வில் அறிமுகப்படுத்தினார். சுயபிரகடனங்களை அவர் மூன்று பிரிவுகளாகப் பிரித்துக் கொண்டார். சுயபிரகடனங்களைப் பயன்படுத்துவதில் அவர் மேன்மேலும் வல்லவராக ஆனபோது, தன்னால் தன்னுடைய எண்ணங்களைச் சிறப்பாகக் கட்டுப்படுத்திக் கொள்ள முடிந்ததை அவர் தெரிந்து கொண்டார். அவரைப் பயமுறுத்திக் கொண்டிருந்த எண்ணங்கள் அவரை இனியும் தொந்தரவுபடுத்திக் கொண்டிருக்கவில்லை.

காலப்போக்கில், ஆயிரம் பேர் அடங்கிய அவருடைய நிறுவனத்தில் மிக அதிகமாக விற்பனை செய்திருந்த பெண்மணியாக அவர் திகழ்ந்தார். அவர் கனவு கண்டிருந்ததைப்போலவே, தன்னுடைய சொந்த ஏஜென்சி ஒன்றையும் அவர் துவக்கினார். அவர் இன்னும் தொடர்ந்து சுயபிரகடனங்களைப் பயன்படுத்திக் கொண்டிருக்கிறார். தன்னுடைய அசாதாரணமான வெற்றிக்குத் தன்னுடைய சுயபிரகடனங்களே காரணம் என்று அவர் கருதுகிறார்.

உங்களுடைய சுயபிரகடனங்கள் உங்களுடைய தற்போதைய நம்பிக்கைகளோடு முரண்படக்கூடாது. மாறாக, அவை உங்களுடைய நம்பிக்கைகளோடு ஒத்திசைவாக இருக்க வேண்டும், அவற்றை விரிவுபடுத்த உதவ வேண்டும்.

மொத்தத்தில், உங்களுடைய சுயபிரகடனம் இரண்டு விளைவுகளை ஏற்படுத்தும்:

- உங்களுக்குள் பதிந்திருக்கும் முரண்பாடுகளைக் களைந்து, உங்களுடைய ஆணித்தரமான நம்பிக்கைகளை உங்களுடைய ஆழ்மனத்தில் பதிய வைக்கும்.

- அசாதாரணமான முயற்சிகளில் நீங்கள் ஈடுபடுவதற்கு உங்களுடைய வெளிமனத்தை அது தூண்டும்.

அடுத்து, அதிசயங்களைச் சாத்தியமாக்குகின்ற சூத்திரச் சுயபிரகடனங்களை உருவாக்கிக் கொள்வதற்கு நீங்கள் கீழ்க்கண்ட அம்சங்களைக் கடைபிடிக்க வேண்டும்.

1. ஆற்றல்மிக்க ஒற்றை வாக்கியத்தைக் கொண்டதாக அதை அமைத்துக் கொள்ளுங்கள்

ஏழாவது அத்தியாயத்தில், நான் என்னுடைய விற்பனையை அதிகரித்துக் கொள்வதற்கும், என்னுடைய புற்றுநோயிலிருந்து மீண்டு வருவதற்கும் ஆற்றல்மிக்க ஒற்றை வாக்கியச் சுயபிரகடனங்களை நான் பயன்படுத்தியதைக் குறிப்பிட்டிருந்ததை நான் இங்கு உங்களுக்கு நினைவுபடுத்த விரும்புகிறேன். அதை நீங்கள் தனியாகவும் பயன்படுத்திக் கொள்ளலாம், உங்களுடைய பிற சுயபிரகடனங்களோடு இணைத்தும் கொள்ளலாம்.

நடவடிக்கை: *உங்களுடைய குறிப்பேட்டில் அல்லது உங்களுடைய கணினி அல்லது அலைபேசியில் டிஜிட்டல் வடிவில் ஆற்றல்மிக்க ஒற்றை வாக்கியத்தை ஒரு சுயபிரகடனத்தின் வடிவில் எழுதிக் கொள்ளுங்கள்.*

மாதிரி: *"...................... (உங்களுடைய இலட்சியத்தை இங்கே எழுதிக் கொள்ளுங்கள்) என்ற ஆணித்தரமான நம்பிக்கையை நான் எனக்குள் உருவாக்கிக் கொண்டு, அதை நான் அடையும்வரை, நான் அசாதாரணமான முயற்சிகளைத் தொடர்ந்து மேற்கொள்வேன்."*

2. அது உங்களுக்கு அர்த்தமுள்ளதாக இருப்பதற்குப் பின்னாலுள்ள காரணத்தை அலசுங்கள்

உங்களுடைய இலட்சியம், உலகைத் தலைகீழாகப் புரட்டிப் போடுகின்ற ஒன்றாக இருக்க வேண்டும் என்று அவசியமில்லை. அதற்காக, அப்படி இருக்கக்கூடாது என்று நான் கூற வரவில்லை. அது சிறியதாக இருக்கலாம் அல்லது பெரியதாக இருக்கலாம். அது எளிதானதாக இருக்கலாம் அல்லது சிக்கலானதாக இருக்கலாம். அது உங்கள் விருப்பம். உங்களைப் பொறுத்தவரை அது அர்த்தமுள்ளதாக இருக்க வேண்டும். எதற்காக நீங்கள் அதைச் செய்கிறீர்கள் என்பது உங்களுக்குத் தெரிந்திருக்க வேண்டும். அப்படி இருக்கும்போது, உங்களுடைய பாதையில் எந்தத் தடை குறுக்கிட்டாலும் அதை உங்களால் தகர்த்தெறிந்துவிட முடியும்.

> **நடவடிக்கை:** *உங்களுடைய இலட்சியம் உங்களுக்கு ஏன் அர்த்தமுள்ளதாக இருக்கிறது என்பதை நீங்கள் கண்டறிய வேண்டும். நீங்கள் அதில் அர்ப்பணிப்போடு ஈடுபடுவதற்கு அந்தக் காரணம்தான் கை கொடுக்கும்.*
>
> **மாதிரி:** *"நான் என் இலட்சியத்தில் அர்ப்பணிப்போடு இருப்பதற்கான காரணம் .... (இங்கு நீங்கள் உங்களுடைய காரணத்தைக் குறிப்பிட்டுக் கொள்ளுங்கள்).*

3. உங்களுடைய இலட்சியத்திற்கு உங்களை அர்ப்பணித்துக் கொள்ளுங்கள்

நீங்கள் உங்களுடைய இலட்சியத்திற்கு உங்களை அர்ப்பணித்துக் கொள்கின்றபோது, "இதை நான் எப்படிச் சாதிக்கப் போகிறேன்?" என்ற பதற்றம் உங்களிடமிருந்து விலகிவிடும். உங்களுடைய இலக்கு சாதிக்கப்படக்கூடியதுதான் என்று உங்களுடைய மூளையைத் தர்க்கரீதியாக நம்ப வைக்க இது உதவும். உங்களுடைய விருப்பதற்கும் உங்களுடைய

படைப்பிற்கும் இடையேயான ஒரு பாலமாக இதை நீங்கள் கருதலாம்.

> **நடவடிக்கை:** எந்தெந்த முக்கியமான நடவடிக்கைகளை நீங்கள் மேற்கொள்ளப் போகிறீர்கள் என்பதை எழுதிக் கொள்ளுங்கள். அவற்றை எப்போது செய்து முடிக்க நீங்கள் உத்தேசித்துள்ளீர்கள் என்பதையும் அதில் சேர்த்துக் கொள்ளுங்கள். தினமும் அவற்றை எப்போது செய்வீர்கள் என்பதையும் அதில் இணைத்துக் கொள்ளுங்கள்.
>
> **மாதிரி:** என்னுடைய இலக்கு சாதிக்கப்படுவதை உறுதி செய்து கொள்வதற்காக, ... (இங்கு உங்களுடைய செயல்முறையை எழுதிக் கொள்ளுங்கள்) நான் இதை .... (நாள் மற்றும் நேரம்) செய்து முடிப்பதற்கு என்னை அர்ப்பணித்துக் கொள்கிறேன்.

4. நீங்கள் ஆசைப்படுகின்ற விஷயங்களுக்கு நீங்கள் தகுதியானவர் என்ற மனப்போக்கை வளர்த்துக் கொள்ளுங்கள்

தாங்கள் விரும்புகின்ற எதையும் தங்களால் அடைய முடியும், தாங்கள் அர்ப்பணித்துக் கொண்டுள்ள எதையும் தங்களால் பெற முடியும் என்ற மனப்போக்கோடு அதிசய வித்தைக்காரர்கள் வாழ்கின்றனர் என்பதை நாம் முன்பே பார்த்திருந்தோம், இல்லையா? அதிசய வித்தைக்காரர்களின் மனப்போக்கை உங்களிடம் வளர்த்துக் கொள்கின்றபோது, நீங்கள் எதற்கு ஆசைப்படுகிறீர்களோ, அதற்கு நீங்கள் முற்றிலும் தகுதியானவர்தாம் என்ற மனப்போக்கை நீங்கள் வளர்த்துக் கொள்வது இன்றியமையாதது.

> **நடவடிக்கை:** நீங்கள் எதற்கு ஆசைப்படுகிறீர்களோ அதற்கு நீங்கள் தகுதியானவர் என்பதையும், அதை அடைவதற்குத் தேவையான அனைத்துத் திறமைகளும் உங்களிடம் இருக்கின்றன என்பதையும் உங்களுக்கு நீங்களே நினைவுபடுத்திக் கொள்ளுங்கள்.

மாதிரி: *நான் என்னுடைய இலட்சியத்திற்கு அர்ப்பணிப்புடன் செயல்படுகிறேன். ஏனெனில், அதற்கு நான் தகுதியானவன் என்பதையும், அதை அடைவதற்குத் தேவையான திறமைகள் அனைத்தும் என்னிடம் இருக்கின்றன என்பதையும் நான் உணர்ந்துள்ளேன்.*

5. உணர்ச்சிகளுடன் உங்களுடைய சுயபிரகடனத்தைத் தினமும் சொல்லி வாருங்கள்

பெரும்பாலான மக்கள் தங்களுடைய சுயபிரகடனங்களை வடிவமைப்பதில் நேரத்தையும் ஆற்றலையும் செலவழிக்கின்றனர். ஆனால், அவர்கள் அவற்றைத் தினமும் கூறுவதில்லை. புத்தாண்டுத் தீர்மானங்களுக்கும் உணவுப் பத்திய முயற்சிகளுக்கும் நேர்கின்ற கதிதான் இதற்கும் நேர்கிறது. தொடக்கத்தில் இருக்கின்ற புதுமை மறைந்தவுடன் அது சலிப்புத் தட்டிவிடுகிறது. அதிசயங்களை உருவாக்குவதற்கு, விஷயங்களைத் தொடர்ந்து செய்து வர வேண்டும். அதில் நல்ல பலனளிக்கக்கூடியது சுயபிரகடனங்கள். அதில் நீங்கள் உணர்ச்சிகளைச் சேர்த்துக் கொள்ள வேண்டும்.

நடவடிக்கை: *சுயபிரகடனங்கள் பலிப்பதற்கு அவற்றை நீங்கள் தொடர்ச்சியாக கூறி வர வேண்டும். தினமும் ஒரு குறிப்பிட்ட நேரத்தில் அவற்றைக் கூறுவது நல்லது. அதை நீங்கள் காலை எழுந்தவுடன் செய்யலாம் அல்லது படுக்கப் போவதற்கு முன்பு செய்யலாம். எல்லாவற்றையும்விட முக்கியமானது, நீங்கள் அதை உங்களுடைய அன்றாட அட்டவணைக்குள் கொண்டுவந்துவிட வேண்டும். அதை நீங்கள் உணர்ச்சிபூர்வமாகக் கூறுவது இன்னும் முக்கியம்.*

உங்களுடைய சுயபிரகடனங்கள் காலப்போக்கில் பரிணாம வளர்ச்சி அடையட்டும்

உங்களுடைய இலக்குகள் மாற மாற உங்களுடைய சுயபிரகடனங்களை மாற்றியமைத்துக் கொள்ளுங்கள். நீங்கள் வளர்ச்சியடைந்து மாறுகின்றபோது, உங்களுடைய சுயபிரகடனங்களும் மாறித்தானே ஆக வேண்டும்? நீங்கள் உங்களுடைய இலக்குகளை அடைந்த பிறகு புதிய இலக்குகளை நிர்ணயித்துக் கொள்வீர்கள் என்பதால், புதிய சுயபிரகடனங்களை நிர்ணயித்துக் கொள்வது அவசியமாகிறது. எழுதுகின்ற சுயபிரகடனங்கள் பலனளிக்கும் என்புதை நீங்கள் அனுபவத்தின் மூலமாகக் கற்றுக் கொள்வீர்கள் என்பதால், காலப்போக்கில், புதிய சுயபிரகடனங்களை உருவாக்கிக் கொள்வது உங்களுக்குச் சுலபமான ஒன்றாகிவிடும். உங்களுடைய வாழ்க்கையின் ஒவ்வோர் அம்சத்திற்கும் தனித்தனியாக சுயபிரகடனங்களை எழுதிக் கொள்ளுமாறு நான் பரிந்துரைக்கிறேன். சில நேரங்களில், நான் என்னுடைய அனைத்து சுயபிரகடனங்களையும் படிப்பேன். நேரப் பற்றாக்குறை இருக்கின்றபோது, முக்கியமானவற்றை மட்டும் படிப்பேன்.

இவை என்னுடைய அடிப்படை சுயபிரகடனத் தலைப்புகள்:

- என்னுடைய உடல் ஆரோக்கியம்
- என் இலட்சியம்
- என் மனைவி
- என் குழந்தைகள்
- என் நெருங்கிய உறவினர்கள்
- என் நண்பர்கள்
- என் வருமானம் மற்றும் பொருளாதாரச் சுதந்திரம்
- என் தனிப்பட்ட வளர்ச்சி

- ஆன்மிகம்
- என் சமுதாயப் பங்களிப்பு

சுயபிரகடனங்களைப் பல்வேறு வழிகளில் உருவாக்கிக் கொள்ளலாம் என்பதை நினைவில் வைத்திருங்கள். நான் கொடுத்திருந்தது, அதிசயங்களைச் சாத்தியமாக்கும் சூத்திரச் சுயபிரகடனம். சுயபிரகடனங்கள் உங்களுடைய கவனக்குவிப்பை அதிகரித்துக் கொள்ள உதவும்.

எடுத்துக்காட்டாக, “என்னுடைய மனைவியின் வாழ்க்கையைப் பிரகாசிக்க வைக்க இன்று நான் ஏதாவது ஒன்றைச் செய்வேன்,” என்பது என்னுடைய சுயபிரகடனங்களில் ஒன்று. இதை நான் தினமும் சொல்லிக் கொள்கின்றபோது, அது எனக்கு ஒரு நினைவூட்டியாகச் செயல்படுகிறது. சில நாட்களில் நான் மிகவும் சாதாரணமான எதையாவது ஒன்றைச் செய்து என் மனைவியின் வேலைகளை எளிதாக்குவேன். அவருக்குப் பாத்திரம் கழுவிக் கொடுப்பது, குழந்தைகளைத் தூங்க வைப்பது, ஒரு பூ வாங்கிக் கொடுப்பது, குழந்தைகளை வெளியே அழைத்துச் செல்வதன் மூலம் அவருக்கு ஓய்வு ஏற்படுத்திக் கொடுப்பது போன்றவை அவற்றில் சில. ‘ஒரு மகிழ்ச்சியான மனைவி என்றால் ஒரு மகிழ்ச்சியான வாழ்க்கை என்று அர்த்தம்’ என்ற கூற்றை நீங்கள் கேள்விப்பட்டிருப்பீர்கள்.

உங்களுடைய இலக்குகளும் இலட்சியங்களும் மாறலாம். ஆனால், நீங்கள் தொடர்ந்து அதிசயங்களை உருவாக்கிக் கொண்டிருக்க விரும்பினால், அதிசய வித்தைக்காரர் என்ற அடையாளத்தை நீங்கள் ஒருபோதும் இழக்கக்கூடாது. நீங்கள் தொடர்ந்து ஆணித்தரமான

நம்பிக்கையைக் கொண்டிருக்க வேண்டும், அசாதாரணமான முயற்சிகளை மேற்கொள்ள வேண்டும். நீங்கள் உண்மையிலேயே எவ்வளவு ஆற்றல் வாய்ந்தவர் என்பதை உங்களுக்குத் தொடர்ந்து நினைவூட்டிக் கொண்டே இருக்க வேண்டும். சுயபிரகடனங்கள் அதற்கு உங்களுக்கு உதவும்.

அடுத்த அத்தியாயத்தில் நான் விளக்கவிருக்கின்ற அதிசயங்களை உருவாக்கும் சூத்திரத்தின் 30 நாள் சவாலில் பங்கேற்கும்படி நான் உங்களைக் கேட்டுக் கொள்கிறேன்.

10

அதிசயங்களை உருவாக்கும் சூத்திரத்தின் 30 நாள் சவால்

உங்களுடைய முதல் இலட்சியத்திற்கான வேளை வந்துவிட்டது

அசௌகரியத்தை அனுபவிப்பதற்குத் தயாராக இருங்கள். அசௌகரியமாக இருப்பது குறித்துச் சௌகரியமாக இருங்கள். அது கடினம்தான். உங்களுடைய கனவு வாழ்க்கையை வாழ்வதற்கு நீங்கள் கொடுக்கப் போகின்ற மிகச் சிறிய விலை அது.

பீட்டர் மெக்வில்லியம்ஸ்

இப்படிக் கற்பனை செய்து கொள்ளுங்கள். நீங்கள் உங்கள் வாழ்வின் இறுதியை எட்டிவிட்டீர்கள். இன்று பூமியில் உங்களுடைய கடைசி நாள். நீங்கள் ஆசைப்பட்ட அனைத்துச் சாதனைகளையும் நீங்கள் செய்து முடித்துவிட்டீர்கள். எதுவுமே மிச்சமில்லை.

அப்போது உங்களுடைய அறைக்குள் உங்களுடைய மற்றொரு பிம்பம் நுழைகிறது. நீங்கள் உங்கள் வாழ்க்கையில் எதுவாகவெல்லாம் ஆகியிருந்திருக்கலாமோ அதுவாக ஆகியுள்ள பிம்பம் அது. நீங்களும் அந்தப் பிம்பமும் உரையாடிக் கொள்கிறீர்கள்.

இப்போது சொல்லுங்கள். அந்த இரண்டு பிம்பங்களுக்கு இடையே ஒற்றுமைகள் அதிகம் இருக்குமா அல்லது வேற்றுமைகள் அதிகம் இருக்குமா?

இது ஒரு கடினமான கேள்விதான். ஆனால், இதற்கு நீங்கள் நேர்மையாக பதிலளித்தால், இப்போது உங்களுடைய வாழ்க்கை எந்த அளவுக்கு மனநிறைவுடன் இருக்கிறது என்பதை அளவிடுவதற்கான ஓர் அருமையான வாய்ப்பு உங்களுக்குக் கிட்டும். உங்களால் சாதிக்க முடிந்திருக்கக்கூடிய அனைத்தையும் நீங்கள் சாதிக்காமல் விட்டுவிட்டீர்கள் என்ற ஆதங்கம் உங்களிடம் இருந்தால், அது மிகவும் வருத்தத்திற்குரிய ஒரு விஷயம். ஆனால், நம்மில் பெரும்பாலானோர் இந்தப் பொறிக்குள் மாட்டிக் கொள்கிறோம். நீங்கள் ஒருவேளை, உங்களுடைய வாழ்க்கையின் ஒரு பகுதியிலோ அல்லது சில பகுதிகளிலோ பெரும் வெற்றி பெற்றிருந்திருக்கக்கூடும். அப்போதுகூட, நீங்கள்

மேம்படுத்திக் கொள்ள வேண்டிய வேறு சில பகுதிகள் உங்களுடைய வாழ்க்கையில் கண்டிப்பாக இருக்கும்.

இந்தக் கடைசி அத்தியாயம் இதுவரை நீங்கள் கற்றுள்ள அனைத்தையும் நடைமுறைப்படுத்துவதற்கு ஒரு வாய்ப்பளிக்கும். அதிசயங்களைச் சாத்தியமாக்கும் சூத்திரம், ஒரே மாதத்தில் உங்களுக்குள் ஆழமாக ஊறிப் போய்விடும். அதற்குப் பிறகு அதைப் பற்றி நீங்கள் பிரக்ஞைபூர்வமாகச் சிந்திக்க வேண்டிய தேவை இருக்காது. அது உங்களின் பிரிக்க முடியாத ஓர் அம்சமாக ஆகிவிடும். ஆணித்தரமான நம்பிக்கை உங்களுடைய நிரந்தர மனப்போக்காக ஆகிவிடும். அசாதாரணமான முயற்சிகளை மேற்கொள்ள நீங்கள் அலட்டிக் கொள்ள வேண்டியிருக்காது. அடுத்த முப்பது நாட்கள் உங்களுடைய வாழ்க்கையையே மாற்றக்கூடிய பயணமாக உங்களுக்கு அமையும். அதன் முடிவில் நீங்கள் ஓர் அதிசய வித்தைக்காரராக ஆகியிருப்பீர்கள்.

நீங்கள் எதிர்கொள்ளக்கூடிய சாத்தியமுள்ள தடைகளும் அவற்றை மீறுவதற்கான வழிமுறைகளும்

நீங்கள் ஓர் அதிசய வித்தைக்காரராக வாழ்வதை நோக்கிய உங்களுடைய பயணத்தை நான் முடிந்த அளவு எளிதாக்கவே ஆசைப்படுகிறேன். விஷயங்களை இப்போது இருப்பதைவிடக் கடினமாக்குவது தேவையற்றது. அதனால், நீங்கள் உங்கள் வழியில் எதிர்கொள்ளக்கூடிய சாத்தியமுள்ள தடைகளைப் பற்றி நான் உங்களுக்கு முன்கூட்டியே எச்சரிக்க விரும்புகிறேன். அதை முதலிலேயே தெரிந்திருப்பதன் மூலம், அவற்றை நீங்கள் எதிர்கொள்ளும்பட்சத்தில் அவற்றைக் கையாள்வது உங்களுக்கு எளிதாக இருக்கும்.

நீங்கள் எதிர்கொள்ளக்கூடிய முதல் தடை பகுத்தறிவுக்குப் புறம்பான பயங்கள். தோல்வி குறித்த பயம், வெற்றி குறித்த பயம், மாற்றம் குறித்த பயம் போன்றவை அவற்றில் குறிப்பிடத்தக்கவை. இவற்றைப் பற்றி நாம் விரிவாக ஏற்கனவே பார்த்துவிட்டோம். முடிந்த மட்டிலும் அவற்றை விரைவாகக் கடந்து

செல்லப் பாருங்கள். சுயபிரகடனங்கள் இதில் உங்களுக்கு உதவியாக இருக்கும். உங்களுடைய எண்ணங்கள் உங்களுடைய கட்டுப்பாட்டில்தான் இருக்கின்றன என்பதை நீங்கள் நினைவில் வைத்துக் கொள்ள வேண்டும். பயங்களின்மீது கவனம் செலுத்தாமல், நீங்கள் உங்களை அர்ப்பணித்துக் கொண்டுள்ள விஷயங்களின்மீது கவனம் செலுத்துங்கள்.

இரண்டாவது தடை, குறுகியகால விளைவுகள்மீது நீங்கள் கொண்டிருக்கும் உணர்ச்சிபூர்வமான பிணைப்பு. இதைப் பற்றியும் நாம் ஏற்கனவே விரிவாகப் பார்த்துவிட்டோம். ஒவ்வொரு விளைவையும் அடைவதற்கு உங்களுக்கு ஒரு செயல்முறை தேவை. நீங்கள் உங்களுடைய குறுகியகால விளைவுகள்மீது உணர்ச்சிரீதியான பிணைப்பைக் கொண்டிராமல், அந்தச் செயல்முறையின்மீது கவனத்தைக் குவிக்க வேண்டும். அப்போது உங்களுடைய வெற்றி தவிர்க்கப்பட முடியாததாகிவிடும்.

மூன்றாவது தடை பொறுமையின்மை. உடனடித் திருப்தியில் திளைத்துக் கொண்டிருக்கின்ற ஒரு சமூகத்தில்தான் நாம் இப்போது வாழ்ந்து கொண்டிருக்கிறோம். எதற்கும் நமக்குப் பொறுமையில்லை. கடிதம் எழுதினால், அது அடுத்த நொடியில் சென்றடைய வேண்டும் என்றும், யாரையாவது தொடர்பு கொள்ள வேண்டுமென்றால், அடுத்த நிமிடம் அவர் நம் அழைப்பை ஏற்றாக வேண்டும் என்றும் நாம் எதிர்பார்க்கிறோம். ஒரு மணி நேரத்திற்கு முந்தைய செய்தி பழைய செய்தி ஆகிவிடுகிறது. இணையத்தின் மூலம், காலணிகளிலிருந்து மளிகைச் சாமான்கள்வரை அனைத்துப் பொருட்களையும் அன்றே தருவித்துக் கொள்ள முடியும். ஆனால், நீங்கள் அதிசயங்களை நிகழ்த்த விரும்பினால், உங்களுக்குப் பொறுமை அவசியம் தேவை. எடுத்துக்காட்டாக, ஒரு புத்தகத்தை எழுதிப் பிரசுரிப்பதற்கு நீண்டகாலம் ஆகும். பொறுமையின்மை உங்களுடைய ஆற்றலை உறிஞ்சிவிடும், உங்களுக்கு மன அழுத்தத்தைக் கொடுக்கும்.

இப்போது நாம் 30 நாள் சவாலில் குதிக்கலாம்.

அதிசயங்களை உருவாக்கும் சூத்திரத்தின் 30 நாள் சவால்

இந்தச் சவால் ஆறு கட்டங்களை உள்ளடக்கியுள்ளது. இது உங்களுடைய வாழ்க்கையை ஒட்டுமொத்தமாக மாற்றிவிடும். அவற்றை நாம் ஒவ்வொன்றாகப் பார்க்கலாம்.

1. உங்களுடைய முதல் இலட்சியத்தைத் தீர்மானியுங்கள்

உங்களுடைய இலட்சியத்தைக் கண்டறிவதற்கு, உங்களுடைய அனைத்து இலக்குகளையும் அவதானித்து, "என் வாழ்க்கையில் நான் விரும்புகின்ற அனைத்தையும் அடைவதற்குத் தேவையான பண்புநலன்களை வளர்த்துக் கொள்வதற்கு இவற்றில் எந்த இலக்கு எனக்கு உதவும்?" என்ற கேள்வியைக் கேளுங்கள். அதற்கான பதில்தான் உங்களுடைய இலட்சியம். உங்களுடைய இலட்சியம் உங்களுக்கு ஊக்கமளிப்பதாகவும் புத்துணர்ச்சி அளிப்பதாகவும் இருக்க வேண்டும் என்று நீங்கள் நினைப்பீர்கள். அதே சமயம், அது உங்களைப் பயமுறுத்துவதாகவும் இருக்கும் என்பதை நீங்கள் மறந்துவிடக்கூடாது. அது உங்களைச் சவாலுக்கு அழைக்கின்ற விதத்தில் இருக்க வேண்டும், உங்களுடைய ஆற்றலை அடுத்த நிலைக்கு எடுத்துச் செல்வதாக இருக்க வேண்டும். உங்களுடைய இலட்சியம் உங்களுக்கு அர்த்தமுள்ளதாகவும், உங்களுடைய விழுமியங்களை உள்ளடக்கியதாகவும் இருக்க வேண்டும்.

2. உங்களுடைய செயல்முறையை முன்கூட்டியே தீர்மானித்துக் கொள்ளுங்கள்

தெளிவு நமக்கு உத்வேகமளிக்கும். அடுத்து நாம் என்ன செய்ய வேண்டும் என்பதையும், அதைச் செய்வது, நாம் எங்குச் செல்ல வேண்டும் என்று நாம் நினைத்திருக்கிறோமோ அதற்கு அருகே நம்மை அழைத்துச் செல்லும் என்பதையும் நாம்

அறிந்திருக்கின்றபோது, அது நம்மை வெகுவாக ஊக்குவிக்கும். உங்களுடைய செயல்முறையை முடிந்த அளவு எளிதாக வைத்துக் கொள்வது நல்லது. ஒரு நேரத்தில் ஒரே ஒரு வேலையைச் செய்வது நல்லது. உங்களால் உங்களுடைய செயல்முறையை வடிவமைக்க முடியவில்லை என்றால், உங்களுடைய இலட்சியம் தொடர்பான ஆய்வுகளில் இறங்குங்கள். கூகுளைப் பயன்படுத்திக் கொள்ளுங்கள். அது தொடர்பான புத்தகங்களைப் படியுங்கள். உங்களுடைய இலட்சியத்தை அடைவதற்கு நீங்கள் ஏதாவது ஒரு திறனை வளர்த்துக் கொள்ள வேண்டுமென்றால், அது தொடர்பான பயிற்சிகளைப் பெற முயலுங்கள். நீங்கள் உங்களுடைய செயல்முறையை உணர்ச்சிபூர்வமான பிணைப்புகள் எதுவும் இல்லாமல் அர்ப்பணிப்புடன் அணுக வேண்டும்.

3. உங்களுடைய சுயபிரகடனங்களைத் தினமும் கூறுகின்ற விதத்தில் நீங்கள் உங்களுடைய கால அட்டவணையை வடிவமைத்துக் கொள்ள வேண்டும்

தினசரி மீண்டும் மீண்டும் சொல்லப்படுகின்ற சுயபிரகடனங்கள் மூலமாக மட்டுமே, நம்மால் புதிய வாய்ப்புகள் குறித்து நம்முடைய மனத்தை விசாலமடையச் செய்ய முடியும். உங்களுடைய சுயபிரகடனம் ஒன்றை ஒரே ஒரு முறை அல்லது பத்து முறை கூறிவிட்டு, அது உங்களுடைய சிந்தனையை மாற்றிவிடும் என்று உங்களால் எதிர்பார்க்க முடியாது. அது உடற்பயிற்சியில் ஈடுபடுவதைப் போன்றது. அதை நீங்கள் தொடர்ச்சியாக நீண்டகாலம் செய்கின்றபோதுதான் அதன் பலனை உங்களால் அறுவடை செய்ய முடியும். உங்களுடைய பயத்தை நீக்கிவிட்டு அந்த இடத்தில் நம்பிக்கையை அமர்த்துவதற்கு நீங்கள் உங்களுடைய சுயபிரகடனத்தை மீண்டும் மீண்டும் சொல்லிக் கொண்டே இருக்க வேண்டும். இதற்கு வெகு நேரம் ஆகாது.

4. உங்களுடைய செயல்முறையின் அமலாக்கத்திற்குப் பொறுப்பேற்றுக் கொள்ளுங்கள்

அசாதாரணமான முயற்சி என்பது தொடர்ந்து ஒரு விஷயத்தைச் செய்து வருவதாகும். நீங்கள் ஏற்கனவே வகுத்துள்ள செயல்முறையை அமல்படுத்தி, உங்களை உங்களுடைய இலட்சியத்தின் அருகே எடுத்துச் செல்கின்ற ஏதாவது ஒரு காரியத்தையாவது தினமும் செய்வதைப் பற்றியது அது. நான் என்னுடைய தினசரிக் கால அட்டவணையில் ஒரு மணி நேரம் இலட்சியம் தொடர்பான விஷயங்களுக்காக ஒதுக்கியுள்ளேன். மற்ற எதையும் செய்வதற்கு முன்பாக அதில் நான் ஈடுபடுவேன். உங்களுக்கு எவ்வளவு நேரம் தேவை என்பதைக் கணக்கிட்டு, அதற்கேற்பத் தினமும் நேரத்தை ஒதுக்கிக் கொள்ளுங்கள். உங்களுடைய செயல்நடவடிக்கையைக் கண்காணிக்கின்ற பொறுப்பைப் பிறரிடம் ஒப்படைப்பது, நாம் ஏற்கனவே பார்த்துள்ளதுபோல, நல்ல பலன்களை அளிக்கும். இது உங்களுடைய அர்ப்பணிப்போடு நேரடியாகத் தொடர்புடையது என்பதால் நீங்கள் தீவிரமாக ஆலோசித்து இதில் இறங்க வேண்டும்.

5. உங்களுடைய செயல்முறையையும் உங்களுடைய முன்னேற்றத்தையும் தினசரி ஆய்வுக்கு உட்படுத்துங்கள்

நீங்கள் உங்களுடைய குறுகியகால முன்னேற்றம் குறித்து உணர்ச்சிபூர்வமான பிணைப்பை ஏற்படுத்திக் கொள்ள விரும்பாவிட்டாலும், அது குறித்து நீங்கள் தெரிந்து வைத்திருப்பது நல்லது. சில நேரங்களில் நம்முடைய பின்னூட்டக்கருத்துகளின் அடிப்படையில் நம்முடைய செயல்முறையை நாம் மாற்ற வேண்டியிருக்கும். சில நேரங்களில் நம்முடைய முன்னேற்றம் எப்படி இருக்கிறது என்பதைப் பற்றி ஆய்வு செய்வது சரியாக இருக்கும். குறிப்பேட்டில் எழுதுகின்ற முறை அதற்கு உங்களுக்கு உதவும். அதன் மூலம், உங்களுடைய இலட்சியம் குறித்தப் பாதையில் நீங்கள் எந்த அளவுக்குப் பயணித்திருக்கிறீர்கள் என்பதை உங்களால் தெரிந்து கொள்ள முடியும். சிலர் இதை இரவில் எழுத

விரும்புவர். சிலர் மறுநாள் காலையில் அமர்ந்து, முதல் நாளின் விஷயங்களை அசைபோட்டு எழுதிக் கொள்ள விரும்புவர். உங்களுக்கு எது வசதியாக இருக்கிறதோ அதை நீங்கள் பின்பற்றலாம்.

கீழ்க்கண்ட கேள்விகளைக் கேட்பதன் மூலம் நீங்கள் அதைத் துவக்கலாம்:

1. கடந்த இருபத்து நான்கு மணி நேரத்தில் எனக்குக் கிடைத்துள்ள மிகப் பெரிய வெற்றி எது?
2. நான் என் செயல்முறையை முழுமையாகப் பின்பற்றினேனா?
3. நான் அதிகமாக முன்னேறியுள்ள பகுதி எது?
4. ஒரு மேம்பட்ட விதத்தில் அல்லது ஒரு வித்தியாசமான முறையில் என்னால் எதையேனும் செய்திருக்க முடியுமா?
5. இதுவரை நான் கற்றுக் கொண்டுள்ள படிப்பினைகள் என்னென்ன?
6. என் செயல்முறையில் நான் ஏதாவது மாற்றம் ஏற்படுத்த வேண்டுமா?
7. அறிவுரை அல்லது பின்னூட்டக்கருத்தைப் பெறுவதற்கு நான் வேறு யாரையாவது தொடர்பு கொள்ள வேண்டியிருக்குமா?

6. ஒவ்வொரு இலட்சியமும் நிறைவடைந்தவுடன் அது தொடர்பான உங்களுடைய அனுபவத்தை மதிப்பீடு செய்யுங்கள்

ஒரு பணித்திட்டம் நிறைவடைந்தவுடன், அதை அலசி ஆராய்ந்து, அதிலிருந்து தாங்கள் என்னென்ன படிப்பினைகளைக் கற்றுக் கொண்டோம் என்பதைத் தெரிந்து கொள்வது, வெற்றியாளர்கள் அனைவரிடமும் இருக்கின்ற ஒரு பழக்கமாகும். அவர்கள் தங்களுடைய அடுத்தத் திட்டத்திற்கு அதைப் பயன்படுத்திக்

கொள்கின்றனர். உங்களுடைய இலட்சியங்களின் செயல்பாட்டின் ஊடாக நீங்கள் எந்தெந்தப் பண்புநலன்களைக் கற்றுக் கொண்டீர்கள் என்பதை அறிந்து கொள்வது மிகவும் இன்றியமையாதது.

நீங்கள் கேட்டுக் கொள்வதற்கு இதோ இன்னும் சில கேள்விகள்:

1. நான் என்னுடைய இலட்சியத்தை அடைந்திருந்தேனா?
2. ஒரு மேம்பட்ட விதத்தில் அல்லது ஒரு வித்தியாசமான முறையில் என்னால் எதையேனும் செய்திருக்க முடியுமா?
3. இதிலிருந்து நான் என்ன கற்றுக் கொண்டேன்?
4. என்னுடைய அடுத்த இலட்சியத்தின் செயல்முறையை வடிவமைக்கும்போது, நான் என்ன மாற்றங்களை மேற்கொள்வேன்?

விடைபெற்றுக் கொள்வதற்கு முன்பாக . . .

நீங்கள் உங்களுடைய முதல் இலட்சியத்தை நோக்கி அடியெடுத்து வைக்கின்ற இந்த வேளையில், ஓர் அதிசய வித்தைக்காரராக ஆவதற்குத் தேவையான அனைத்தும் உங்களிடம் இருக்கிறது என்பதை அறிந்திடுங்கள். சரியாகச் சொல்ல வேண்டுமென்றால், அது எப்போதும் உங்களிடம் இருந்து வந்துள்ளது. அதன்மீது நான் வெளிச்சம் பாய்ச்சியுள்ளேன், அவ்வளவுதான். நீங்கள் கற்றுக் கொள்ள வேண்டிய அனைத்தையும் இப்போது நீங்கள் கற்றுக் கொண்டுவிட்டீர்கள் என்று நான் நம்புகிறேன். உங்களுடைய முதல் இலட்சியத்தை அடைவதில் உங்களுக்கு வெற்றி கிட்டுவதற்கு என்னுடைய வாழ்த்துகள். அதற்குப் பின்னரும் உங்களுக்கு வெற்றிகள் தொடரட்டும். உங்களுக்கும் உங்களுடைய கனவுகளுக்கும் இடையே இரண்டு தீர்மானங்கள் மட்டுமே இருக்கின்றன. உங்களுடைய

அதிசயங்களை உருவாக்கத் தொடங்குவதற்கான வேளை இது.

முடிவுரை

இப்போது நீங்கள் என்ன செய்வீர்கள்?

இது முடிவல்ல.
இது முடிவின் தொடக்கம்கூட
அல்ல.
ஒருவேளை இது தொடக்கத்தின்
முடிவாக இருக்கலாம்.

வின்ஸ்டன் சர்ச்சில்

நாம் இப்புத்தகத்தின் ஊடாக நடத்திய பயணத்தில் ஏகப்பட்ட விஷயங்களைக் கடந்து வந்துள்ளோம். என்னுடன் சேர்ந்து கடைசிவரை பயணித்துள்ளதற்காக நான் உங்களுக்கு நன்றி தெரிவித்துக் கொள்ள விரும்புகிறேன். இப்போது இது உங்களுடைய பயணத்தின் தொடக்கமாக மாறியுள்ளது. அதிசயங்கள் நடைமுறையில் சாதிக்கப்படக்கூடியவை என்பதை உங்களுக்குக் காட்டுவதற்காக, அவை குறித்த மாயைகளை இந்நூலில் நான் உடைத்துள்ளேன்.

இதில் கூறப்பட்டுள்ள விஷயங்களைப் பின்பற்றுவதன் மூலம் உங்களால் உங்களுடைய வாழ்க்கையில் மீண்டும் மீண்டும் அதிசயங்களை உருவாக்கிக் கொள்ள முடியும். இதில் கூறப்பட்டுள்ள இரண்டு தீர்மானங்களை நீங்கள் தொடர்ச்சியாகப் பின்பற்றும் பட்சத்தில், நீங்கள் விரும்புகின்ற எதை வேண்டுமானாலும் உங்களால் சாதிக்க முடியும். இது ஒரு மிகப் பெரிய வாக்குறுதிதான் என்றாலும், இது என் வாழ்விலும் எண்ணற்றோர் வாழ்விலும் மீண்டும் மீண்டும் நிரூபிக்கப்பட்டுள்ளது.

என் வாழ்வில் நான் எதிர்கொண்டிருந்த, என் வாழ்க்கையையே அச்சுறுத்திய பெருந்தடைகளைக் கடந்து, கடந்த இருபது ஆண்டுகளாக வெற்றிகரமானதொரு வாழ்க்கையை நடத்திக் கொண்டிருப்பதற்கு நான் ஆசிர்வதிக்கப்பட்டுள்ளேன். வேறு பலருடைய வாழ்க்கையில் அதிசயங்கள் நிகழ்ந்துள்ளதையும் நான் அருகிலிருந்து பார்த்துள்ளேன். இவற்றை அவர்கள் அனைவரும், இந்த நூலில் நான் அடிக்கடிக்

குறிப்பிட்டிருந்த அந்த இரண்டு தீர்மானங்களை மேற்கொண்டதன் மூலமே சாதித்திருந்தனர்.

உங்களாலும் அதே அனுபவத்தைப் பெற முடியும். உங்களுடைய வாழ்க்கையில் மாபெரும் மாற்றங்களை, நீங்கள் நினைப்பதைக் காட்டிலும் வேகமாக உங்களால் உருவாக்கிக் கொள்ள முடியும். அடுத்த முப்பது நாட்களில், உங்களைப் பின்னுக்கு இழுத்துக் கொண்டிருக்கின்ற உங்களுடைய பயங்கள், சந்தேகங்கள் மற்றும் உங்களுடைய உள்ளார்ந்த முரண்பாடுகளை உங்களால் களைந்தெறிய முடியும். முன்பு நீங்கள் சாத்தியமற்றதாகக் கருதிய எதுவொன்றையும் உங்களால் அடைய முடியும். உங்களுக்கு வரம்பெல்லையே கிடையாது. நீங்கள் விரும்புகின்ற உங்களுடைய கனவு வாழ்க்கையைப் பெற உங்களுக்கு அனைத்துத் தகுதிகளும் உரிமைகளும் இருக்கின்றன.

உங்களுடைய மாபெரும் இலக்குகளை நீங்கள் அடைவீர்களா, மாட்டீர்களா என்பதல்ல இங்குள்ள கேள்வி. அதை நீங்கள் கண்டிப்பாக அடைந்தே தீர்வீர்கள். நீங்கள் அதை எப்போது அடைந்தாலும், நீங்கள் அதற்குக் காத்திருந்த காலம் மதிப்பு வாய்ந்ததுதான் என்பதை நீங்கள் உணர்வீர்கள். உங்களை அது கச்சிதமான நேரத்தில் வந்தடைந்துள்ளது என்பதை நீங்கள் உணர்வீர்கள். அந்தப் பயணத்தில் நீங்கள் எதிர்கொண்ட சவால்களும் தடைகளும் உங்களுடைய வளர்ச்சிக்குத் தேவைப்பட்டன. இப்போது நீங்கள் உங்களுடைய பயணத்தின் எந்தக் கட்டத்தில் இருந்தாலும், அது குறித்து அமைதி கொண்டிருங்கள்.

இந்நூலின் முன்னுரையில், ஒவ்வொரு நபராக மனிதகுலத்தின் தன்னுணர்வு நிலையை மேம்படுத்த வேண்டும் என்பதை நான் என் இலட்சியமாகக் கொண்டிருப்பதாக நான் தெரிவித்திருந்தேன் அல்லவா? அப்போது நீங்கள் என் இலக்கு நகைப்பிற்குரியதாக இருந்ததாகக் கருதியிருக்கக்கூடும். இப்போது நீங்கள் இப்புத்தகத்தைப் படித்து முடித்துவிட்டுள்ளதால், உங்களுக்குச் சிறிது நம்பிக்கை வந்திருக்கும் என்று நான் நம்புகிறேன். தினந்தோறும் அதை நோக்கித்தான் நான்

நகர்ந்து கொண்டிருக்கிறேன். ஒரு நாள் இதை நான் கண்டிப்பாக அடைவேன் என்ற நம்பிக்கை எனக்கு இருக்கிறது.

உங்கள் விஷயம் எப்படி? நீங்கள் உங்களுடைய முதல் இலட்சியத்தை அடையாளம் கண்டு கொண்டுவிட்டீர்களா? முப்பது நாள் சவாலுக்கு நீங்கள் தயாராகிவிட்டீர்களா?

உங்களுக்கு விருப்பமானவற்றை உங்களுடைய வாழ்க்கையில் உருவாக்கிக் கொள்வது முக்கியம் என்றாலும், நீங்கள் உங்களைத்தாண்டி பிரம்மாண்டமாகச் சிந்திக்கும்படி நான் உங்களைக் கேட்டுக் கொள்கிறேன். உங்களால் எந்தவோர் அதிசயத்தையும் நிகழ்த்த முடியும் என்பதை இப்போது நீங்கள் அறிந்திருப்பதால், இப்போது உங்களுடைய பொறுப்பு கூடியிருக்கிறது. உங்களைச் சுற்றியுள்ள உலகைப் பாருங்கள். அதில் எது பற்றாக்குறையாக இருக்கிறது? எவற்றை நீங்கள் அதிகமாகக் காண விரும்புகிறீர்கள்? உங்களுடைய தனித்துவமான முத்திரையை உங்களால் எங்கு விட்டுச் செல்ல முடியும்? இந்த உலகிற்கு எதை நீங்கள் சீதனமாக விட்டுச் செல்லப் போகிறீர்கள்? உங்களுடைய குடும்பத்திலிருந்து தொடங்குங்கள். பிறகு, நீங்கள் சார்ந்துள்ள சமூகத்திற்கு அதை விரிவுபடுத்துங்கள். ஓர் அதிசய வித்தைக்காரரர் என்ற முறையில், பிறர்மீது தாக்கம் ஏற்படுத்தக்கூடிய உங்களுடைய ஆற்றல் அளப்பரியது. அந்தப் பொறுப்பை நம்மில் எவரும் சாதாரணமாக எடுத்துக் கொள்ளக்கூடாது. நீங்கள் உருவாக்குகின்ற அதிசயங்களைப் பற்றித் தெரிந்து கொள்ள நான் ஆவலாக உள்ளேன்.

நன்றியுரை

ஒரு குழந்தையை வளர்க்க ஒரு கிராமம் தேவைப்படும் என்றால், ஒரு புத்தகத்தை எழுத இரண்டு கிராமங்கள் தேவைப்படக்கூடும். என்னுடைய கிராமத்தின் உறுப்பினர்களாகிய, கீழ்க்கண்ட நபர்களுக்கு நான் என்னுடைய இதயபூர்வமான நன்றியைத் தெரிவித்துக் கொள்ள விரும்புகிறேன்:

என் காதல் மனைவியும் என் கனவுக்கன்னியுமான அர்சுலா. நீ ஓர் அருமையான மனைவி, அன்னை மற்றும் நல்ல மனிதப் பிறவி. உன்னுடைய தடுமாற்றமற்ற ஆதரவுதான் நான் செய்கின்ற அனைத்தையும் சாத்தியமாக்கியுள்ளது. என் இதயத்திற்குச் சொந்தக்காரி நீ. ஆனால், அதற்கு நீ இந்த இரண்டு பேருடன் உன் வாழ்க்கையைப் பகிர்ந்து கொள்வேன் என்று வாக்குறுதி வழங்க வேண்டும்:

நம்முடைய குழந்தைகள் சோஃபி மற்றும் ஹால்ஸ்டென். நீங்கள்தாம் என் உத்வேகம். இந்த உலகிலுள்ள அனைத்தையும்விட நீங்கள் இருவர்தாம் எனக்கு முக்கியமானவர்கள்.

என் பெற்றோர் மார்க் மற்றும் ஜூலி. நான் என் வாழ்க்கையில் பின்னோக்கிப் பயணித்துச் சென்று என்னுடைய பெற்றோரைத் தேர்ந்தெடுக்கும் வாய்ப்பு எனக்குக் கிடைக்கும் என்றால், நான் உங்கள் இருவரையும்தான் தேர்ந்தெடுப்பேன். நான் இன்று யாராக இருக்கிறேனோ, அதற்கு உங்களுடைய நிபந்தனையற்ற அன்பும் தாக்கமும்தாம் காரணம்.

என் சகோதரி ஹேய்லி. என்மீது எப்போதும் நம்பிக்கை வைத்திருந்ததற்காக உனக்கு என் நன்றி. நான் உன்னை ஆழமாக நேசிக்கிறேன், மதிக்கிறேன்.

என் தொழிலின் கள இயக்குநரான டிஃபனி ஸ்வென்ஹார்ட். நீங்கள் என் வாழ்க்கைக்குப் பெரும் மதிப்புக் கூட்டியுள்ளீர்கள். அதை வர்ணிப்பதற்கு வார்த்தைகளே இல்லை. நான் உங்களைப் பெரிதும் மெச்சுகிறேன். டிஃப், நீங்கள் ஒரு சிறப்பான நபர்.

என்னுடைய நெருங்கிய நண்பனும் தொழிற்கூட்டாளியுமான ஜான் பெர்காஃப். நான் மருத்துவமனையில் புற்றுநோயை எதிர்த்துப் போராடிக் கொண்டிருந்தபோது, நீ எனக்கும் என் குடும்பத்திற்கும் பல முக்கியமான விதங்களில் ஆதரவாக இருந்தாய். நண்பா, நான் உன்னை நேசிக்கிறேன்.

ஹானோரி கோர்டர். என் நண்பன். ‘அதிசயங்களை நிகழ்த்தும் அதிகாலை’ நூல்வரிசையை உருவாக்க எனக்குத் துணை நின்றவர். ஹானோரி, நான் மருத்துவமனையில் புற்றுநோயை எதிர்த்துப் போராடிக் கொண்டிருந்தபோது, என் நூல்களில் இரண்டைப் பதிப்பித்து எனக்கும் என் குடும்பத்திற்கும் ஆதரவாக இருந்தாய். நான் உன்னை நேசிக்கிறேன், நண்பா!

ஜான் மாஸ் மற்றும் செலஸ்ட் ஃபைன். ஸ்டெர்லிங் லார்டு லிட்டரிஸ்டிக் நிறுவனத்தைச் சேர்ந்த, உலகத் தரம் வாய்ந்த இலக்கிய முகவர்களாகிய நீங்கள், இந்தப் புத்தகத்தை நனவாக்குவதற்கு ஆணித்தரமான நம்பிக்கையையும் அசாதாரணமான முயற்சியையும் வெளிப்படுத்தியிருந்தீர்கள். அதற்கு உங்களுக்கு நன்றி.

எமிலி கிளின். என்னுடைய ஏடிஎச்டி மூளையைக் கவனக்குவிப்பில் ஈடுபட வைத்து எண்ணங்களை ஒரு கோர்வையாகத் தொகுத்து இப்புத்தகமாக வடிவமைக்க எனக்கு உதவியதற்கு உங்களுக்கு என் நன்றி.

இந்த நூலின்மீது நம்பிக்கை வைத்து இதைப் பிரசுரித்தமைக்காக டயானா பரோனிக்கும், பெங்குவின் ராண்டம் ஹவுஸ் நிறுவனத்திலுள்ள அவருடைய குழுவிற்கும் நன்றி.

உலகளாவிய ‘அதிசய அதிகாலைச் சமூகத்தின்’

ஒவ்வோர் உறுப்பினருக்கும் நன்றி. நான் தினமும் காலையில் கண்விழித்து என்னுடைய முழு ஆற்றலுடன் செயல்படுவதற்கு நீங்கள்தான் காரணம். நாம் கூட்டாக மனிதகுலத்தின் விழிப்புணர்வைச் சிறிது சிறிதாக உயர்த்திக் கொண்டிருக்கிறோம். நான் உங்கள் அனைவரையும் நேசிக்கிறேன்!

PSV குமாரசாமி

மொழிபெயர்ப்பாளர்

இவர் ஒரு கவிஞர். மொழிபெயர்ப்பாளர். சுற்றுச்சூழல் ஆர்வலர். மலையேற்றப் பயிற்றுவிப்பாளர். புகைப்படம் எடுப்பதில் அலாதி ஆர்வம் உடையவர். ஊர் சுற்றுவதில் ஏக விருப்பமுடையவர். இவருடைய பல்லாண்டுகால மொழிபெயர்ப்பு அனுபவத்தில் எண்பதுக்கும் மேற்பட்ட நூல்கள், எண்ணற்றக் கட்டுரைகள் மற்றும் கவிதைகள் வெளிவந்துள்ளன. இலக்கியம், சுயமுன்னேற்றம், சுற்றுச்சூழல், பொருளாதாரம், அறிவியல் போன்ற பல்வேறு துறைகள் தொடர்பான நூல்கள் அவற்றில் அடங்கும்.

ரோன்டா பைர்னின் உலகப் புகழ்பெற்ற நூலான 'இரகசியம்', டோனி ஜோசஃபின் 'ஆதி இந்தியர்கள்', ஸ்டீபன் ஹாக்கிங்கின் 'ஆழமான கேள்விகள் அறிவார்ந்த பதில்கள்' போன்றவை இவருடைய மொழியாக்கத்தில் வெளிவந்துள்ள நூல்களில் குறிப்பிடத்தக்கவை.

தமிழக அரசு இவருக்கு 2022-ம் ஆண்டுக்கான சிறந்த மொழிபெயர்ப்பாளர் விருதை வழங்கி இவரைக் கௌரவித்துள்ளது.

இவர் தன் மனைவி திருமதி நாகலட்சுமி சண்முகம் அவர்களுடனும் தன் மகன்கள் இருவருடனும் தற்போது மும்பையில் வசித்து வருகிறார்.

ஹால் எல்ராட்

நூலாசிரியர்

நம்முடைய பிரச்சனையிலிருந்து மீண்டு, நாம் கற்பனை செய்கின்ற அசாதாரணமான வாழ்க்கையை உருவாக்குவதற்கான திறன் நம் ஒவ்வொருவரிடத்திலும் இருக்கிறது என்பதற்கான வாழும் ஆதாரமாக ஹால் திகழ்கிறார். அவருக்கு இருபது வயதாக இருந்தபோது, குடித்துவிட்டு காரோட்டி வந்த ஒருவர் அவர்மீது மோதியதில், ஹாலுக்குப் பதினொரு எலும்புகள் முறிந்தன, அவருடைய மூளை நிரந்தரமாக பாதிப்படைந்தது. அவரால் இனி ஒருபோதும் நடக்க முடியாது என்று அவருடைய குடும்பத்தாரிடம் கூறப்பட்டது. ஆனால் ஹால் அதைப் பொய்யாக்கி, ஒரு தலைசிறந்த தொழிலதிபராகவும், நெடுந்தூர ஓட்டக்காரராகவும், பிரபல நூலாசிரியராகவும், சிறந்த ஊக்குவிப்புப் பேச்சாளராகவும் ஆகியுள்ளார். மக்கள் தங்களுடைய ஆற்றலை முழுமையாகப் பயன்படுத்த அவர்களுக்கு உதவுவதற்காக ஹால் தன் வாழ்க்கையை அர்ப்பணித்துள்ளார்.

அமெரிக்காவின் முன்னணிப் பேச்சாளர்களில் ஒருவராகவும் ஹால் திகழ்கிறார். பெருநிறுவனங்கள் மற்றும் இலாப நோக்கற்ற நிறுவனங்களின் கருத்தரங்குகளிலும் நிதி திரட்டும் நிகழ்ச்சிகளிலும் பங்கு கொண்டு பேச அவர் அழைக்கப்படுகிறார். இளைஞர்கள்மீது ஒரு நேர்மறையான தாக்கம்

ஏற்படுத்துவதில் அவர் ஆழ்விருப்பம் கொண்டுள்ளார். அவருடைய சொற்பொழிவுகள் அமெரிக்கா மற்றும் கனடா நெடுகிலும் ஒரு இலட்சத்திற்கும் அதிகமானோர்மீது தாக்கம் ஏற்படுத்தியுள்ளன. அவர்களில் சுமார் அறுபதாயிரம் பேர் பள்ளி மற்றும் கல்லூரி மாணவர்களாவர்.

ஹால் அமெரிக்கா நெடுகிலும் பல வானொலி நிகழ்ச்சிகளிலும் தொலைக்காட்சி நிகழ்ச்சிகளிலும் தோன்றியுள்ளார். 'த எஜுகேஷன் ஆஃப் மில்லியனர்ஸ்,' 'கட்டிங் எட்ஜ் சேல்ஸ்' உட்பட ஏராளமான நூல்களிலும் அவர் இடம்பெற்றுள்ளார். சமூக ஊடகங்களிலும் அவர் பிரபலமாக இருக்கிறார்.